Ravraje sir Dinakarraw Biography

Vinayak Oke

समर्पण.

खऱ्या खऱ्या स्वदेशहितबुद्धीनें, मोठ्या चातुर्यानें, अत्यंत
दूरदृष्टीनें, आणि अप्रतिम निर्लोभतेनें, रावराजे सर
दिनकरराव राजवाडे ह्यांनीं आपलें राज्यकार्यधुरं-
धरत्व उत्तम प्रकारें प्रगट केलें, असें ज्या
सज्जनांस वाटत असेल,

त्या सर्वांस,

हें त्यांचें अल्प चरित्र,

अत्यंत प्रेमपूर्वक

अर्पण केलें आहे.

प्रस्तावना.

कोणा एका रामोपासक कवीनें आपल्या ग्रंथाच्या आरंभीं असें ह्मटलें आहे की, मी ही जी रामकथा गातों, ती, रामचंद्राचें यश वाढविण्याकरितां गातों, असें मुळींच नाहीं; कां कीं, अपरंपार रामचंद्रयश कोणीकडे आणि माझी अल्प वाणी कोणीकडे, हें मला ठाऊक आहे; तर मी हें जें यश गातों, तें स्वहिताकरितां, वाणी आणि मन ही पवित्र करण्याकरितां गातों. तेंच आह्मी थोर पुरुषांच्या चरित्रांविषयीं ह्मणतों. थोर पुरुष असतात, त्यांची कीर्ति दिगंतरी गाजत असते. तिला आमच्या लेखांनीं किंवा शब्दांनी तिळमात्रही भर पडण्याची अपेक्षा नसते, आणि आह्मांस तिजविषयीं आशाही नसते. परंतु, त्यांचीं चरित्रें लिहिणें हें एके प्रकारीं त्यांशीं समागम करणें आहे. त्यांचे आचारविचार, त्यांचीं मतें, त्यांचे अभिप्राय, त्यांच्या कृति, त्यांची उद्योगशीलता, त्यांची सरलता, त्यांची सद्बुद्धि, त्यांची सत्यनिष्ठा, त्यांचें धैर्य, त्यांची निर्लोभता, इत्यादि त्यांच्या संबंधाच्या

गोष्टींचें वर्णन करीत असतां, आणि त्यांविषयीं विचार करीत असतां, मन अगदीं तद्रूप होऊन जातें—एकापक्षीं त्यांशीं—मग तें कितीही कां अल्प असेना—खंडींत पाव रती असेना—तादात्म्य पावतें—ह्या अप्रतिम आणि दुर्मिळ लाभाच्या आशेने आह्मी त्यांचीं चरित्रें वाचतों आणि लिहितों. ह्या लाभापुढें दुसऱ्या कोणत्याही लाभाची मातबरी नाहीं. ह्मणजे हा सत्संग आहे. ह्याची बरोबरी दुसऱ्या कशानेही करवत नाहीं.

आर्या.

सत्संग अति श्रेष्ठ श्रेयस्कर ह्मणुनि सुज्ञ या गाती
यातें भजतां सिद्धिप्राप्ति असे जी न योगयागा ती. १.
लीलेने देतो जें सत्संग नता न दे पद पिता तें
जरि राज्य दिलें केलें न च पुत्राचें बरें तदपि तातें. २.
सत्संगति करिताहे लीलालेशेंकरूनि जेंवि हित
न तसें माता जाणे संसारामाजि मात्र जें विहित. ३.
जी हरिहरप्रसादीं कल्याणें वसति साधुसंगीं तीं
अघ शमतें सुख गमतें मन रमतें जेंवि दिव्य संगीतीं. ४.
स्पर्शमणि सुवर्ण करी दे स्पर्शमणित्व तो न लोहातें
हा साधुसंग करितो साधु असाधूसि हरुनि मोहातें. ५.

मोरोपंत.

असो. तरमग चरित्रें लिहिण्याचा आणि वाचण्याचा हेतु हा असावा कीं, त्यापासून आपलें ह्मणजे—आपल्या लो-

कांचें आणि राष्ट्राचें—कांहीं तरी हित—खरें हित—साधावें. आणखी खरें हित काय तें सद्विचारांत असतें. आणि सद्विचार सत्पुरुषांच्या चरित्रांवरून सुचतात. ह्मणूनच सच्चरितांचें लेखन आणि अवलोकन हें एक फार उत्तम हितसाधन मानिलेलें आहे.

हा सामान्य विचार झाला. आतां प्रस्तुत चरित्राच्या संबंधानें थोडें विशेष सांगितलें पाहिजे. ह्या चरित्राचे नायक रावराजे सर दिनकरराव राजवाडे हे होत. हे थोर पुरुष, आमच्या देशांत तोडरमल, नानाफडणवीस इत्यादि जे फार मोठे राज्यकारभारी पुरुष होऊन गेले, त्यांच्या वर्गांतले होते. "खुब शर्थीनें राज्य राखिलें येशवंत फडणिस नाना" असें जें आमच्या एका रसिक कवीनें ह्मटलें आहे, तें, यथातथ्यत्वानें लावितां येतें, असे जे पुरुष नानांच्या मागून आमच्या राष्ट्रांत होऊन गेले, त्यांत दिनकरराव हे प्रमुख होत. दिवाणगिऱ्या पुष्कळांनीं केल्या, राज्यांचीं दुसरीं कामे त्यांनीं पुष्कळ केलीं, परंतु "राज्य राखिलें" असें ह्मणून घेण्याचा खरा अधिकार जितका दिनकररावांस आहे, तितका कोणासही नाही, असें ह्मणण्यास कांहींएक शंका नाही.

आतां कोणत्याही प्रकारच्या राजकारणांत नेहमीं दोन मतें असावयाचींच. त्याप्रमाणें बंडाच्या राजकारणांतही रावराजे दिनकरराव ह्यांविषयीं दोन मतें आहेत. आह्मी

असें ह्मणतों कीं, दिनकरराव ह्यानीं त्या वेळीं मोठ्या शर्थीनें शिंदेशाहीचें संरक्षण केलें, ह्मणूनच, निजामशाही, होळकरशाही इत्यादिकांचें रक्षण झालें. दुसऱ्या कितीएकांचें मत असें पडतें कीं, दिनकरराव हे उलट मसलत शिंदे सरकारास देऊन जर बंडवाल्यांस अनुकूल होते, तर, हिमालयाच्या शिखरापासून कन्याकुमारीच्या टोंकापर्यंत हिंदुपदपादशाही स्थापित झाली असती, आणि त्या पादशाहीची दिवाणगिरी रावराजे दिनकरराव ह्यांसच मिळाली असती. पण, ह्याविषयीं आमचे ह्मणणें असें आहे कीं, जे काय त्या वेळेपर्यंत घडून आलें होतें, त्यावरून, पुढें काय घडून आलें असतें, ह्याचें अनुमान करावयास पाहिजे होतें, तें रावराजे ह्यांनी आपले मनांत बरोबर करून पाहिलें; ह्मणूनच, त्यांनीं शिंदेशाहीचें रक्षण करण्याचा आणि बंडवाल्यांस न मिळण्याचा क्रम धरिला. बाकी, दिनकररावांस स्वराज्य नको होतें काय? शिंदेशाहींतल्या दिवाणगिरीपेक्षां सगळ्या हिंदुस्थानाच्या हिंदुबादशाहीची दिवाणगिरी अधिक भूषणावह होईल, हें त्यांस कळत नव्हतें काय? आणखी, एवढें कृत्य जर त्यांच्या कर्तबगारीनें होण्यासारखें होतें, आणि त्याच्या योगानें जर त्यांची कीर्ति अजरामर होण्यासारखी होती, त्यांना जर हिंदुस्थानाचें वाशिंग्टन होण्याचें साधण्यासारखें होतें, तर तें करण्याची सोन्यासारखी संधि

त्यांनीं फुकट घालविली असती काय? ते अत्यंत मान-
धन होते. त्यांस कीर्ति जीव का प्राण वाटत असे.
तेव्हां त्यांनीं अशी संधि फुकट जाऊं दिली नसती, हें
उघड आहे. परंतु, तेव्हांची संधि अशी मुळींच नव्हती.
त्यांना अंतर्गत सगळा प्रकार ठाऊक होता. सर्वांचें बला-
बल माहीत होतें. लार्ड लिटन हे इ० स० १८७१ च्या
दिल्ली दरबारांत जें ह्मणाले कीं, "इंग्लिश राज्याचा आधार
काढून घेतल्याबरोबर फुटून तुकडे तुकडे होणार नाहींत,
असें एक देखील स्वराज्य हिमालयापासून कन्याकुमारीपर्यंत
नाही," तें चौदा वर्षें त्याच्या आधीं दिनकररावांच्या लक्षांत
येऊन चुकलें होतें. आणि आपण शिंदे सरकारासह बंडास
सामील झालों असतां, शेवटीं सर्वस्वाचा नाश होऊन, एतद्दे-
शीय संस्थान हिंदुस्थानांत शपथेसही नाहींसें होऊन, येथून
तेथून, अखंड लालशाईची रेघ नकाशावर पडावयाची, हें
त्यांस खचीत खचीत वाटलें होतें, आणि तें होईल तितकें
टाळावयाचें, असा त्यांचा निश्चय होता, ह्मणूनच त्यांनीं हा
क्रम धरिला. ह्मणजे, ज्या क्रमांत आपल्या राष्ट्राचें विशेष
हित त्यांस दिसलें, तो क्रम त्यांनीं धरिला. तें त्यांनीं यो-
ग्यच केलें. हें सगळें एकीकडे असो. पण बंडाच्या भर-
अमदानींत, झांशीच्या राणीसाहेब लक्ष्मीबाई आणि पेशवे
रावसाहेब ह्या मुख्य दोन माणसांची देखील मसलत एका

धोरणानें चालली नाहीं. तेव्हां त्यांतच आणखी शिंदे, होळकर, निजाम हीं मोठीं प्रस्थें मिळालीं असती, तर काय झालें असतें, ह्याचें अनुमान करितां येतें. सर्वांनीं थर्र भ्यावें, असा नेपोलियनासारखा विलक्षण बुद्धीचा पुरुष त्यांत कोणी पाहिजे होता; अथवा, सर्वांनीं देवासारखा मानावा, असा शिवाजीमहाराजांसारखा किंवा वाशिंग्टनासारखा पुरुष त्यांत पाहिजे होता. तसें गुळींच नव्हतें—ह्मणजे समुदायाच्या सामर्थ्याच्या प्रवाहास आपण स्वतः बांध होऊन इष्ट दिशेनें त्यास वळविणारा महात्मा त्यांत नव्हता—ह्यामुळें सगळें फसत होतें, हें रावराजे ह्यांच्या लक्षांत येऊन चुकलें होतें. त्यामुळेंच त्यांचें मन त्यांजकडे वळलें नाहीं. आणखी शेवटीं बंडवाल्यांचें जें सगळें फसलें, तें ह्यामुळेंच फसलें. असो.

आणखी ह्या सगळ्या प्रकरणाचा विचार केला ह्मणजे त्यांत "कदाचित्" आणि "खचीत" असे दोन पक्ष होतात. ह्मणजे, रावराजे हे शिंदे सरकारास घेऊन बंडवाल्यांस मिळाले असते, तर, हिंदुस्थानामध्यें येथूनतेथपर्यंत हिंदुपदपादशाही **कदाचित्** स्थापित झाली असती, असें कितीएकांस वाटत होतें. आणि मोठ्या माणसांत देखील कोणाचा पायपोस कोणाच्या पायांत नव्हता, ह्मणून, बंडाचा आणि बंडास मिळतील त्यांचा समूळ नाश **खचीत** व्हावयाचा, असें दूरदृष्टि माणसांस वाटत होतें. ह्मणजे एकीकडे शिंदेशाहीचें

संरक्षण आणि स्वराजनिष्ठा, आणि दुसरीकडे सगळ्या एतद्देशीय राज्यांचा समूळ नाश आणि राजद्रोहाचें पाप, अशीं येऊन भिडलेलीं होतीं. अशा स्थितीमध्यें, रावराजे दिनकरराव ह्यांनीं कदाचिताचा नाद सोडून खचिताची कांस धरिली, हें चांगलें केलें, असें सर्व सुजाण माणसांचें मत आहे. हा लाघवगौरवन्याय सर्व व्यवहारांत सर्वमान्य असतो. त्यास अनुसरून रावराजे ह्यांनीं कृति केली. तीच योग्य होय.

आतां ह्या पुस्तकाच्या संबंधानें थोडें सांगावयाचें आहे. त्यास जागा हीच आहे. रावराजे दिनकरराव इ०स० १८९६ च्या जानेवारी महिन्यांत कैलासवासी झाले. त्यानंतर बालबोधाच्या फेब्रुवारीच्या अंकांत त्यांचें संक्षिप्त चरित्र आलें. त्यांत शेवटीं अशी सूचना केली आहे कीं, रावराजांचें एखादें विस्तृत चरित्र निघेल तर बरें होईल. त्या सूचनेप्रमाणें उद्योग झाला, आणि त्या उद्योगाचें हें फल आहे. अशा थोर पुरुषांच्या चरित्रलेखनाचा–आणि तद्द्वारा त्यांच्या आत्मिक समागमाचा–लाभ ज्यांच्या कृपाप्रसादेंकरून मला झाला, आणि माझा पुष्कळ वेळ विचारानंदांत उत्तम प्रकारें गेला, त्यांचे अनन्यभावेंकरून फारफार आभार मानून, आणि परमेश्वरापाशीं त्यांचें निरंतर कल्याण मागून, हा अल्प प्रस्तावनालेख मी समाप्त करितों.

अनुक्रमणिका.

चित्रांची अनुक्रमणिका.

रावराजे सर दिनकरराव राजवाडे ह्यांचें चरित्र.

भाग पहिला.

विषयप्रशंसा.

श्लोक.

नरपतिहितकर्ता द्वेष्यतां याति लोके
जनपदहितकर्ता त्यज्यते पार्थिवेन
इति महति विरोधे विद्यमाने समाने
नृपतिजनपदानां दुर्लभः कार्यकर्ता.

एक संस्कृत कवि.

राष्ट्रामध्यें राजा आणि प्रजा असे दोन पक्ष असतात; त्यांचें हिताहित एकमेकांच्या हिताहितांत गुंतलेलें असतें. आणखी सगळें हित काय तें स्वातंत्र्य आणि संपत्ति ह्यांच्या संग्रहावर अवलंबून असतें. आणि ह्या दोन्ही वस्तु राष्ट्रांत समाईक असतात; ह्मणजे

त्यांजवर राजा आणि प्रजा ह्या उभयतांची सत्ता असते. तेणेंकरून त्या आपणांस अधिकाधिक मिळाव्या ह्मणून उभयपक्षांचे भगीरथ प्रयत्न चाललेले असतात. आणि हे दोन पक्ष ह्मणजे कांहीं सामान्य नव्हत. समरांगणामध्यें द्रोण आणि अर्जुन हे कसे दिसले, ह्याचें वर्णन केलें आहे:—

ओंव्या.

एक वसिष्ठ एक वामदेव एक प्रेम एक सद्भाव
एक सद्विवेक एक गौरव तैसे दोघे दीसती. १.
एक चद्र एक चडकिरण एक रमापति एक उमारमण
एक बृहस्पति एक पाकशासन तैसे दोघे दीसती. २.
एक तपस्वी एक उदास एक औदार्य एक धैर्य विशेष
एक पुण्य एक यश तैसे दोघे दीसती. ३.
एक ज्ञान एक विज्ञान एक आनंद एक समाधान
एक सगुण एक निर्गुण तैसे दोघे दीसती. ४.
एक साधक एक सिद्ध एक वैराग्य एक बोध
एक क्षमा एक ब्रह्मानंद तेवि दोघे दीसती. ५.

श्रीधर.

त्याप्रमाणें हे दोन पक्ष राष्ट्रामध्यें जाज्वल्य असतात. ह्यांच्या सत्तेच्या मर्यादा राजनीतींत ठरलेल्या असतात; परंतु व्यवहारांत त्या मर्यादा अचल राहात नाहींत. मर्यादाभंग होतो; तो बहुधा प्रबल पक्षाकडून होतो; तो त्यास यथार्थ वाटत असतो; आणखी तो मर्यादाभंग दुर्बल पक्षास अशास्त्र

वाटत असतो; आणि त्यास त्याचे परिणाम भोगावे लागत असतात. अशा दोन पक्षांची सेवा करून त्यांस संतुष्ट ठेवणें हें कर्म परम दुष्कर आहे. ह्मणजे सिंह आणि व्याघ्र ह्या दोघांची सेवा एकदम एकाग्रतेनें करून त्यांस संतुष्ट ठेवणें, हें एक वेळ माणसाला कदाचित् सुकर जाईल. कां की, ते कसे झाले तरी पशु, तेव्हां, युक्तिप्रयुक्तीनें, एकादे वेळेस तरी त्यांस झकवितां येईल. परंतु, राजा आणि प्रजा ह्यांच्या सेवेंत तसें कांही चालावयाचें नाही. कां कीं, त्यांची उभयतांची दृष्टि एकसारखी कुशाग्र असते. ह्मणून, हें व्रत अगदीं प्रखर दुधारी तरवारीसारखें आहे. तें अगदीं नीट चालवायास पाहिजे. त्यांत तिळमात्र अंतर पडलें कीं तें कोपास आणि नाशास कारण व्हावयाचें. त्यांत कधीं चूक पडावयाची नाहीं. इतकें हें व्रत अतिशयित कठिण आहे, तरी तें उत्तम रीतीनें साधून यशस्वी होणारीं—ह्मणजे उभयतांची सेवा करून उभयतांकडून शाबास शाबास आणि धन्य धन्य ह्मणवून घेण्यास समर्थ—माणसें पृथ्वीच्या पाठीवर उत्पन्न होत असतात. तीं अगदीं थोडीं "वक्ता दशसहस्रेषु दाता भवति वा न वा" अशीं असतात. परंतु, एका चंद्रानें जशी सगळ्या आकाशाला शोभा येते, तशी अशा प्रकारच्या माणसांची वृत्ति त्यांच्या सगळ्या राष्ट्रास अत्यंत लाभदायक आणि अत्यंत भूषणावह होते. आणखी, कोकिळेला मधुरस्वर प्राप्त होण्यास अथवा

वृक्षांस नवे पल्लव फुटण्यास वसंतकाल आवश्यक आहे, अथवा समुद्रोदरीं मौक्तिकें उत्पन्न होण्यास स्थलविशेष आवश्यक आहे, त्याच न्यायाने राज्यकार्यधुरंधर थोर पुरुष पैदा होण्यास आणि प्रकाशमान होण्यास स्वराज्यच आवश्यक आहे, असें दिसतें. त्यांचे पराक्रम फार मोठे असतात. आणि दिवसेंदिवस ह्या आमच्या देशांतलीं स्वराज्यें नष्ट होत चालल्यामुळें, असे पराक्रम करण्यास ठिकाण कमी कमी होत चाललें आहे. हें पाहून, त्यांच्या पराक्रमाचें मोल ज्यांस कळतें, त्यांस वारंवार असें वाटतें कीं, अशा माणसांचीं नांवें आपल्या राष्ट्राच्या इतिहासांत जडावाच्या अक्षरांनी ल्याहावीं. आणखी खरोखरच "खुब शर्तीनें राज्य राखिलें येशवंत फडणिस नाना" असें ह्मटलें आहे ते नाना, सखाराम बापू, परलोकवासी सर सालरजंग, कैलासवासी राजा सर टी माधवराव इत्यादि नांवें जडावाच्या अक्षरांनी लिहिण्यासारखीं आहेत.

पण, ह्या चरित्राचे नायक कैलासवासी रावराजे सर दिनकरराव राजवाडे ह्यांचें नांव तसेंच जडावाच्या अक्षरांनीं लिहिण्यासारखें असून, त्यास विशेष बहुमोल कोंदण करण्यासारखें आहे; ह्यास कारण आहे. तें असें कीं, ह्यांनी संस्थापित राज्य नुसतें चांगल्या रीतीने चालवून, राजा आणि प्रजा ह्यांस संतुष्ट ठेविलें, एवढेंच केवळ नव्हे; तर इंग्लिशांचें

राज्य हिंदुस्थानांत स्थापित झाल्यापासून आजपर्यंतच्या दीडशें वर्षांत, हिंदुस्थानांतल्या सगळया राज्यांवर जें एक फार मोठें अरिष्ट इ० स० १८५७–५८ ह्या वर्षीं उद्भवलें होतें–ज्याच्या पायीं कितीएक एतद्देशीय राज्यें नष्ट झालीं–आणि ज्याच्या दराऱ्यानें इंग्लिश राज्याचा पाया देखील डळमळूं लागल्यासारखा कितीएकांस वाटत होता–त्या संकटांतून, आपलें राज्य, मोठ्या धैर्यानें आणि शौर्यानें कैलासवासी महाराज जयाजीराव शिंदे ह्यांनी बचावलें, त्या कामांत त्यांस अत्युत्कृष्ट साह्य काय तें कैलासवासी रावराजे सर दिनकरराव राजवाडे, दिवाण, ह्यांनीं करून, शिंदे सरकार आणि इंग्लिश सरकार ह्यांजकडून एवढी शाबासकी मिळविली कीं, तेवढी शाबासकी इंग्रज सरकारचें राज्य ह्या देशांत स्थापित झाल्या वेळापासून आजपावेतों दुसऱ्या कोणासही मिळाली नाहीं.

इ० स० १८५८ ह्या वर्षाच्या नोवेंबर महिन्याच्या २९ व्या तारखेस आग्रा येथें मोठा दरबार भरला होता. त्या प्रसंगीं, व्हाइसराय आणि गव्हरनर जनरल लार्ड क्यानिंग हे रावराजे दिनकरराव ह्यांस लक्षून ह्मणाले, “दिवाण दिनकरराव, आपले धनी शिंदे सरकार ह्यांची आणि सार्वभौम इंग्रज सरकार ह्यांची जी कामगिरी आपण बजाविली आहे, तिजबद्दल त्यांना आणि इंग्रज सरकाराला फार संतोष झाला

आहे, हें येथें आपणांस कळविण्यास मला परम आनंद वाटतो. आपणांस आणि आपल्या औरस किंवा दत्तक वंशजांस, जप्त केलेल्या मुलखापैकीं, काशी प्रांतांत किंवा काशी प्रांताजवळ, पांच हजार रुपये उत्पन्नाची जाहागीर मिळेल. आह्मांला असें वाटतें कीं, आणीबाणीच्या वेळीं, जशी राजसेवा उत्तम प्रामाणिकपणानें, कशासही न भितां, मोठ्या बाहादुरीनें आपण केली, तशी राजसेवा कधीं कोणीं केली नसेल." त्याप्रमाणेंच, महाराज जयाजीराव शिंदे ह्यांनीं इ० स० १८५९ ह्या वर्षी स्वहस्तें त्यांस असें लिहून दिलें कीं, "तुह्मांस संवत १९०८, चैत्र शुद्ध प्रतिपदा, ह्या दिवशीं दिवाण नेमिलें, तेव्हांपासून आजपावेतों, आणि विशेषेंकरून बंडाच्या वेळीं, तुह्मीं आपलें काम मोठ्या प्रामाणिकपणानें, आणि मोठ्या राजनिष्ठेनें केलें आहे." असें आणखी पुष्कळ सांगण्यासारखें आहे; तें यथाकालीं सांगावयाचें आहे. पण ह्या दोन गोष्टी येथें केवळ मासल्याकरितां सांगितल्या आहेत. ह्यांवरून इंग्लिश सरकार आणि शिंदे सरकार ह्यांचें मत ह्या थोर गृहस्थांविषयीं किती उत्तम होतें, हें थोडेंसें तरी लक्षांत येण्यासारखें आहे.

ह्याशिवाय आणखी एक गोष्ट ह्या चरित्राच्या माहात्म्यास पुष्टिकारक झाली आहे. ती गोष्ट ही की, रावराजे दिनकरराव ह्यांचें वर्तन अत्यंत पवित्र आणि निर्मळ होतें. त्याच्या

योगानें त्यांची योग्यता आणि मानमान्यता वाढून, त्यांस राष्ट्राचीं मोठमोठीं कामें करतां आलीं. ह्मणजे—

श्लोक.

वांछा सज्जनसंगमीं गुरुकुळीं वंदारुता नम्रता
निंदेचें भय तुष्टता परगुणीं स्वस्त्रीसुखीं लुब्धता
विद्याभ्यास महेशभक्ति खलसंसर्गीं अनासक्तता
चित्ताचा जय या गुणास निधि जे त्यां वंदिजे तत्वता. १.
हिंसात्याग अलोभता परधनीं सत्यत्व सभापणीं
तृष्णाच्छेद परांगनाविमुखता भूतानुकंपा मनीं
दान प्रश्रयभाव सद्गुरुकुळीं सन्मार्ग सर्वांस हा
संसाराब्धि तरावया स्मृतिशतीं कीं बोलिजेला पहा. २.

वामन.

ह्यांत ज्या गुणांचें वर्णन केलें आहे, ते गुण त्यांचे ठायीं उत्तम प्रकारें वसत असल्याच्या योगानें त्यांस महत्पद प्राप्त झालें. आणखी, व्यक्तीस काय आणि राष्ट्रांस काय, उन्नतावस्था प्राप्त करून घेण्यास, सर्व साधनांमध्यें उत्तम साधन सद्गुण-संपादन आहे–सदाचरण आहे–हें एक मुख्य तात्पर्य सगळ्या इतिहासांचें आणि सगळ्या चरित्रांचें सार आहे. ह्मणून आह्मी परमेश्वरास प्रार्थना करितों की, आमची अवशिष्ट राज्यें–ह्मणजे कदाचित् भावी देशस्वातंत्र्याचीं बीजे–त्यांचें संरक्षण त्यांच्या प्रभूंनीं कसें करावें, त्यांच्या साह्यकाऱ्यांनीं

अवलंबन करण्याचे वेगवेगळे प्रसंग कोणते, इत्यादि विषयांचें परिज्ञान त्या त्या संबंधाच्या मंडळीस होऊन, सामान्यत्वें, सर्व जनांच्या अंतःकरणांत स्वदेशाभिमान, स्वधर्मभक्ति, सत्पुरुषानुकरणासक्ति, आणि स्वदेशहितसाधनोत्सुकता, ह्या गुणांची प्रेरणा ह्या चरित्राच्या अवलोकनानें व्हावी, तिची यथायोग्य योजना त्यांस करितां यावी, आणि तिचें उत्तम सार्थक्य यथाकालीं व्हावें; ही प्रार्थना तो जगदात्मा सफल करो.

भाग दुसरा.

कुळाची थोडीशी पूर्वपीठिका.

श्लोक.

उपजणें मरणें न चुके नरा
भ्रमत नित्य असे जणु भोंवरा
उपजला तरि तोचि भला गमे
कुल समुन्नति ज्यास्तव घे रमे.

वामन.

वसंतकालाच्या आरंभाच्या वर्णनश्रवणानें रसिकांच्या अंतःकरणास आल्हाद होतो. कां कीं, त्यांत सृष्टीच्या रमणीय अशा अंगाचें पुनरुज्जीवन ज्ञानदृष्टीस गोचर होतें. त्याच कारणाने थोरांच्या कुलाच्या अभ्युदयाचें कथन त्यांस अत्यंत चित्तवेधक वाटतें. तसा हा थोडासा प्रसंग येथें आहे.

कोंकणांत रत्नागिरी जिल्ह्यामध्यें निवें ह्मणून एक लहानसें गांव आहे. तें ह्या थोर पुरुषांच्या पूर्वजांचें मूळ ठिकाण होय. त्यांचें मूळचें उपनांव जोशी असें होतें.

ह्यांचे मूळपुरुष विश्वनाथ हरि हे कोंकणस्थ ब्राह्मण ऋग्वेदी शांडिल्य गोत्री होते. ते मोठे उद्योगी होते. त्यांनीं मोठी खटपट करून निवें येथील खोती संपादिली. ह्याच्या आधीं हे गृहस्थ वरोडें येथें राहत असत, असें सांगतात. हें गांव रत्नागिरी जिल्ह्यांत आहे.

विश्वनाथ हरि ह्यांस तीन मुलगे होते; हरिपंत, रामचंद्रपंत, आणि भास्करपंत. ह्यांपैकीं हरिपंत आणि रामचंद्रपंत ह्यांचे वंशज निवें, मिरज, इचलकरंजी इत्यादि ठिकाणीं आहेत. तिसरे भास्करपंत ह्यांस तीन मुलगे होते; तिमाजीपंत, विठ्ठलपंत आणि विसाजीपंत. ह्यांतल्या दोघां लहान भावांचे वंशज निवें गांवीं आणि वरघाटीं लहानमोठे उद्योग करून आहेत. त्यांत वर्णनीय असा कोणी मोठा पुरुष निपजला नाहीं. परंतु, तिमाजीपंत हे मोठे प्रतापी निघाले.

त्याचा प्रकार असा. घरच्या कामकाजास कंटाळून ह्मणा, किंवा दुसऱ्या कोणत्या कारणानें ह्मणा, सुमारें अडीचशें वर्षांपूर्वी भास्कर विश्वनाथ आणि त्यांचे चिरंजीव तिमाजीपंत हे रोजगार पाहाण्यासाठीं बाहेर पडले. तेव्हां सगळ्या राष्ट्रांत मराठ्यांचा अमल बसलेला होता. आणि मराठ्यांची राजधानी सातारा, येथें सोन्याचा धूर निघत होता. तेणेंकरून त्यांस सहजच त्या शहराकडे येण्याची इच्छा झाली. ते पितापुत्र साताऱ्यास आले, आणि काम-

धंदा पाहूं लागले. तेव्हां शिवाजी महाराज छत्रपति गादीवर होते, आणि त्यांच्या दरबारांत मुजूमदारीचे कामावर निळो सोमदेव ऊर्फ आबाजी सोमदेव हे होते. ह्या मुजूमदारांस महाराजांकडून कांहीं गांव इनाम मिळालेले असून, शिवाय दरसाल तीन लाख रुपयांची नेमणूक होती. ह्यांचें वजन महाराजांजवळ फार मोठें होतें. आणखी ह्यांचें मुख्य काम एवढेंच असे कीं, सनदा, पत्रें वगैरे जे मोठे कागद दरबारांतून बाहेर जावयाचे, त्यांजवर **"बहुत काय लिहिणें आज्ञेप्रमाणें मोर्तबसुद"** अशीं अक्षरें ल्याहावयाचीं. हीं अक्षरें त्यांच्या हातून कागदावर पडल्यावांचून तो पुरा होत नसे, आणि त्याचा अमल होत नसे. ह्मणजे सरकारच्या हुकुमाच्या सगळ्या किल्ल्या ह्यांच्या हातांत होत्या, असें ह्मटल्यास चिंता नाहीं. तेव्हां मांडलिकांत आणि राजेरजवाड्यांत त्यांचें वजन फारच असे. ते त्यांस भीत असत, आणि त्यांची मर्जी संपादण्याचा प्रयत्न करीत असत. एवढा मोठा अधिकार होता तरी, हे निळो सोमदेव स्वभावानें फार गरीब होते, आणि गरीबगुरिबांवर त्यांची फार दयादृष्टि असे. ह्यांच्या कचेरींत भास्करपंत आणि तिमाजीपंत ह्यांचा प्रवेश झाला, त्या वेळेस आतांच्यासारख्या परीक्षा नव्हत्या. नौकऱ्या देण्याविषयीं कायदे नव्हते. आणखी कोणत्याच प्रकारची आडकाठी नव्हती. तेणेंकरून, आणि

विशेषेंकरून स्वराज्य असल्याकारणानें—ह्मणजे स्वत्वाची व्याप्ति कमजास्त प्रमाणानें सर्वत्र असल्याकारणाने—भास्करपंत आणि तिमाजीपंत हे त्या कचेरींत लागून, हळूहळू खुद्द यजमानांपर्यंत त्यांचा प्रवेश झाला. भास्करपंत लिहिणारे चांगले असून, मोठे मेहनती होते. तेणेंकरून मुजूमदारांची मर्जी त्यांजवर फार बसली, आणि ते त्यांस आपणांजवळ नित्य ठेवून घेऊन विशेष अगत्याचें कामकाज सांगूं लागले. तिमाजीपंत हे आपल्या वडिलांच्या हाताखालीं काम करीत असत. तेही आपल्या वडिलांप्रमाणेंच हुशार, मेहनती आणि मनधरणीचे असल्याच्या योगानें मुजूमदार हे त्यांसही कधींकधी बारीकसारीक काम सांगत असत. असें चाललें असतां, कांहीं दिवसांनी भास्करपंतांस देवाज्ञा झाली. तेव्हां, त्यांचें काम, मुजूमदार ह्यांनीं, तिमाजीपंतांस सांगितलें. तें त्यांनीं, आपल्या वडिलांच्या नमुन्यावर, उत्तम रीतीनें चालविलें. त्यांजवर मुजूमदार खूष असत, आणि त्यांच्या शहाणपणाचा लौकिक महाराजांच्या कानापर्यंत गेल्याच्या योगानें तेही त्यांस विचारमसलतीस बोलावीत असत. असें चाललें असतां, निळो सोमदेव ह्यांस देवाज्ञा झाली; तेव्हां त्यांच्या गादीचे मालक त्यांचे चिरंजीव झाले. ते अगदीं अल्पवयस्क होते. ह्मणून ते केवळ अधिकाराचे धनी राहून, सगळें

कामकाज तिमाजीपंतांचे हातून चालूं लागलें. तें महाराजांस आवडूं लागलें. तेव्हां, तसेंच काम पुढें चालविण्याविषयी आणि यजमानांस संभाळण्याविषयीं त्यांस महाराजांनीं सांगितलें. तेणेंकरून, तिमाजीपंत हेच स्वतः मुजूमदार झाल्यासारखे झाले. येथें एक गोष्ट लक्षांत ठेवण्यासारखी आहे. ती ही कीं, कामाची वाकबगारी ही बापाच्या अनुकरणानें मुलास लवकर आणि सहज येते. आणि, मुलगा विशेष हुशार असला ह्मणजे ती आपोआप वृद्धि पावते. ह्याचीं उदाहरणें अगदीं सामान्य प्रतीच्या लोकांतही अनेक दृष्टीस पडतात. तेव्हां बापाचें काम मुलास सांगायाचें, अशी जी वहिवाट स्वराज्यांत होती, ती ह्मणजे अगदीं असंबद्ध होती, असें ह्मणतां येत नाहीं. नुसत्या मुलाच्या नात्यानें बापाचें काम त्यावर सोंपवायाचें, हें बरें नाहीं. पण, मुलाचें नातें आहे, आणि गुण बापाच्या इतके आहेत, किंवा थोडे अधिक आहेत, असें असल्यास कामे वंशपरंपरेनें सांगण्यांत कांहीं हानि व्हावयाची नाहीं. आणखी असा जर परिपाठ असला, तर, वडिलांच्या योग्यते इतकी आपली योग्यता करण्याविषयीं मुलांस एके प्रकारें उत्तेजन येतें, आणि त्याच्या योगानें राष्ट्रांत विद्या आणि सद्गुण ह्यांची वृद्धि होते. पण ही दृष्टि स्वराज्यांत मात्र राहावयाची. परकीय राज्यांत हिचें नांव घ्यावयास नको. असो.

मुजूमदारीचें काम तिमाजीपंतांनीं चालविलें, तें श्रीमंत छत्रपतींस पसंत पडलें. एवढेंच केवळ नव्हे. तर, त्या वेळीं ज्या काय मसलती झाल्या, त्या मसलतींत, आणि ज्या काय लढाया झाल्या त्या लढायांत, तिमाजीपंत त्यांस फार उपयोगीं पडले. ते कसे, त्या सगळ्या गोष्टींची माहिती उपलब्ध नाही, ह्याचें वाईट वाटतें. तरी, कार्यावरून कारणाविषयीं जर तर्क बसवावयाचा आहे, तर, श्रीमंत छत्रपति, त्यांजवर जे इतके संतुष्ट झाले होते, ते कांहीं तरी तशाच मोठ्या कामगिरीवरून संतुष्ट झाले असले पाहिजेत, ह्यांत कांही शका नाहीं. ह्या संतुष्टीचें फल तिमाजीपंतांस फारच मोठें मिळालें. तिमाजीपंतांच्या उद्योगाने त्यांच्या कुलाच्या उन्नतीस आरंभ झाला. छत्रपतींनीं त्यांस मोठी देणगी दिली. तिचा तपशील येणेंप्रमाणें:—

१. पालखी जरीदार.

१. चौरी, सोन्याच्या दांडीची.

१. सोन्याची छडी, भालदाराची.

१. अबदागिरी.

१. छत्री, लाल रंगाची.

१. हत्ती.

१. घोडा.

१. तलवार.

१. ढाल.

१. पागा, घोडे सुमारें ५०, डंका निशाणासह.

१. मोत्यांची कंठी, शिरपेंच, किनखापी वस्त्रें, शालजोडी, पागोटें वगैरे सात.

१. बंदूक.

१. भाला, वेलबुट्टीचा.

१. हातांतील पंजे, सोनेरी कामाचे.

१. कलगी पागोट्यावर.

१. झगेदार आंगरखा.

१. सांडणी झूलदार.

ह्या इतक्या वस्तु देऊनच छत्रपति राहिले नाहींत. तर ह्या वस्तूंसारखा त्यांचा इतमाम बरोबर चालला पाहिजे, ह्मणून त्याकरितां तिमाजीपंतांस दरसाल बावीस हजार रुपयांची रोख नेमणूक करून दिली. ही गोष्ट, खरोखर मोठ्या शहाणपणाची आहे. ह्यांत वचनाचा किंवा कृतीचा अभिमान व्यक्त होतो. ज्यास आपण मोठें ह्मटलें, त्याचें मोठेपण निरंतर कायम राहावें, त्यांत व्यत्यय येऊं नये, असा अभिमान देणगी देणारांस पाहिजे. त्याच्या योगानें देणगी देणारांच्या औदार्यास मोठी शोभा येते.

ही देणगी कांहीं साधारण नव्हे. राजा संतुष्ट झाला ह्मणजे त्यापासून माणसाला काय मिळतें, ह्याची कल्पना

ह्यावरून सहज होण्यासारखी आहे. तरी पुनः येथें हें सांगणें आवश्यक आहे कीं, ह्यास स्वराज्य पाहिजे. राजा परका आणि प्रजा परकी, असें असलें, आणि प्रजेनें जरी केवढा पराक्रम केला, तरी त्याचें कौतुक व्हावयाचें नाहीं, आणि त्याबद्दल अशी देणगीही मिळावयाची नाहीं. ह्याचा अनुभव पुष्कळ आहे. ह्मणून त्याविषयीं विशेष लिहिण्याचें प्रयोजन दिसत नाहीं.

ह्या प्रकारेंकरून तिमाजीपंतांचें प्रस्थ वाढलें. छत्रपतींच्या दरबारांत त्यांस मोठा मान मिळूं लागला. किंबहुना त्यांच्या मसलतीशिवाय तेथें पान हालेनासें झालें. तेव्हां, एके दिवशी दरबारामध्यें काम चाललें असतां, त्यांजकडे पाहून छत्रपति ह्मणाले कीं, "लढाईच्या कामांत तुह्मीं आमची फार साह्यता केली आहे. आणखी सगळे सरकारी कागद तुमच्या हातून तयार होऊन पुष्कळ राजेरजवाड्यांचें काम तुमच्या हातीं आहे, ह्यास्तव, आजपासून तुह्मांस, निरंतर वंशपरंपरेनें चालण्यासाठीं, **राजवाडे** हा किताब दिला आहे." त्या वेळापासून तिमाजीपंतांस छत्रपति स्वतः राजवाडे ह्मणून हाक मारूं लागले. तेव्हां अर्थात सर्व लोक त्यांस तसेंच ह्मणूं लागले. ह्या प्रकारेंकरून, तिमाजीपंतांचें जोशी हें आडनांव जाऊन त्याच्या जागी **राजवाडे** हें आडनांव चालूं लागलें. हा किताब सांप्रत विश्वनाथ हरि ह्यांच्या

वंशांत मात्र चालू आहे. इतरांच्या वंशांत चालू नाहीं.

आतां राजवाड्यांचा आणि पेशव्यांचा संबंध कसा जडला, तें थोडें सांगितलें पाहिजे. त्यास थोडा मागचा इतिहास पाहिला पाहिजे. श्रीछत्रपति शिवाजी महाराजांनीं पेशवाईचें काम प्रथमतः शामराजपंतांस सांगितलें; तें त्यांजकडून नीटसें चालेना. ह्मणून तें काम मोरोपंत पिंगळे ह्यांजकडे दिलें. तें शाहूमहाराजांच्या कारकीर्दीपर्यंत पिंगळयांच्या घराण्यांत सुरळीत चाललें. परंतु, ह्या कारकीर्दींत बंदोबस्ताची ढिलाई झाल्यामुळें मोंगल लोक राज्यास बराच उपद्रव देऊं लागले. त्यांत, मोंगलांच्या आश्रयानें शिरजोर झालेले खटावचे राजे कृष्णराव हे फारच चढले. त्यांनीं बंड उभारलें. तें मोडण्याकरितां श्रीछत्रपतींनीं, बरोबर सैन्य देऊन, पेशवे बहिरोपंत पिंगळे ह्यांस त्यांजवर पाठविलें. त्यांचें खटावकरांपुढें कांहीं चाललें नाहीं. खटावकरांनीं त्यांचा पराभव केला. हें वर्तमान महाराजांस कळलें तेव्हां पिंगळयांवर त्यांची इतराजी झाली. पिंगळे हे त्यांस अगदीं नामर्द वाटले. ह्मणून पेशवाईचें काम त्यांजकडून काढून, तें बाळाजी विश्वनाथ भट ह्यांस दिलें. ह्याविषयीं पेशव्यांच्या बखरींत असें लिहिलें आहे कीं, "महाराज राज्य करूं लागल्यानंतर एका वर्षानें बहिरोपंत पिंगळे ह्यांजकडे लोहान किल्ला होता तो पिंगळे लोहगडास असतां कान्होजी आंग्रे

ह्यांनीं घेतला. हें वर्तमान साताऱ्यास समजलें. ते वेळीं पिंग
ह्यांजवर इतराजी करून पेशवाई त्यांजकडील दूर करू
दुसऱ्यास सांगावी हा विचार करीत असतां, बाळाजी विश्व
नाथ हे खानदेशापासून महाराज साताऱ्यास येत तों पावेत
महाराजांचे स्वारीबरोबरच होते. ते कांहीं मसलतींच्य
उपयोगीं पडले होते, हें महाराजांच्या मनांत येऊन
बाळाजी विश्वनाथ शाहाणे, कर्ते असें पाहून, त्यांस महार
जांनीं पेशवाईची वस्त्रें दिलीं. शके १६३९ विजयना
संवत्सरे सन आर्बा अश्शर मयां व अल्लफ ह्या सालीं पिंग
ह्यांची पेशवाई काढून, बाळाजी विश्वनाथ ह्यांस सांगितली.

ह्याप्रमाणें बाळाजी विश्वनाथ ह्यांस पेशवाई मिळाल्याव
त्यांनीं आपल्या कर्तबगारीनें राज्यांत आपली मोठी छा
बसविली, आणि ह्यांच्या हुकुमाशिवाय पान देखील हालेना
झालें. एवढेंच केवळ नव्हे, तर, राजकारण करून सख्
बंधूंच्या साह्यानें, दिल्लीच्या बादशाहापासून, शाहू महार
जांस सरदेशमुखी बावती व मोकाशे हे हक्क मिळवून दि
हें पाहून, शाहू महाराजांनीं बाळाजी विश्वनाथांस अ
सांगितलें कीं, तुह्मीं नेहमीं पुणें येथें राहून राज्याचें क
चालवावें, आणि प्रसंगवशात् कांहीं विचारावयाचें असल्य
साताऱ्यास यावें ह्मणजे झालें. एवढी पडल्या फळाची आ
झाल्यावर बाळाजी विश्वनाथ राज्याचें काम करण्याकरि

पुण्यास येऊन राहिले. आणि त्यांच्या बरोबरच, महाराजांच्या आज्ञेवरून, फडणीस, मुजूमदार, मुनीम, राजवाडे इत्यादि सगळी मंडळी दरबारी कामाकरितां पुण्यास आली. आणि अशा प्रकारेंकरून राज्याचें सगळें काम पेशवे पुण्यास करूं लागले. तें अगदीं सुयंत्र चाललें. त्यांत तिळमात्र व्यत्यय आला नाहीं. कां कीं, दरबारी काम उत्तम प्रकारें इमानेंइतबारें करून पेशव्यांस प्रसन्न ठेवावें, असा हुकूम महाराजांनी इतर कामदारांस केला होता; आणि ते त्याप्रमाणें एकनिष्ठपणें वागत होते.

हिंदुस्थानांत ज्या ज्या संस्थानांवर मराठ्यांचा अमल असे, त्या त्या संस्थानांत, शाहूमहाराजांच्या आज्ञेनें, फडणिसांच्या व मुजूमदारांच्या असाम्यी नेमलेल्या असत. त्यांत कमज्यास्त करावयाचें झाल्यास पेशव्यांच्या हुकुमानें होत असे. त्या असाम्यांची परंपरा अद्यापपर्यंत कोणत्या तरी रूपानें चालली आहे. आणखी पेशव्यांच्या दरबारीं फडणिसांचें आणि मुजूमदारांचें माहात्म्य फार मोठें होतें. तें असें की, मुलखांतले अधिकारी आपापल्या कामांचा हिशेब द्यावयास येत, तेव्हां, त्या हिशेबांवर, तपासणी होऊन, आधीं फडणीस आणि मुजूमदार ह्यांची मखलाशी झाल्यावांचून त्या कागदास पेशवे हात लावीत नसत. ह्या मखलाशीबद्दल फडणीस आणि मुजूमदार ह्यांची बाब

घेत असत. तिचें उत्पन्न दरसाल एक लाख रुपयांचें होतें. तें निमेनिम फडणीस आणि मुजूमदार हे वांटून घेत असत. हें सगळें सरकारच्या आज्ञेनें होत असे. ह्यांतल्या मुजूमदारांच्या उत्पन्नाच्या दोन वांटण्या होत असत. एक मुजूमदारांस मिळे, आणि एक राजवाड्यांस मिळे. मुजूमदारांस वांटणी मिळे, ती केवळ त्यांच्या माना- करितां मिळे. बाकी सगळें कामकाज राजवाडे करीत असत. मुजूमदार साताऱ्यास महाराजांकडे वर्षांतून कचित पांच चार वेळ जात असत. परंतु राजवाड्यांस वारंवार जावें लागत असे. कां कीं, ते सगळें काम करीत असत आणि त्यामुळें संस्थानिकांमध्यें, मुजूमदारांपेक्षां राजवाड्यांचे वजन फार असे. कारणपरत्वें सनदा दोन प्रकारच्या कराव्या लागत. एक सनद पेशवेसाहेबांची व तशीच दुसरी सनद शाहूमहाराजांची. हें काम राजवाड्यांकडे असे. त्यामुळें त्यांस शाहूमहाराजाशीं विशेष संबंध ठेवावा लागे. आणि तेणेंकरून ह्यांचें वजन फार असे.

ह्या तिमाजीपंत राजवाड्यांस मुलगे दोन होते; रामराव आणि बळवंतराव. ह्यांपैकीं रामराव ह्यांस तिमाजीपंतांनी नेहमीं कामाकाजांत आपणांबरोबर घेऊन चांगलें तरबेज केलें. आणि ते बहुतेक काम त्यांजकडून करवूं लागले. पेशव्यांच्या समोर काम करणें किंवा प्रसंगीं महाराजांक-

साताऱ्यास जाणें हेंही त्यांच्या आंगावर टाकावें. अशा प्रकारें रामराव हे कामांत चांगल्या प्रकारें प्रवीण झाल्यावर, तिमाजीपंत हे फार वृद्ध आणि अशक्त झाल्यामुळें, नरसिंगपुरास जाऊन राहिले. तेथें ते आपला बहुतेक सगळा वेळ देवदेव करण्यांत घालवीत असत. ब्राह्मणसंतर्पण, दानधर्म, इत्यादिकांत ते मग्न असत. हें क्षेत्र नीरा आणि भीमा ह्या नद्यांच्या संगमाजवळ आहे. येथें लक्ष्मीनरसिंहाचें भव्य मंदिर आहे. हें फार पुरातन आहे. ह्याचें वर्णन पद्मपुराणांत आणि स्कंदपुराणांत फार केलें आहे. तेथें तिमाजीपंतांनीं देह ठेविला.

रामराव तिमाजी ह्यांनी आपलें पिढीजाद काम फार चांगल्या रीतीनें चालविलें. आणखी, ते मोठे शूर आणि मुत्सद्दी होते. ते लढाईच्या कामांत आणि राजकारणांत फार उपयोगीं पडत असत. तेणेंकरून छत्रपति महाराजांची आणि पेशवे साहेबांची त्यांजवर फार मर्जी असे. बळवंतराव हे घरकाम पाहात असत. उभयतां बंधूचें फार सख्य असे. निवें येथील घराच्या संबंधानें भाईबंदांचे तंटे लागले. ह्मणून रामरावांनीं, निव्यापासून दोन कोसांवर देवरूख ह्मणून एक गांव आहे, तेथें जमीन घेऊन चांगलें मोठें घर बांधिलें. बळवंतरावांचे चिरंजीव बाबूराव हे रामरावांजवळ असत. त्यांस दरबारची माहिती पुष्कळ झाली होती. रामराव

कामावर असतां त्यांनीं अनेक पेशवे पाहिले. हे रामराव आणि हे बाबूराव खर्ड्योच्या इ० स० १७९५ च्या लढाईंत होते; ह्या प्रसंगीं मराठ्यांचें लष्कर १४०००० होतें. आणि त्याचें आधिपत्य परशुरामपंतभाऊ पटवर्धन ह्यांजकडे होतें. त्या प्रसंगीं मराठ्यांस जें यश मिळालें, त्यांत हे वांटेकरी असलेच पाहिजेत. पण त्याविषयीं इतिहास सांपडत नाहीं.

ही खर्ड्योची लढाई झाल्यावर निजामसरकारचे दिवाण मशीरउल्मुलुख ह्यांस पेशव्यांकडे धरून आणून कैदेंत ठेविलें होतें. कां कीं, लढाईच्या आधीं भर दरबारामध्यें, मूर्खपणाची पुष्कळ वाचाळता करून ह्यांनीं मराठ्यांची अतिशयित निंदा केली होती, हें त्यांस कळलें होतें. त्या मशीरउल्मुलुखांच्या तैनातीकडे दोन गृहस्थ होते. एक रघूत्तमराव, हे निजामाकडचे होते, आणि दुसरे बाबूराव हे मराठ्यांकडचे होते. पुढें मशीरउल्मुलुखांस पेशव्यांनीं सोडून दिलें. तेव्हां, त्यांस बाबूरावांच्या मोठेपणाच्या वर्तणुकीचें फार नवल वाटून, आणि त्यांचे उपकार फेडण्याची इच्छा त्यांस होऊन, त्यांनीं त्यांस पेशवेसरकारापासून मागून घेतलें. आणि त्यांची पुष्कळ शिफारस करून निजामसरकाराकडून बेदरची सुभेदारी त्यांस देवविली. तेव्हां ५००० फौज आणि २५ तोफा इतकें सैन्य त्यांच्या हाताखालीं आलें. आणि शिवाय त्यांस मोठा लवाजमा मिळाला. त्यांस वर्षांतून

आठ महिने मोहिमीवर फिरायाचें असे, आणि चार महिने ठाणेबंद रहायाचें असे. त्यांनीं आपली कामगिरी उत्तम रीतीनें बजावून, मशीरउल्मुलुख आणि निजामसरकार ह्यांस खूष केलें. शिवाय, ह्यांनीं कितीएक लहान मोठ्या लढाया मारल्या होत्या. त्यामुळें ह्यांच्या आंगावर तरवारीचे वार कितीएक होते. ह्या त्यांच्या पराक्रमांचा इतिहास उपलब्ध नाहीं, ह्याचें फार वाईट वाटतें. असो.

रामराव ह्यांस चार मुलगे होते; दिनकरपंत, गंगाधरपंत, विनायकपंत, आणि भास्करपंत. ह्यांतले दोघे धाकटे बंधु घरीं असत. आणखी वडील दोघांस रामरावांनीं दरबारांतलें कामकाज शिकवून तयार केलें होतें. दिनकरपंत ह्यांस आपलें राजवाड्यांच्या हुद्याचें कामें शिकविलें होतें, आणि गंगाधरपंत ह्यांस तोफखान्याचें काम शिकविलें होतें. रामराव वृद्धापकाळामुळें थकले, तेव्हां त्यांनीं आपलें पिढीजाद काम दिनकरपंतांच्या स्वाधीन केलें, आणि आपण वांईक्षेत्रीं जाऊन, तेथें कांहीं महिने दानधर्म वगैरे करून, शेवटीं देह ठेविला.

दिनकरपंत आपल्या कामांत फार हुषार होते. त्यांनीं आपल्या वडिलांच्या हाताखालीं व त्यांच्या पश्चात् मिळून एकंदर सुमारें तीस वर्षें राजवाडेपणाचें काम केलें. त्यांच्या इमानांत कधींही अंतर पडलें नाहीं. परंतु, पेशवाईची घडी

सगळी बिघडत चालली. आपसांत चुरशी लागल्या. त्यामुळें मुजूमदारांचें व राजवाड्यांचें उत्पन्न कमी झालें. पहिली तऱ्हा कांहीं राहिली नाहीं. पेशवेसरकार देतील तें घ्यावें आणि सांगतील तें काम करावें, असा वेळ आला. पुढें हरिपंत तात्या फडके सेनाधिपति झाले. त्यांच्या हाताखालीं तुम्हीं लढाईस जावें, असा हुकूम दिनकरपंत राजवाडे ह्यांस झाला. त्याप्रमाणें ते जाऊं लागले. ह्या दिनकरपंतांस दोन मुलगे होते; बळवंतराव आणि राघोपंत. ह्यांतले राघोपंत हे बेदरास बाबूरावांकडे असत. आणि बळवंतराव हे वडिलांपाशींच राहून कामकाज शिकत असत; तें त्यांस चांगलें येऊं लागलें. दिनकरपंत खानदेशांत हरिपंत फडक्यांसमागमें लढाईस गेले होते. ते पुढें काशीक्षेत्रीं येऊन तेथें मरण पावले. तेव्हां त्यांनीं दानधर्म पुष्कळ केला.

दिनकरपंतांच्या पश्चात् बळवंतराव हे त्यांचें काम बाजीरावसाहेब पेशव्यांच्या दरबारीं चालवूं लागले. तेव्हां तर पेशवाईंत अतिशय अंधाधुंदी होती. विचार आणि ऐक्य हीं तर जशीं अगदीं निघून गेलीं होतीं. आणि चोहींकडे अव्यवस्था, बेपरवाई, मत्सर, द्वेष, फितूर, ह्यांचा सुकाळ झाला होता. तेणेंकरून मुजूमदारांचें आणि इतर सर्वांचें उत्पन्न कमी कमी होत गेलें. कोणते वेळेस काय होईल ह्याचा नेम नाहीं असें वाटूं लागलें. आणखी शेवटीं,

राज्यांत बखेडा माजून, फितूर होऊन, आणि इंग्लिशांच्या व मराठ्यांच्या लढाया होऊन, पेशवाई बुडाली. त्याबरोबर पेशव्यांच्या दरबारची सरदार मंडळीही बुडाली. ह्या गोष्टी अत्यंत दुःखकारक आहेत. त्या सगळ्या सांगायास लागलें तर एक मोठा ग्रंथ होईल, आणखी त्या गोष्टींचें वर्णन करण्याचें हें स्थळ नव्हे. ह्मणून त्याविषयीं अगदीं मौन धरून, प्रकृत विषयाच्या संबंधानें एवढेंच सांगतों कीं, बाजीरावसाहेब पेशवाईचा राजीनामा देऊन ब्रह्मावर्तीस जाऊन राहिले, त्यांच्याबरोबर बळवंतराव दिनकर राजवाडे हेही ब्रह्मावर्तीस गेले. तेथेंच कांहीं दिवसांनीं त्यांस देवाज्ञा झाली. त्यांस दोन मुलगे होते; केशवराव आणि लक्ष्मणराव. ह्यांपैकीं लक्ष्मणराव हे यात्रेकरू होऊन कोणीकडे गेले ह्याचा पत्ता लागला नाहीं. केशवराव हे घरीं होते. त्यांचेंही कुटुंब वारल्यामुळें ते वैराग्यशील होऊन, आपला मुलगा विनायकराव ह्यास राघो दिनकर हे बेदरास होते त्यांच्या स्वाधीन करून, आपण यात्रा करीत राहिले. त्यांच्या मुलाचा प्रतिपाळ राघो दिनकर ह्यांनीं केला.

राघो दिनकर हे बेदरास बाबूरावांजवळ ह्मणजे आपल्या काकांजवळ असतां, त्यांच्या बरोबर कधीं कधीं मोहिमीस जात असत. त्यांच्या आंगावरही कितीएक तरवारीचे वार होते. त्यांस बाबूरावांनीं पेशकारीचें काम शिकविलें होतें.

आले. तेथें पेशवाई नाहींशी होऊन जिकडे तिकडे इंग्र
झाली होती. पूर्वीचे सरदार कोणी राहिले नव्हते. जे को
उगाच जीव धरून होते, त्यांस दुसऱ्यास आश्रय देण्य
सामर्थ्य नव्हतें. अशा अवस्थेंत राघोपंत पुण्यांत आ
तेव्हां त्यांस पराकाष्ठेचें वाईट वाटलें. पण करतात का
सुज्ञ पुरुष न घाबरतां संकटसमय काढीत असतात. त
जेथें मोत्यें वेंचिलीं, तेथें गोंवऱ्या वेंचावयाच्या नाहींत,
अभिमान—अगदीं योग्य अभिमान—तेजस्वी पुरुषास शो
भण्यासारखा अभिमान—मनांत धरून, त्यांनीं काशीया
जाण्याचा निश्चय केला, आणि तो आपल्या परिं
मंडळीस कळविला. त्यांत विठ्ठल शिवदेव विंचूरक
पोतनीस यमाजी नारायण ह्यांचा त्यांचा फार घरोबा हे
त्यांस ही गोष्ट ऐकून फार वाईट वाटलें. आणि त्यांनीं र
आधीं कांहीं दिवस आपल्या येथें ठेवून घेतलें. पुढें पोत
सांनीं ही हकीकत विंचूरकरांच्या कानावर घातली. र
त्यांनीं असें कळविलें कीं, काशीयात्रेस जाण्याच्या अ
राघोपंतांनीं आम्हांस विंचूर येथें येऊन भेटावें. त्याप्र
ते तेथें गेले. तेथें त्यांनीं त्यांचा फार चांगला आदरस
केला. आणि त्यांस यथाशक्ति साह्य करायाचें क

आणिलें. आणि असें सांगितलें कीं, लष्कर ग्वालेर येथें शिंदे-सरकाराकडे आमचे कांहीं जाहागीर गांव आहेत, त्यांचीं बरींच कामें व्हावयाचीं आहेत, तीं तुह्मीं पाहावीं, आणि तेथेंच रहावें; आणखी, फावल्या वेळीं काशीयात्रा करून यावें. हा विचार राघोपंतांस पसंत पडला. आणि त्याप्रमाणें त्यांचें तिकडे जाणें ठरलें. तें काम करण्यास त्यांस कोणत्याही प्रकारें अवघड पडूं नये, ह्मणून, मुंबईचे गव्हरनर मालकम साहेब ह्यांजकडून, ग्वालेरचे रेसिडेंट व इंडियासरकारचे सेक्रेटरी ह्यांस पत्रें घेऊन, तीं राघोपंतांपाशीं दिलीं, आणि तिकडे जाण्याची इतर सगळी तयारी करून दिली. त्या पत्रांत असें लिहिवलें होतें कीं, राघोपंत राजवाडे हे विंचूरकरांचे सर्व कामांत मुखत्यार व वकील आहेत; ह्यांस त्यांच्या कामांत जी मदत लागेल ती अवश्य अवश्य द्यावी. अशा तयारीनें राघोपंत राजवाडे विंचुराहून निघून ग्वालेरीकडे चालते झाले.

त्या वेळीं विंचुराहून ग्वालेरीस जाणें हें आतांच्यासारखें सोपें नव्हतें. एकट्या दुकट्याची प्रवास करण्याची सोय मुळींच नसे. शेंदोनशें किंवा निदान पांचपन्नास मंडळीचा मेळा जमावा, तेव्हां तिकडचा प्रवास करायास निघावें, असें असे. तशा सवडीनें राघोपंत राजवाडे हे मजला करीत करीत इंदुरास येऊन पोहोंचले. तेथें कोणी त्रिंबक

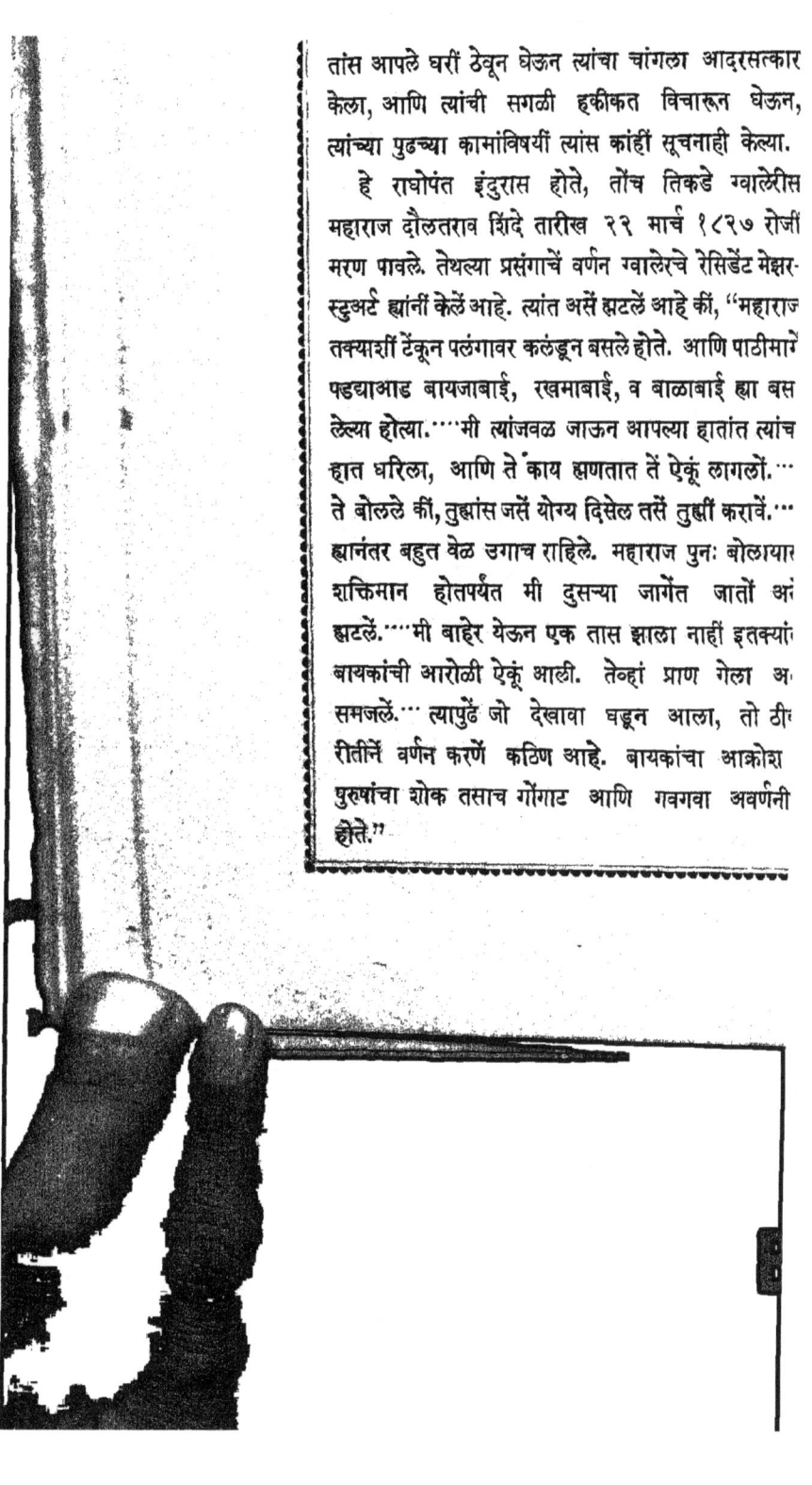

तांस आपले घरीं ठेवून घेऊन त्यांचा चांगला आदरसत्कार केला, आणि त्यांची सगळी हकीकत विचारून घेऊन, त्यांच्या पुढच्या कामांविषयीं त्यांस कांहीं सूचनाही केल्या.

हे राघोपंत इंदुरास होते, तोंच तिकडे ग्वालेरीस महाराज दौलतराव शिंदे तारीख २१ मार्च १८२७ रोजीं मरण पावले. तेथल्या प्रसंगाचें वर्णन ग्वालेरचे रेसिडेंट मेझर-स्टुअर्ट ह्यांनीं केलें आहे. त्यांत असें ह्मटलें आहे कीं, "महाराज तक्याशीं टेंकून पलंगावर कलंडून बसले होते. आणि पाठीमागे पड्याआड बायजाबाई, रखमाबाई, व बाळाबाई ह्या बसलेल्या होत्या.....मी त्यांजवळ जाऊन आपल्या हातांत त्यांच हात धरिला, आणि ते काय ह्मणतात तें ऐकूं लागलों.... ते बोलले कीं, तुह्मांस जसें योग्य दिसेल तसें तुह्मीं करावें.... ह्यानंतर बहुत वेळ उगाच राहिले. महाराज पुनः बोलायार शक्तिमान होतपर्यंत मी दुसऱ्या जागेंत जातों अ ह्मटलें.....मी बाहेर येऊन एक तास झाला नाहीं इतक्यां बायकांची आरोळी ऐकूं आली. तेव्हां प्राण गेला अ समजलें.... त्यापुढें जो देखावा घडून आला, तो ठी रीतीनें वर्णन करणें कठिण आहे. बायकांचा आक्रोश पुरुषांचा शोक तसाच गोंगाट आणि गवगवा अवर्णनी होते."

महाराज दौलतराव शिंद्यांच्या मागें दत्तक पुत्र महाराज जनकोजीराव ह्यांस गादीवर बसविलें. आणि बायजाबाई-साहेब सगळ्या राज्याचें काम पाहूं लागल्या. असें चाललें असतां राघोपंत राजवाडे हे ग्वालेरीस आले, आणि, तेथें विंचूरकरांच्या वाड्यांत उतरले. त्यापूर्वींच बाइजाबाईसाहे-बांनीं रावजी त्रिंबक ह्यांस इंदुराहून आणून आपले हाताखालीं कारभारी केलें होतें. त्यांच्या द्वारें राघोपंत ह्यांचें वजन शिं-द्यांच्या दरबारांत बरें पडलें, आणि त्यांच्या कामाची तजवीज लवकर लागेल, अशीं लक्षणें दिसूं लागलीं. रेसिडेंटसाहे-बांची भेट झाली. त्यांस पत्र प्रविष्ट केलें. त्यांनींही साह्य देण्याचें कबूल केलें. कांहीं दिवसांनीं नारायण यमाजी पोतनीस हे विंचूरकरांच्याच कामांकरितां तेथें आले. ह्यांचे वडील यमाजी नारायण हे पूर्वीं लष्करांत होते. पुढें ते काशीक्षेत्रीं गेले आणि तेथें त्यांनीं काळभैरवाचें देवालय बांधिलें. तें फार चांगलें आणि मजबूत आहे.

नारायण यमाजी पोतनीस आणि राघोपंत राजवाडे ह्यांनीं विंचूरकरांच्या कामाच्या संबंधानें पुष्कळ खटपट केली. परंतु, नरसिंह खंडेराव विंचूरकर ह्यांनीं आपल्या गांवांची वहिवाट करण्याकरितां, पागेसह शिंद्यांच्या तैना-तीस राहण्याकरितां, आणि वकिली करण्याकरितां, गणेश राजाराम ह्मणून कोणी एक गृहस्थ पाठविले होते, त्यांच्या

अव्यवस्थित वागण्यानें आणि गाफीलगिरीनें तें काम पूर्वीच
बिघडून चुकल्यामुळें त्यांचा उपाय चालेनासा झाला. त्यांचे
गांवबीव सगळे गेले होते. फक्त शिवाजी विठ्ठल ह्यांचं
बांधलेलें गणेशमंदिर तेवढें मात्र काय तें राहिलें होतें
ह्याशिवाय दुसरें राघो दिनकर ह्यांजकडे कांहीं एव
काम जरी नव्हतें, तरी त्यांचा व नारायण थमाजं
ह्यांचा लौकिक फार मोठा होता. त्याच्या योगानें दरबारांत
ह्यांचें वजन फार वाढत गेलें. आणखी त्यांत बाइजा
बाईसाहेबांचें आणि महाराज जनकोजीरावांचें पटेनासें
होऊन, इंग्लिश सरकारच्या मध्यस्थीनें, राज्याच्या सगळय
कारभाराची मुखत्यारी महाराज जनकोजीराव ह्यांस मिळाली
त्यांनीं पहिले सगळे कामगार दूर करून कृष्णराव मामा
संभाजी आंग्रे, रामराव फाळके, दादा खासगीवाले, मुल्लाजं
दुकानदार, व उदाजी खडके ह्यांजकडे राज्यांतील मोठमोठं
कामें सोंपिलीं. ह्या मंडळीचें आणि राघो दिनकर राजवाडे
ह्यांचें चांगलें होतें. आणखी, हे राजवाडे कोणी चांगले
कर्ते पुरुष आहेत, असें त्यांस वाटत होतें. त्यांनीं त्यांस
प्रथम सोपुरचा मामला सांगितला. अशा प्रकारें राघो
दिनकर राजवाडे हे शिंदेसरकारचे नोकर झाले. येथें
सांगितलें पाहिजे कीं, त्या वेळीं शिंदेशाहीमध्यें मामला ह
अधिकार फार मोठा होता. दिवाणी, फौजदारी सगळे

अधिकार त्याजकडे असत. आणि सगळ्या सुभ्याची जबाबदारी त्याच्या माथीं असे. त्यामुळें सगळ्या प्रजाजनांस सुभा ह्मणे काय तो मोठा अधिकारी वाटे. आणि सर्व प्रकारचे अधिकार त्याच्या हातीं असल्यामुळें लोक त्यास फार भजत असत. राघोबादादा इमानेंइतबारें सरकारी काम करीत. तरी त्यांतच त्यांची दृष्टि परोपकाराकडे फार असे. त्यांनीं बांधलेली धर्मशाळा अद्याप सोपुरास आहे. आणि तींत मुरलीमनोहराचें मंदिर त्यांनीं बांधिलें आहे, आणि त्या देवाच्या पूजेपुरतें उत्पन्न करून ठेविलें आहे; तें यथास्थित चाललें आहे. ह्यांचे पुतणे वासुदेव रामचंद्र हे ह्यांच्यापाशीं येऊन लष्करांत राहिले. ते पुढें वकिलीचें काम करूं लागले.

ह्यानंतर राघोबादादांचें फार सुरळीत चाललें. तितक्यांत त्यांनीं काशीयात्राही करून घेतली. आणखी, ह्या सगळ्या अवकाशांत, अनेक प्रकारचीं सरकारचीं कामें करून दरबारांत आपलें वजन वाढविलें. इतक्यांत महाराज जनकोजीराव शिंदे हे इ० स० १८४३ च्या जानेवारी महिन्याच्या ७ व्या तारखेस मरण पावले, आणि त्याच्या दुसरे दिवशीं त्यांच्या राणी ताराबाईसाहेब ह्यांच्या मांडीवर दत्तक मुलगा देऊन, त्यास महाराज जयाजीराव असें नांव देऊन, कारभारी मंडळीनें राज्यकारभार चालविला. परंतु मामा-

साहेब आणि दादा खासगीवाले, ह्यांचें पटेनासें हो
बारांत वैषम्य आलें, आणि इंग्लिशसरकाराचें आ
सरकाराचें वांकडें येऊन, उभयपक्षांच्या लढाया मह
पन्यार इत्यादि ठिकाणीं झाल्या. त्यांत "ह्या दो
मिळून इंग्रजांकडील सुमारें १०५४ लोक मेले, व
झाले. त्यांपैकीं सरदार व साहेबलोक ७० पे
पडले. व शिंद्यांकडील मेले व जखमी झाले मिळून
ह्या लढायांमध्यें राघोबादादा, त्यांचे चिरंजीव दि
व वासुदेव रामचंद्र हे रामराव बाबासाहेब फाळके
बरोबर होते. ह्यांपैकीं राघोबादादांस एक जखम झा
ह्या प्रकरणांत ह्या सगळ्या मंडळीस फार कष्ट पड
पुढें रामराव बाबासाहेब फाळके हेच मुख्य
झाल्यावर, त्यांनीं भाऊसाहेब पोतनीस ह्यांस
बोलावून आणून पागा, पालखी वगैरे दिली, ३
हजारांचा गांव झांशी इलाख्यांत इनाम दिल
राघो दिनकर ह्यांस तवरघारचा मामला सांगित
वेळीं दिनकरराव रघुनाथ हे पोतनीस ह्यांच्या ह
पूर्वीप्रमाणें काम करूं लागले.

अशा प्रकारें सगळी व्यवस्था लागल्यावर राघो
आपल्या कोंकणच्या घराची चांगली व्यवस्था केली
आपल्या आप्तजनांच्या पुष्कळ सोई लावून दिल

दिवसेंदिवस अशक्तता अधिक वाढूं लागल्याकारणानें ते, मागें व्यवस्था कशी चालवायाची तें मंडळीस सांगून, आपल्या परिवारासहवर्तमान, यमुनातीरीं वटेश्वर ह्मणून एक क्षेत्र आहे, तेथें जाऊन राहिले. हें क्षेत्र मथुरामंडळांत श्रेष्ठ आहे. आणि ह्याचें मोठें माहात्म्य श्रीव्यासांनीं स्कंधपुराणांत फार वर्णिलें आहे. तेथें त्यांनीं दानधर्म पुष्कळ केला, आणि संवत १९०५ च्या ज्येष्ठ शुद्ध एकादशीस त्यांस तेथेंच देवाज्ञा झाली. ह्या सुमारास त्यांचे वडील चिरंजीव, ह्या चरित्राचे नायक, दिनकरराव हे प्रौढ झाले होते, आणि कामकाजांत मोठे हुषार झाले होते. त्यांस ग्वालेरच्या दरबारानें त्यांच्या वडिलांच्या जागेवर, तवरघारचे सुभे नेमिलें. ह्यांचें साद्यंत वृत्त पुढें यावयाचेंच आहे.

हे राघोबादादा चांगले कर्मनिष्ठ आणि देवभोळे होते. ह्यांस कोणी चिदंबर स्वामी ह्या नांवाच्या सत्पुरुषांनीं प्रसाद ह्मणून सुपारी दिली होती, आणि ती देवांत पूजायास सांगितली होती. ती कितीएक दिवस तशी पुजल्यावर, अर्ध्या सुपारीचा शालिग्राम झाला होता, असें सांगतात. ती सुपारी ग्वालेरच्या बंडाच्या गडबडींत, बंडवाल्यांनीं कोणीकडे फेंकून दिली, ह्याचा पत्ता नाहीं. असो.

येथें बहुतेक ह्या भागाचा हेतु समाप्त झाला. ह्यावरून रावराजे दिनकरराव राजवाडे ह्यांच्या पूर्वजांची कांहीं थोडीशी

तरी हकीकत लक्षांत येईल. आमच्या देशाचा इतिहास
लेला नाहीं, ह्यामुळें अशा थोर पुरुषांच्या चरित्रांतल्या
जशा दंतकथादिकांवरून कळतात, तशा त्याहाव्या लाग
त्यास उपाय नाहीं. तरी ह्या पूर्वजचरित्रावरून एक गोष्ट स
कळते कीं, ह्यांच्या कुळांतले पुरुष जात्याच मोठे
आणि पराक्रमी होते. आपल्या स्वतःच्या करा
तिमाजीपंतांनीं जो इतमाम मिळविला होता, तो
मिळवायास, सामान्य सामर्थ्य पुरलें नसतें, हें
आहे. त्याप्रमाणेंच ह्या भागांतल्या कथेवरून दुस
कळतें कीं, पेशवाई नाहींशी झाल्याबरोबर, तिच्या
तास अशी कांहीं विपत्ति आली कीं, त्यांस देशत्याग
भाग पडलें. हें राज्याच्या इमारतीच्या अशक्तपणा
मोठें प्रमाण आहे. आणखी तिसरें एक तात्प
लक्षांत ठेवावयाचें कीं, पेशवाई जाऊन तिच्या जागी
अयदीं परकी सत्ता-स्वत्वाचा लेश नाहीं अशी
झाली, ह्मणून आश्रितांस असे देशोधडीस लागण्या
आलें. हीच इंग्रजी न होतां, शिंदेशाही, होळक
किंवा कदाचित् निजामशाही जरी झाली असती, त
अवस्था झाली नसती.

भाग तिसरा.

जन्म, बाळपण, तरुणपण आणि अभ्युदय.

अभंग.

ऐसा पुत्र व्हावा गुंडा
त्याचा तिहीं लोकीं झेंडा.

तुकाराम.

राजापासून रंकापर्यंत, मनुष्यें ह्मटलीं ह्मणजे सगळीं सारखीं असतात. त्यांच्या देहव्यवहारांत कांहीं एक अंतर नसतें. खाणें, पिणें, आळस, निद्रा, भय, सुख, दुःख, आनंद, खेद इत्यादि भावना, त्यांच्या ठायीं बहुतेक सारख्या असतात. ह्या संबंधानें, प्रथमारंभीं, त्यांत कांहीं एक भेद नसतो. परंतु, पुढें श्रेष्ठत्वाचा किंवा कनिष्ठत्वाचा जो काय भेद पडतो, तो, त्यांच्या बुद्धीवरून आणि करणीवरून पडतो. तो किती पडतो, हें दाखविण्याकरितां कबीरांनीं ह्मटलें आहे:—

दोहोरा.

पशूकी होत पन्हय्या, नरका कछु नहिं होत
जब नर करणी करे तो नरका नारायण होत.

र्गी उदाहरणें इतिहासांत आढळतात, पण तीं फार
ीं असतात. त्यांतलेंच उदाहरण दिनकररावांचें आहे.

राघोबादादांस मुलगे दोन; दिनकरराव हे पहिल्या कुटुं-
चे, आणि गंगाधरराव हे दुसऱ्या कुटुंबाचे. दिनकरराव
चें जन्म कसबें देवरूख, तालुके संगमेश्वर, जिल्हा रत्ना-
ो येथें संवत १८७६ पौष शुद्ध चतुर्थी, सोमवार, ह्या
ाशीं ह्मणजे इ० स० १८१९ च्या डिसेंबर महिन्याच्या
व्या तारखेस झालें. आणि गंगाधरराव ह्यांचें जन्म
पुरास झालें.

दिनकरराव ह्यांच्या बाळपणाच्या गोष्टी फारशा ठाऊक
हींत. त्यांच्या विद्याभ्यासास आरंभ त्यांच्या वयाच्या
चव्या वर्षीं झाला. त्याचा जरी तपशील कळलेला नाहीं,
ी; तो विद्याभ्यास ह्मणजे, श्रीगणेशा लिहिणें, उजळणी,
ाणि फार झालें तर "शुभं करोति कल्याणं" "गोविंदा
पाळा" इत्यादि पद्यें पाठ करणें, एवढाच काय तो
सला पाहिजे. शिवाय, त्यांचें अक्षर लहानपणापासूनच
ार चांगलें होतें. ते चांगलें वाटोळें आणि ठळक
क्षर लिहीत असत. त्याचा हुबेहुब मासला ह्या येथें
मोर दाखविला आहे. हें पत्र त्यांनीं महाराजांस लिहिलें
आणखी त्यांची सही तशीच हुबेहूब त्यांच्या चित्रा-
र्ीं दिली आहे. ह्या अक्षराकडे पाहिलें ह्मणजे समर्थांनीं

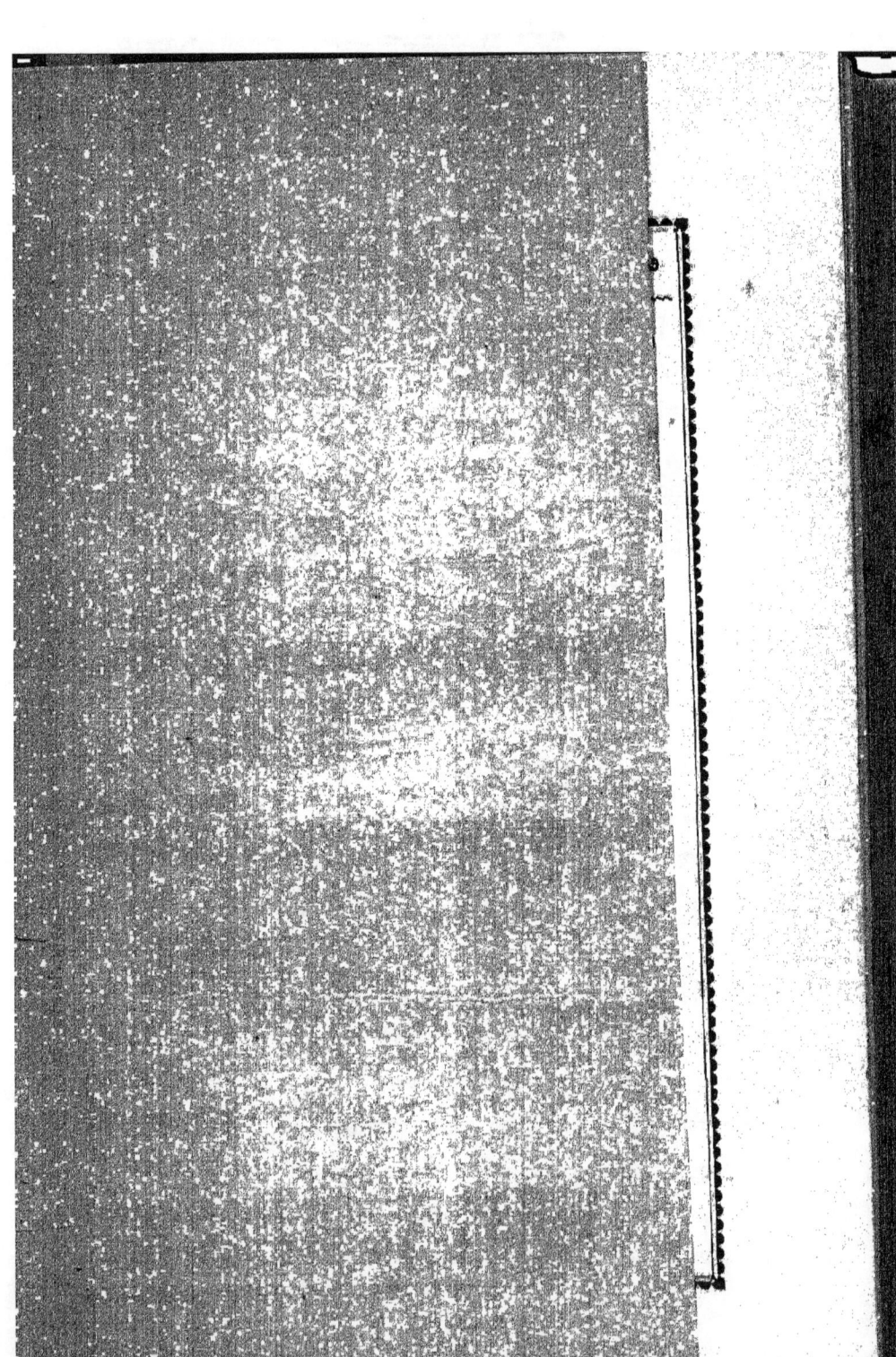

श्री

रोउदयभ्रमाधमागलिरहे

पंगमद्रज्ञलेशुधार्ने

रहमले ग्ररानीश्व

विधरीश्रशमरुप

दासबोधांत अक्षर लिहिण्याविषयीं जो उपदेश केला आहे, त्याची प्रत्यक्ष मूर्ति ह्यांत दिसते. तो उपदेश असाः—

ओंव्या.

अक्षर मात्र तितुकें नीट, नेमस्त पैस काने नीट
आडव्या मात्रा त्याही नीट, अर्कुलीं वेलांट्या. १.
पहिलें अक्षर जें काढिलें, ग्रंथ संपेतों पाहात गेलें
एक टांकेंचि लिहिलें, ऐसें वाटे. २.
ओळीस ओळ लागेना, अर्कुली मात्रा भेदीना
खालींचे ओळीस स्पर्शेना, अथवा लंब्राक्षर. ३.

बालशिक्षणाच्या गोष्टींत सध्यां एक गोष्ट अशी सांगतात कीं, जान स्टुअर्ट मिल्ल हे तिसऱ्या वर्षापासून ग्रीक शिकूं लागले, आठव्या वर्षापासून मोठमोठे ग्रंथ वाचून त्यांविषयीं वाद करूं लागले; आणि ही सगळी विद्या, ते कोणत्याही शाळेंत न जातां, घरच्या घरीं शिकले, आणि विद्वानांनीं वंदावे असे विद्वान् झाले. हें बालशिक्षण मनांत आणिलें ह्मणजे, त्याच्या मानानें दिनकररावांचें शिक्षण कांहींच नाहीं, असें वाटतें. परंतु, हा सगळा प्रकार कालदेशवर्तमानाचा आहे. जान स्टुअर्ट मिल्ल ह्यांस असे श्रेष्ठ विषय संपादण्याचे योग साध्य होते, आणखी त्यांचे वडील जेम्स मिल्ल हे स्वतः मोठे विद्वान् असून, आपल्या चिरंजीवांच्या विद्याभ्यासास अगदीं वाहलेले होते. तेणेंकरून त्यांस चांगलें ज्ञानसंपादन झालें. पण दिन-

करण्यास तसें कांहीं नव्हतें; ह्मणून, त्यांस अशा मोठ्या विषयांचें अध्ययन झालें नाहीं. तथापि, यथाकालोद्भव साधनांनीं त्यांस जें काय प्राप्त झालें, तें, त्यांच्या बुद्धिप्रागल्भ्यानें त्यांची पदवी वाढण्यास फार उपयोगीं पडलें. हीं सगळीं योगफळें आहेत. असो.

हिंदुस्थानांत वडिलांकडे आल्यावर झांशी व लष्कर येथें दिनकररावांचा मराठी भाषेचा बराच अभ्यास झाला. शिवाय ते थोडें संस्कृत आणि फारशी शिकले. आणखी त्यांस, व्रतबंध वगैरे झाल्यावर, ब्रह्मकर्मसंबंधीं बरेंच शिकावें लागलें. कोणत्याही प्रकारचें शिकणें ह्मटलें ह्मणजे त्यास स्मरणशक्ति आणि बुद्धि खर्चावी लागते. आमच्या हिंदु मंडळामध्यें, इतर जातींपेक्षां, ब्राह्मणजातीच्या लोकांस ह्या शिक्षणाचें थोडेंबहुत तरी संपादन करावें लागतें. मुंज झाली ह्मणजे, अगदीं कांहीं ह्मटलें नाहीं तरी, दोन संध्या, पूजा, वैश्वदेव, रुद्र, अथर्वशीर्ष, हीं तरी निदान पंधरा वीस वर्षांपूर्वीं मुलांस ह्मणावींच लागत असत. हें अनादिकालापासून चालत आलें आहे. त्याचा परिणाम आजपर्यंत असा दृश्यमान आहे कीं, ब्राह्मणांच्या मुलांच्या जिव्हेस वळण इतरांच्या जिव्हेपेक्षां अधिक असतें. त्यांचा वाणीसंस्कार चांगला असतो. त्यांची स्मरणशक्ति वाढलेली असते. आणि त्यांस धारणा चांगली असते. आणखी हे गुण पिढ्यानपिढ्या वाढत आल्यामुळेंच

ब्राह्मणांची बुद्धि इतरांच्या बुद्धीपेक्षां अधिक तीव्र झालेली आहे. परंतु, आलीकडे तें सगळें मान बदलत चाललें आहे. कां कीं, त्यांच्या स्मरणशक्तीवर आणि बुद्धीवर सध्यांच्या काळच्या विद्येचे खर्च येऊन बसले आहेत. आणि ते असे आहेत कीं, ते खर्च केल्यावांचून प्रपंच चालवितां यावयाचाच नाहीं. त्यामुळें, सध्यां नुसत्या संध्येवर येऊन ठेपलें आहे. तें कदाचित् कांहीं वर्षांनीं चोवीस नांवांवर जाऊन बसेल, किंवा कदाचित् सगळें ब्राह्मणकर्म एका गायत्रीमंत्रांत येऊन राहील, सांगवत नाहीं. आणखी हें चांगलें होत आहे कीं वाईट होत आहे, हें सांगण्यांतही फारसा अर्थ नाहीं. कालमाहात्म्यप्रवाह समुद्रप्रवाहापेक्षांही प्रबळ आहे. त्याचा प्रतिकार कोणाच्यानेंही करवत नाहीं. तें असो. परंतु, दिनकरराव ह्मांस, आह्मीं वर सांगितलीं हीं सगळीं ब्रह्मकर्में उत्तम प्रकारें येत होतीं. आणि त्यांजवर त्यांची श्रद्धा पूर्णपणें होती, हें खरें आहे.

ह्मा ठिकाणीं, वास्तविक ह्मटलें तर, दिनकररावांच्या लहानपणच्या आणि तरुणपणच्या विद्याभ्यासाविषयीं मात्र सांगावयास पाहिजे होतें. परंतु, त्यांनीं जे दुसरे विषय ह्मटले, ते कधीं कोणापाशीं ह्मटले, ह्माविषयीं नक्की माहिती मिळालेली नाहीं. ह्मणून, त्यांच्या सगळ्या विद्याव्यासंगाविषयीं समग्र जें काय ज्ञात झालें आहे, तें येथेंच सांगावें, हें बरें

दिसतें. त्यांनीं ब्रह्मकर्म बरेंच ह्मटलें होतें, हें वर सांगितलेंच आहे. त्याशिवाय त्यांस ज्योतिषाचा आणि स्वरोदयाचा नाद होता. त्याचेही कितीएक ग्रंथ त्यांनीं पाहिले होते. आणखी त्यांस वैद्यकविषयाचीही आवड होती. ते वैद्यकावरचे ग्रंथ पाहूनच स्वस्थ राहिले नाहींत. तर, त्यांप्रमाणें औषधें तयार करून लोकांस फुकट वांटीत असत. ह्मणजे, जें जें शास्त्र त्यांच्या दृष्टीस पडे, तें तें शिकण्याची जिज्ञासा त्यांस होत असे. ह्यावरून असें दिसतें कीं, लॉर्ड हॉलंड ह्या विद्वान् गृहस्थानें आपल्या ग्रंथांत जें ह्मटलें आहे कीं, "एक शास्त्र शिकणें हें कांहींच शिकणें नाहीं, तर, सगळीं शास्त्रें शिकणें हीच काय ती विद्या आहे," त्या ह्मणण्याची सत्यता स्वयंभूच त्यांच्या हृदयांत बाणलेली होती. तिच्या योगानें त्यांची वृत्ति सगळ्या प्रकारच्या विद्याभ्यासांकडे मोठ्या अगत्यानें वळत असे, आणि त्यांत त्यांस आनंद वाटत असे. ह्या सगळ्या विषयांचें ज्ञान संपादण्यास त्यांस एक फार मोठें साधन स्वभावतःच प्राप्त झालें होतें. तें साधन ह्मटलें ह्मणजे स्मरणशक्ति होती. ते बहुतेक एकपाठी होते. गोष्ट एकदां कानांवरून गेली ह्मणजे ती त्यांच्या लक्षांत राहात असे. आणि ते ती कधीं विसरत नसत. ते पंधरा वर्षांचे होते, तेव्हांच भाऊसाहेब पोतनिसांच्या हाताखालीं चिटणिशीचें काम करूं लागले होते. त्यामुळें तेव्हांपासून

त्यांस दरबारच्या कामाकाजाची सगळी माहिती चांगली झाली होती. ह्यांचें अक्षर फार चांगलें वळणदार होतें. आणखी ते तें फार जलद लिहीत असत. इतकें असून तें असें मोकळें व स्पष्ट असे कीं, तें एकाद्या लहान मुलानें देखील अगदीं सहज वाचावें. ह्याविषयीं वर सांगितलेंच आहे. पोतनिसांच्या हाताखालीं चिटणिशीचें काम करीत असल्या वेळची एक गोष्ट अशी ऐकिवांत आहे कीं, एके वेळीं भाऊसाहेबांनीं त्यांस, बुद्ध्या परीक्षा पाहण्याकरितां, एका कागदांत भलताच शब्द ल्याहावयास सांगितला. तो चुकीचा होता, असें पक्कें समजून दिनकररावांनीं, तो न लिहितां, जो शब्द योग्य होता तोच लिहिला. हें पाहून भाऊसाहेबांनीं त्यांची पाठ थापटली, आणि मोठी वाहवा केली. त्याप्रमाणेंच, ते वीस वर्षांच्या वयाचे असतां, त्यांनीं, ग्वालेरच्या राज्याचा बारमाही ताळेबंद, चारशें बंदांचा, सायंकाळपासून उजाडेपर्यंत लिहून तयार करून, भाऊसाहेब पोतनीस ह्यांस दाखविला. तो पाहून ते चकित झाले. चाळिसावें वर्ष संपल्यावर मग ते इंग्रजी शिकूं लागले. आणि थोडक्या अवकाशांत, आलेलें साधारण पत्र ऐकल्याबरोबर कळावें, आणि त्याचें उत्तर इंग्रजींत तात्काळ लिहितां यावें, इतकें इंग्रजी त्यांस येऊं लागलें. इंग्रजी वर्तमानपत्रांतले विषयही त्यांस कळत असत. ज्ञानाची आवड उतारवयांत

असणें हें एक महाबुद्धीचें लक्षण आहे. ग्रीस देशांतला प्रख्यात तत्त्ववेत्ता साक्रेटिस हा म्हातारपणीं वाद्यें वाजवायास शिकला. रोम येथील केटो ह्या नांवाचा एक मोठा नामांकित विद्वान् आणि शूर पुरुष ऐंशीं वर्षांचा झाल्यावर ग्रीक भाषा शिकूं लागला. फ्रान्स देशाचा राजा चौदावा लुई ह्याचा प्रधान तेलियर हा मोठा ज्ञानी असून तो अगदीं वृद्धापकाळीं तर्कशास्त्र शिकला. प्रिन्स बिस्मार्क, जर्मनीच्या बादशाहांचे माजी मुख्य प्रधान, हे अगदीं वृद्ध आहेत. तरी, अद्याप शिक्षक ठेवून भूदरविद्येसारखे नवनवे विषय त्यांजपाशीं शिकत असतात असें ह्मणतात. ह्या गोष्टींची आठवण येथें आपोआप होते.

दिनकरराव ह्यांस तरुणपणांत शरीर तयार ठेवण्याचा मोठा शौक असे. मोठ्या पाहांटेस उठून प्रातःस्मरण करावें; कसरत करावी; मग स्नान करावें; मग पूजाअर्चा करावी; आणि मग भोजन करावें; आणखी भोजन झाल्यावर, आपलीं जीं कामें असतील तीं मनापासून करावीं, त्यांत तिळमात्रही उपेक्षा करूं नये; हा त्यांचा नित्यक्रम होता. दासबोधांत सांगितलें आहे:—

ओंव्या.

प्रातःकाळीं उठावें कांहीं पाठांतर करावें
यथानुशक्त्या आठवावें भगवंतासी. १.

मुखमार्जन प्रातःस्नान संध्या तर्पण देवतार्चन,
पुढे वैश्वदेव उपासना यथासाम. २.
कांहीं फलआहार घ्यावा मग संसारधंदा करावा
सुशब्दें राजी राखावा सकळ लोक. ३.
जयाचा जो व्यापार तेथें असावें खबरदार
दुश्चितपणें तरी पोर ओढ लावी. ४.

रामदास.

ह्या बोधाची प्रत्यक्ष मूर्ति ह्यांच्या वर्तनांत दिसे. हा वर्तनक्रम तरुणपणापासून बहुतेक अगदीं अखेरपर्यंत एकसारखा चालला होता. सरकारी पतकरलेलें काम करून आपणांस आपलें घरचें काम पाहायास व्हावयाचें नाहीं, हें जाणून ते घरचें काम कनिष्ठबंधु गंगाधरराव ह्यांजकडे सोंपवीत असत. तरी, त्याजवर ते देखरेख ठेवीत असत.

आजपर्यंत जे कोणी थोर पुरुष होऊन गेले, त्या सर्वांची आख्या पितृभक्तीविषयीं फार वर्णिली आहे. त्याप्रमाणें दिनकररावांची भक्ति वडिलांच्या ठिकाणीं लहानपणापासून फार असे. मुक्तेश्वरांनीं ह्मटलें आहेः—

ओंवी.

पिता गुरु पिता देवो पितृसेवे शरीर जावो
ऐसा ज्याचा निश्चयभावो तो एक धन्य सुपुत्र.

ही वृत्ति त्यांच्या वर्तनांत स्पष्ट दिसत असे. आणि

त्यांच्या मनास कोणत्याही प्रकारें त्रास होऊं नये, ह्याविषयीं ते फार जपत. एके वेळीं सोपुराहून कोणी लोक राघोपंतांवर फिर्याद करण्याकरितां भाऊसाहेब पोतनिसांकडे ग्वालेरीस आले होते. तें वर्तमान दिनकररावांस कळतांच त्यांनीं त्या लोकांची गाठ घेऊन, आणि त्यांस कांहीं पैसे देऊन, त्यांची समजी करण्याची तोड काढिली. तें त्यांचें काम पाहूनच त्या लोकांस त्यांच्या थोरपणाचें मोठें नवल वाटलें, आणि त्यांनीं तो फिर्यादीचा विचार रहित करून एकदम आपल्या गांवाची वाट धरिली.

त्याप्रमाणेंच, सोपुराहून राघोपंतदादांचें एकदां असें पत्र आलें कीं, माझी प्रकृति थोडी बिघडली आहे, ती जरा बरी झाली ह्मणजे मी यजमानांच्या भेटीस कांहीं कामाकरितां येणार आहें. तें ऐकून दिनकरराव घाबरले. आणि घरांत बापूभट आपटे वैदिक ब्राह्मण होते, त्यांस लागलेंच त्यांच्याकरितां अनुष्ठानास बसविलें.

त्याप्रमाणेंच, शेवटीं राघोपंतदादा आंबहास सुभे असतां, त्यांची प्रकृति एकाएकीं फार बिघडली. त्याविषयीं सायंकाळीं पत्र येतांच, दिनकरराव, भाऊसाहेबांस विचारून रातोरात घोड्यावर बसून तिकडे जावयास निघाले. ते उजाडतांना त्यांच्याजवळ जाऊन पोहोंचले. वैद्य आणून पुष्कळ उपचार केले, परंतु कांहीं उपयोग होईना. रोगाचें पाऊल पुढें पडत

चालले. त्यांस कोठें गंगातीरीं घेऊन जाण्याचा बेत होता. परंतु, पोंचण्यास पुरे इतकी वेळ नव्हती. ह्मणून आंबहाहून जवळ श्रीवटेश्वरनाथ ह्मणून एक लहानसें क्षेत्र फार रमणीय आहे, तेथें त्यांस मेण्यांत घालून नेलें. तेथे गेल्यावर ते एक दिवस जीवंत होते, आणि त्यांस दुसरें दिवशीं देवाज्ञा झाली. तेव्हां दिनकरराव ह्यांस अतिशयित वाईट वाटलें. त्या जागीं, दिनकरराव ह्यांनी, त्यांच्या नांवानें एक महादेवाचें मंदिर बांधिलें आहे. आणि त्या देवाची पूजाअर्चा नित्य यथास्थित चालावी, अशा उत्पन्नाची चांगली तजवीज करून ठेविली आहे.

पुढें आपल्या पराक्रमानें दिनकरराव मोठ्या पदास चढले, आणि त्यांस पुष्कळ सपत्ति प्राप्त झाली. तरी, अशा गोष्टी निघाल्या ह्मणजे ते, अत्यंत पूज्यबुद्धिपूर्वक, असें ह्मणत कीं, हें सगळें फल वडिलांच्या पुण्याईचें आहे. श्रीरामचंद्र हे अत्यंत पितृभक्त होते. आणि श्रीरामचंद्र हे दिनकरराव ह्यांचें आराध्य दैवत होतें. तेव्हां, देवाप्रमाणें भक्ताची वृत्ति असावी, हें साहजिक आहे. पुत्रांस पितृभक्तीसारखें दुसरें पुण्य नाहीं. इतिहास धुंडाळून पाहिले तर असें आढळून येईल की, जे कोणी आजपर्यंत पितृभक्त होऊन गेले आहेत, त्यांतले बहुतेक सगळे भाग्यशाली आणि सुखी झाले आहेत. असो.

सुभेदारी ग्वालेर दरबारानें, [illegible]
ह्यांस दिली. त्यावरून हा अधिकार थोडासा वंशपरंपरेसारखा दिसला. परंतु, तसा कांही प्रकार नव्हता. ह्या प्रांताच्या सुभेदारीविषयीं कांहीं विशेष गोष्ट आहे, ती येथें सांगणें आवश्यक वाटतें. हा तवरघार प्रांत शिंद्यांच्या राज्याच्या ईशान्यभागीं आहे. तेथील लोकांस तवर ह्मणतात. ते लोक प्राचीन काळापासून फार दांडगे होते. त्यांस महाराज महादजी शिंद्यांनीं जिंकून जेरीस आणिलें होतें. तरी, त्यांचा अंगस्वभाव गेला नव्हता. ते मनःपूत दांडगाई करीत असत, आणि सरकारचा वसूल नीटपणें देत नसत. त्यामुळें त्या प्रांताचा वसूल नेहमीं थके. ह्मणून हा प्रांत, महाराज दौलतरावांच्या व त्यांच्या पुढच्या कारकीर्दीत, शिंद्यांच्या फौजेचा एक मोठा युरोपियन सरदार कर्नल जेकब होता, त्याच्या स्वाधीन फौजेच्या खर्चाकरितां ह्मणून केला होता. तो कामदार अगर्द विचारशून्य होता. मुलखाचा कारभार चालविणें ह्मणजे काय, हें त्या बापड्याच्या कधीं स्वप्नात देखील आले नव्हतें. त्यानें त्या लोकांचा दांडगेपणा मोडण्याकरित फार प्रखर उपाय योजिले. त्यांनीं तो दांडगेपणा तर कम झाला नाहींच. पण, ते लोक अधिकच चिडले, आणि बेफामपणाने वागूं लागले. ते सरकारच्या अधिकाराल

मुळींच जुमानीनातसे झाले. आणि त्या प्रांताचा वसूल जो साहा साडेसाहा लाखांचा होता, तो दोन अडीच लाखांवर येऊन बसला. आणि तोही हातीं येण्यास महत् प्रयास पडूं लागले. ही स्थिति चांगली नाहीं, असें मनांत आणून, ग्वालेरच्या दरबारी मंडळीनें असा विचार ठरविला कीं, इतर प्रांतांप्रमाणें ह्या प्रांताची मामलत मक्त्यानें न देतां, कच्ची सरकारांतून करावी. पण, त्यास कोणी चांगला समजदार आणि शहाणा माणूस त्या कामावर नेमिला पाहिजे. ह्मणून, त्या कामावर कारकून राघोपंतदादा राजवाडे ह्यांस नेमिलें. हे गृहस्थ मोठे शहाणे आणि दूरदर्शी होते. ह्यांनीं युक्तीच्या पोटीं त्या लोकांस ताळ्यावर आणून, त्यांकडून सगळ्या पड जमिनीची लागवड करविली. त्यांच्यांतले तंटे मोडिले. त्यांस कारणपरत्वें अनेक प्रकारें साह्य केलें. आणि त्या प्रांतांत शांतता स्थापित केली. ही त्यांची कृति लक्षांत ठेवण्यासारखी आहे. आणखी हीवरून राज्यकार्यधुरंधरांनीं एक गोष्ट लक्षांत ठेविली पाहिजे. ती ही कीं, देशांतल्या लोकांस क्रूरपणानें वागविल्यानें ते कधीं अनुकूल व्हावयाचे नाहींत. तर, त्यांस न्यायानें आणि ममताळूपणानें वागविणें, हेंच त्यांस अनुकूल करून घेण्याचें उत्तम साधन आहे. ही गोष्ट परकीय राज्यकर्त्यांनीं तर निरंतर आपल्या दृष्टीसमोर ठेविली पाहिजे. तें असो. पण, ह्या अशा प्रकारें त्या प्रांताच्या

होता. आणखी, ते निवर्तले तेव्हां त्यांचे चिरंजीव दिनकरराव हे सर्व प्रकारीं तो अधिकार चालविण्यास लायक झाले होते. तेव्हां, तवरघारच्या मामल्यावर दिनकररावांची नेमणूक झाली, हें यथायोग्यच झालें.

माशांच्या पिल्लांस पोंहायास शिकवावें लागत नसतें. त्याप्रमाणें माणसांचेंही कांहीं अंशीं आहे. जीं कामें करतांना आईवापें मुलांच्या दृष्टीस नेहमीं पडत असतात, तीं कामें तीं त्यांच्याप्रमाणें आपोआप करूं लागतात; तीं त्यांस शिकविण्यास प्रयास पडत नाहींत. ह्याचा अनुभव पुष्कळ येतो. येवल्यासारख्या शहरामध्यें जरतारीचें काम कारागिरांच्या घरांतच चालत असतें. त्या कारागिरांचीं मुलें, आरंभापासून अखेरपर्यंतच्या सगळ्या कृति बहुधा पाहून पाहूनच शिकतात. त्यांत थोडीशी शिक्षणाची भर पडली ह्मणजे बस होतें. आणखी हिंदुस्थानांतलें कलाकौशल्य इतर देशांतल्या कलाकौशल्यापेक्षां अधिक पूर्णतेस पोहोंचलें होतें. ह्याचीं जीं अनेक कारणें बुद्धिमान् लोकांनीं शोधून काढिलीं आहेत, त्यांत हें एक कारण मुख्य आहे. आणि ह्याचें बीज जातीमध्यें आहे. ह्मणून कलाकौशल्याची वृद्धि होण्यास जातिभेद फार उपयोगीं पडला आहे, असें त्यांचें मत आहे; तें कांही खोटें नव्हे. लहानपणा-

पासून जें काम पाहात असावें आणि करायास लागावें, तें माणसास चांगलें यावें, हें साहजिक आहे. त्यांतलाच प्रकार प्रकृत उदाहरणांत दृश्यमान आहे. मागच्या पिढ्यांचा इतिहास पाहिला तरी असें दिसून येते कीं, राजवाड्यांच्या कुलामध्यें राज्यकारभार चालविण्याचा गुण पिढीजाद आहे. त्याचें पहिलें उदाहरण तिमाजीपंतांचें होतें. आणि जसा जसा प्रसंग पडत गेला, तसा तसा तो गुण वाढत गेला आहे. राघोबादादांनी मामल्याचीं कामें उत्तम प्रकारें केलीं. त्याचा तो गुण दिनकररावांच्या ठायीं वृद्धि पावून आला होता. ते तवरघारचे सुभेदार झाल्यावर त्यांनी आपलें काम कसें चालविलें, त्याचें वर्णन, "शिंद्यांच्या घराण्याचा इतिहास" ह्यांत केलें आहे, तें येणेंप्रमाणें. "त्यांनी आपल्या राजकीय गंभीर व दूरदृष्टी विचारेंकरून तेथील प्रजेस बहुत सुखी ठेविलें. तेथें स्वस्थता राहण्याकरिता ठाणी व पोलीसचौक्या ह्यांचा बंदोबस्त, व तसाच वसुलाचाही बंदोबस्त उत्तम रीतीचा करून तीं कामें आपले हाताखालचे लोकांस चालवितां यावीं म्हणून **दस्तुरउलअमलतवरघार** नामें एक लहानसें कायदेपुस्तक त्यांनी केलें; व त्याप्रमाणें लोक काम करूं लागले. त्या पितापुत्रांचे अमलांत तवर लोक कांहीं बंडावे करीतच असत. त्यांजवर जरब पडण्यासाठी कंटिजंटी-

पैकीं कांहीं फौज तेथें रहात असे. तिजबरोबर स
पोलिटिकल एजंटही जात असत. ते दिन
राजकीय मसलतीस योग्य अशा तोडजोडी त्या
कांशीं करतांना व आपल्या अमलात शांतता राह
व वसूल उत्पन्न होण्याकरितां चांगला बंदोबस्त
पाहून त्यांजवर बहुत खूष झाले. आणि सर्व राज
काम चाललें असतां शिंद्यांचें राज्य बहुत उत्तम
येईल, असें त्यांस वाटलें. त्यांची बदली झाली तेव
ह्मणजे मेझर सर रिचमंड शेक्सपियर ह्यांनीं आपल्य
दिनकररावांविषयीं उत्तम प्रकारचा लेख लिहून ठे

दिनकरराव तिकडे आपल्या सुभेदारीवर असत
त्यांचें सगळें खटलें लष्कर ग्वालेर येथें असे.
सगळी व्यवस्था वासुदेव रामचंद्र हे पहात असत.
दरबारांत ते वकिलीचें काम करीत असत. पुढें
उलाढाल्या होऊन, रामराव बाबासाहेब फ
मरण पावल्यानंतर देवराव मामासाहेब ज
कारभारी झाले. त्यांचा आणि नारायणराव
पोतनीस ह्यांचा मेळ जमेना. ह्मणून पोतनी
कामावरून काढून, एकदम राज्याच्या पार नि
असा हुकूम केला. त्याप्रमाणें ते लष्कर सोडून
जालवण, काशी इत्यादि शहरीं चालून पा

लागले. त्यांच्याकडची पागा कमी केली. तरी शिवपुरची जमीन व घर, व बाग ही सगळीं त्यांजकडे राहूं दिलीं. त्यांस दक्षिणेंत वडूथ येथें चारशें रुपयांचें उत्पन्न आहे. घर आहे. शिवाय शकुंतलेश्वराचें देवालय त्यांचेंच आहे.

नुसत्या पोतनिसांशींच त्याचें जमेना, असें नव्हे. तर बहुतेक सगळ्या कारभारी मंडळीची हीच अवस्था होती. राजा बळवंत ह्यांसही त्यांनी शिद्यांच्या राज्याबाहेर घालवून दिलें. हे वांकडेपण दरबारी मंडळींत आटपलें नाही. राज्याच्या मालकिणी ताराराणीसाहेब ह्यांशीही त्यांचा बेबनाव झाला. तेव्हां त्यांनी राणीसाहेबांस साजापुरास नेऊन ठेविलें, आणि त्यांनी, तहनाम्याप्रमाणें तीन लक्षांच्या जहागिरीचा उपभोग घेऊन स्वस्थ राहावें असें ठरविलें. ही गोष्ट इ० स० १८९० ह्या वर्षी घडली.

पुढें देवराव जाधवाच्या शरीरीं समाधान नाहीसें झालें. त्यांच्यानें दिवाणगिरीचें काम झेंपेना. पुष्कळ प्रकरणें शिल्लक राहिलीं. आणि त्यांविषयींचा बोभाट पोलिटिकल एजंट मेझर मालकम ह्यांच्यापर्यंत गेला. तेव्हां त्यांनी देवराव जाधवांस आपल्या कामाचा राजीनामा देण्यास सांगितलें. तें त्यांनीं लागलेंच मान्य करून त्याप्रमाणें राजीनामा दिला. तेव्हा, दिवाणगिरीच्या जागी कोणास नेमावें, हा एक नवा विचार उत्पन्न झाला.

ह्या वेळेच्या सुमारास शिंद्यांच्या राज्याची स्थिति कशी होती, ती थोडी सांगणें आवश्यक वाटतें. महाराजपुरच्या लढाईनंतर, इ० स० १८४४ ह्या वर्षी, लार्ड एलिनबरो गव्हरनर जनरल ह्यांच्या कारकीर्दीत, इंग्लिश सरकारची दखलगिरी ग्वालेर संस्थानावर चांगल्या प्रकारें चालू झाली. त्या वेळेपर्यंत त्या संस्थानाचा कारभार स्वतंत्रपणें चालला होता. ह्मणजे पेशवाई मोडून गेली होती, आणि इंग्रजांचा अंमल चांगलासा बसला नव्हता, अशी ती वेळ होती. शिवाय दरबारामध्यें आणि शिंद्यांच्या कुटुंबामध्यें अनेक भानगडी चालल्या होत्या. ज्याच्या हाती जो अधिकार लागे, तोच तो दडपून बसे. प्रांतांत बेबंदी फार होती. चोराचिरट्यांचें भय मनस्वी होतें. बंदोबस्त मुळींच नव्हता. त्याप्रमाणेंच मक्त्याच्या मामलती असत. त्यामुळें मामलेदार, कुळांकडून, पिळून पिळून, अनेक तऱ्हांनीं पैसा काढीत असत. आणखी, पाहाणीची चाल असल्यामुळें, शेतांचे उत्पन्नावर पाहिजे ती रकम मामलेदारांस मागायास सांपडत असे. ही दरसाल पाहाणी करण्याची पद्धति फार घातुक आहे, ह्याकरितां, ही बंद करून शेतकऱ्यांस पांच वर्षांचा किंवा दाहा वर्षांचा नियमित सारा ठरवून देऊन तेवढा हाप्याहाप्यांनीं घ्यावा, असा आग्रह दरबारी मंडळीस पोलिटिकल

एजंट करीत असत. परंतु, तें त्यांस रुचेना. कां कीं, त्यांतले पुष्कळ लोक जमीनदार होते. ते आपल्या ताब्यांतल्या कुळांपासून अशाच रीतीनें पाहिजे तितका पैसा पिळून काढीत असत. तें पोलिटिकल एजंटांस बरें वाटेना. तरी त्यांचा उपाय चालेना. इतकें असूनही खजीन्यांत पैशाची तंगीच असे. कां कीं, मामलेदार लोकांवर दरबारचा तितका दाब नसल्यामुळें, त्यांच्याकडून रकमेची भरपाई वेळच्यावेळीं होत नसे. महाराज अल्पवयस्क होते. त्यांचें शिक्षण अगदीं बेताचें होतें. त्यांच्या हातीं कांहीं अधिकार नव्हता. तरी, त्यांच्या भोंवतालची तरुण मंडळी अनेक प्रकारची असल्यामुळें, आणि राज्य चालविण्याकरितां जी मंडळी नेमलेली होती, त्या मंडळीचा धाक कोणावरच नसल्यामुळें, जिकडे तिकडे अव्यवस्था असे. शिवाय, शिद्यांच्या राज्यांत खोंड वगैरे कितीएक जातीचे लोक अगदीं रानटी होते. ते, क्षुल्लक कारणावरून आपसांत दंगा करीत, आणि तेणेंकरून इतर लोकांस त्रास होई. त्यांच्या बंदोबस्तास वेगळें सैन्य ठेवावें लागे. कांहीं प्रांत तर, अशा प्रकारच्या सैन्याच्या खर्चाकडे वेगळे तोडून दिलेले होते. आणखी, ह्या लोकांत, बालहत्यादि नानाप्रकारच्या भयंकर चाली मोठ्या झपाट्यानें चालल्या होत्या. त्या नाहीतशा करण्याविषयी, ग्वालेर संस्थानावर नेमलेल्या

पोलिटिकल एजंटांची मोठी सत्ता चालत असे. तिचा उपयोग प्रथम प्रथम कांहीं झाला नाहीं. तरी, त्यांचें वजन अगदीं आरंभापासून थोडें थोडें पडत चाललें होतें. त्यास मूळकारण असें झालें होतें कीं, ग्वालेर सरकारच्या ताब्यांत कांही रजपुत जमीनदार होते. त्यांतले दोन जमीनदार शिरजोर झाले. ते आपला वसूल शिंदेसरकारच्या कामदारांस देईनात. आणि त्यांजवर आपण सत्ता करणें हें बरें नाहीं, असें ग्वालेरसरकारास वाटून, ह्या कामी त्यांनीं इंग्लिश सरकारची—ह्मणजे पोलिटिकल एजंट सर रिचमंड शेक्सपियर ह्यांची—मदत मागितली. ती त्यांनीं मोठ्या उत्सुकतेने दिली. आणि, त्यांनीं त्या रजपुत जमीनदारांस जेरीस आणून आणि त्याच्या ताब्यांतल्या खेड्यांचे पाच पांच वर्षांचे पट्टे त्यांस करून देऊन, तें प्रकरण मिटविलें. आणखी, ही पद्धति राज्यांत सर्वत्र चालू करावी. असें दरबारच्या मंडळीस पुष्कळ सांगितलें. परंतु, त्यांचें कोणीं ऐकिलें नाही. अशी स्थिति होती. अशा स्थितीमध्यें अशा राज्याचा कारभार हातीं घेणें हें काम कांहीं सामान्य नव्हतें. दरबारांतल्या प्रत्येक माणसास आपण दिवाण व्हावें असें वाटे. परंतु, ही अव्यवस्था मोडण्याचें, आणि राज्याची व्यवस्था लावण्याचें सामर्थ्य त्यांतल्या एकाच्याही ठायीं

नव्हतें. शिवाय, इंग्लिश सरकारची छाप नवीन होती. त्या सरकारची मर्जी राखून काम करावयाचें कठिण आहे, असें त्यांस वाटत होतें. त्यामुळें, त्या कामास कोणी पुढें धजेना. जो तो आपापल्या जागीं स्तब्ध राहिला. तेव्हां, दिवाण नेमण्याचा विचार, अर्थात्च, दरबारच्या मंडळीच्या सह्यानें, पोलिटिकल एजंटास करावा लागला.

ह्या दिवाण नेमण्याचा विचार निघाला तेव्हां, इतर सगळ्यांच्या नांवांपेक्षां दिनकरराव ह्यांचें नांव सर्वांच्या पुढें आलें ह्यास अनेक कारणें होतीं. त्यांतलें मुख्य कारण, तवरघारच्या मामल्याच्या कामाचें होतें, तें वर सांगितलेंच आहे. पुष्कळ लोकांस असें वाटूं लागलें कीं, दिनकरराव ह्यांनीं तवरघारचा बंदोबस्त केला आहे, तसा बंदोबस्त जर सगळ्या राज्याचा होईल, तर राजा आणि प्रजा ह्या उभयतासही फार सुख होईल. शिवाय, पोलिटिकल एजंट शेक्सपियर साहेबांचें मत त्यांविषयीं फार चांगलें होतें. दिनकरराव हे मोठे कर्ते पुरुष आहेत, असें त्यांच्या मनांत येऊन चुकलें होतें. तें त्यांनी लिहून ठेविलें होतें, आणि इतक्यांत ही संधि आली. तेव्हां दरबारच्या मंडळीस आपला अभिप्राय कळवून, तेव्हांचे पोलिटिकल एजंट मेझर मालकम ह्यांनीं, सर्वांनुमतें, दिनकरराव ह्यांस शिंदेसरकारचे दिवाण नेमिलें. अशा प्रकारें करून,

दिनकरराव राजवाडे हे इ० स० १८५२ ह्या वर्षी शिंदे-सरकारचे दिवाण झाले. ते आपलें काम चैत्र शुद्ध प्रतिपदेपासून पाहूं लागले.

ह्या हकीकतीवरून सहज लक्षांत येईल की, दिनकरराव हे जे दिवाणाचें पद पावले, ते केवळ आपल्या कर्तबगारीच्या बळावर पावले. त्यांस त्यांच्या वडिलांच्या मागें तवरघारचा मामला चालवायाची संधि मिळाली, हा योग त्यांस फार उपयोगीं पडला, ही गोष्ट खरी आहे. परंतु, ही संधि मिळून जर ह्यांच्या अंगीं कर्तबगारी नसती—ह्यांना त्या प्रांताचा बंदोबस्त करतां आला नसता—तर ह्यांचें नांव कधींही पुढें आलें नसतें, आणि ह्यांस दिवाणगिरी मिळाली नसती. महत्पद प्राप्त होणें हें केवळ आंगच्या गुणांचें फल आहे. त्यास नुसता वंशपरंपरेचा वशीला पुरत नाही.

दिनकरराव दिवाण झाले, येथपर्यंत ही कथा येऊन पोहोंचली आहे. ही पुढें चालविण्याच्या आधीं, शिंदेसरकारच्या वंशाची आणि राज्याची थोडीशी हकीकत सांगणें हें आवश्यक दिसतें. ह्मणून ती हकीकत पुढच्या भागांत सादर करून, मग ह्यांच्या दिवाणगिरीच्या कारकीर्दीचें वर्णन करावें, असा विचार केला आहे.

भाग चौथा.

शिंदेसरकारच्या वंशाची हकीकत.

श्लोक.

स्वकृतिनें चढती परगा पदा
वितरिती स्वजना यशसपदा
यश तदीय सुखप्रद गावया
कविजनां रसिकां परिसावया.

स्वकृत.

जे विद्वज्जन इतिहासशास्त्रांत अगदी मग्न झालेले असतात, त्यांस आनंद होण्यास अनेक प्रकारच्या गोष्टी कारणीभूत होत असतात. त्या सर्वांत, अत्यंत सुखप्रद गोष्ट ह्मटली ह्मणजे थोर माणसांच्या उन्नतीची कथा होय. तशी कथा ह्या भागांत गोंवायाची आहे.

दिनकरराव ह्यांच्या सगळ्या अभ्युदयाचा आणि कर्तृत्वाचा बहुतेक सगळा संबंध शिंदेसरकारच्या राज्याशीं आहे. आणि शिंदेसरकारच्या वंशाची कथाही तशीच अत्यंत रमणीय आणि स्मरणीय आहे. ह्मणून तिचें कथन येथें थोडक्यांत करितों.

सातान्यापासून साहा कोसांवर कोरेगांव तालुक्यांत कण्हे रखेड ह्मणून एक गांव आहे. तें शिंद्यांचें मूळठिकाण होय व तेथील पाटीलकीही त्यांजकडेस असे. त्यांपैकीं राणोर्ज शिंदे ह्मणून एक हुशार पाटील शिलेदारीच्या बाण्यानें राहात असत. हे पूर्वी मोंगल बादशाहांची चाकरी विश्वासूकपणे करून मोठ्या योग्यतेस चढले होते. परंतु पुढें कांहीं कार णानें दरिद्रदशा आली, तेव्हां त्यांनी शाहू महाराजांचे कार कीर्दीत बाळाजी विश्वनाथांची चाकरी धरिली, व पुढें त बाजीराव पेशव्यांचे हुजऱ्ये झाले. ते, एके दिवशीं, पेशव्यांचे जोडे उराशीं धरून निजलेले बाजीरावसाहेबांच्या दृष्टीस पडले. त्यावरून, त्यांच्या एकनिष्ठ सेवेविषयीं त्यांस पराकाष्ठेचे नवल वाटले, आणि तेव्हां त्यांनीं त्यांस लागलीच आपल्य लष्करांत एक अमलदाराची जागा दिली. पुढें समरांगण कितीएक प्रसंगीं त्यानीं आपलें शौर्यबळ चांगलें दाखविल्या करून लोकांत त्यांचे वजन वाढत चाललें. आणि इ० स १७३० त ते चांगले फौजबंद सरदार बनले. इ० स. १७३८ ह्या वर्षीं बाजीरावसाहेब नर्मदा उतरून पलीकं गेले. त्यांशीं, दिल्लीच्या बादशाहांच्या वतीनें निजामउल्मु लुख लढूं लागले. परंतु, बाजीरावसाहेबांनीं त्यांचा पराभ करून, त्यांपासून. नर्मदा व चंबळा ह्या नद्यांच्या मधील मुलुखाचें आधिपत्य व पांच लक्ष रुपये, इतकें घेण्याचें ठ

वून, त्यांस सोडून दिलें. ह्या प्रकरणांत राणोजी शिंदे मुख्य होते. इ० स० १७४३ त पेशवे व निजाम ह्यांच्यामध्यें तह ठरला. त्यांतील करारांप्रमाणें वागण्याबद्दल निजामांनीं पेशवे ह्यांजकडून तीन जामीन घेतले. त्यांमध्यें हे शिंदे एक होते. इतकें त्या वेळीं त्यांचें वजन असे. पेशव्यांस जो मुलूख हिंदुस्थानांत मिळाला, त्यांतला अर्धा मुलूख, सैन्याच्या खर्चाकरितां जाहागिरीदाखल त्यांनीं शिंद्यांस दिला. राणोजी हे मल्हारराव होळकरांचे परम मित्र होते. आपणांस इतक्या योग्यतेस चढण्यास पेशव्यांची कृपा मूळ-कारण आहे, असें समजून ते त्यांचे जोडे नेहमी आपल्या बगलेंत बाळगीत असत, व त्यांस मोठा मान देत असत. त्यांची राहाण्याची मुख्य जागा उज्जनी ही होती. राणोजी शिंदे इ० स० १७४४ ह्या वर्षीं माळव्यांत सुजालपुर मुकामी वारले. त्यांची छत्री तेथें आहे. त्या गांवास राणू-गंज ह्मणतात. त्यांच्या अंतकाळीं त्यांजकडे बराच मुलख होता, आणि त्यांस सुमारें साडेसव्वीस लक्षांचें उत्पन्न होतें. तरी मल्हारराव होळकर ह्यांचा पुष्कळ पैसा त्याज-कडे येणें होता.

राणोजींस तीन औरस पुत्र होते; जयाप्पा, दत्ताजी आणि जोतीबा. त्यांच्या आईचें नांव मैनाबाई; आणि महा-दजी व तुकोजी असे दोन दासीपुत्र होते; त्यांची आई

कोणी रजपुतीण होती. त्यांपैकीं तुकोजी हे कांहीं अपघातानें पूर्वीच निवर्तले. आणि राणोजी मरण पावल्यानंतर त्यांच्या मुलुखाचें आधिपत्य पेशव्यांनीं जयाप्पांस दिलें. इ० स० १७५५ त राघोबादादा पेशव्यांनीं मुसलमानांपासून अमदाबाद घेतली; त्या समयीं जयाप्पा हे फौजेसहवर्तमान त्यांजबरोबर होते. ह्या मोहिमींत पेशव्यांनीं माळवा वगैरे अनेक प्रांत घेतले. त्यांच्या बंदोबस्तास जयाप्पांचे बंधु दत्ताजी ह्यांस त्यांचे बंधु जोतीबा व महादजी ह्यांसहवर्तमान मागें ठेविलें. पुढें अफगाणलोकांशीं लढाई होऊन तींत दत्ताजी व जोतीबा हे पडले. पुढें, इ० स० १७५९ त, जोधपुरचे राजे विजयसिग हे नागोरांत असतां जयाप्पा हे त्यांस वेढा घालून बसले. असें असतां एके दिवशीं त्या राजांकडील मारेकरी अकसात् त्यांच्या तंबूत येऊन, त्यांनीं त्यांचा प्राण घेतला. हें पाहून महादजींस अतिशयित वाईट वाटलें. आणि त्यांनीं त्या राजांचा सूड उगविण्याचा निश्चय केला. त्याप्रमाणें क्रम चालू होऊन, विजयसिग अगदीं जेरीस आले. आणि त्यांनीं जेव्हां अजमीर शिद्यांस दिलें, तेव्हां त्यांचा कोप शमला. त्यांची छत्री पुष्कर येथें आहे.

जयाप्पा मरण पावल्यावर त्यांचे पुत्र जनकोजीराव ह्मणून होते, ते जाहागिरीचें वगैरे सर्व काम पाहूं लागले. पुढें इ० स० १७६१ त, पानपत येथें प्रसिद्ध मोठी लढाई

मराठे व अफगाण लोक ह्यांच्यामध्यें झाली. त्या वेळीं जनकोजीरावांनीं मराठ्यांच्या उजव्या बाजूचें चांगलें रक्षण केलें. परंतु, शेवटीं मराठ्यांचा मोड झाला, आणि जनकोजीराव हे जखमी होऊन अफगाण लोकांच्या हातीं लागले. त्यांनीं त्यांस अत्यंत क्रूरपणानें ठार मारिलें. परंतु, बरोबर महादजी शिंदे होते, ते एका मोठ्या दक्षणी घोडीवर बसून पळत सुटले. त्यांचे मागें एक अफगाण स्वार लागला. ते पुढें आणि हा मागें, असें होतां होतां महादजींची घोडी थकली, आणि एका खंदकांत पडली. तेव्हां अर्थात्, महादजीही खालीं पडून त्या अफगाणाचे हातीं सांपडले. त्यानें एका फरशीनें त्यांचा उजवा पाय तोडून, त्यांच्या आंगावरचे दागिने काढून घेऊन, त्यांस तसेंच तेथें टाकून दिलें, आणि आपण निघून गेला. महादजी तेथें कण्हत पडले असतां, मराठ्यांच्या लष्करांतला राणाखान ह्या नांवाचा कोणी भिस्ती तिकडून चालला होता, त्यानें त्यांस आपल्या पखालीच्या बैलावर बसवून दक्षिणेंत आणिलें. नंतर शिंद्यांच्या गादीवर कोणास बसवावें, ह्याचा विचार करण्याचें कारण राहिलेंच नाहीं. महादजी हे गादीचे मालक झाले. त्यांनी नानाफडनवीस ह्यांस अनुकूल करून घेऊन, त्यांच्या साह्यानें आपल्या अधिकारास चिरस्थायिता मिळविली. त्या वेळीं त्यांच्या मुलुखाचें उत्पन्न सुमारें चौसष्ट लक्ष रुपयांचें असावें, असें सांगतात.

पानपतच्या लढाईंतलीं संकटें महादजी शिंदे जन्मभर आठवीत असत. जनरल पामर साहेब त्यांचे दरबारीं इंग्लिश रेसिडेंत होते, त्यांजपाशीं ते वारंवार असें सांगत कीं, मी पुढें आणि अफगाण स्वार मागें, धूम पळत आहों, असें स्वप्न पडल्याखेरीज कितीएक दिवसपर्यंत मला कधींही झोंप आली नाहीं. राणाखान ह्याचे उपकार महादजी विसरले नाहींत. ते त्यास भाई असें ह्मणत असत, आणि सख्या भावाप्रमाणें मानीत असत. पुढें त्यांनीं त्याला मोठ्या पदवीसही चढविलें. माधवराव पेशवे ह्यांनीं मोठें सैन्य जमा करून, तें, इ० स० १७६९ ह्या वर्षी, विसाजी कृष्ण नामक सरदारांबरोबर नर्मदेच्या पलीकडे पाठविलें. त्यांत नुसते स्वारच ५०००० होते. ह्या सैन्याबरोबर महादजी शिंदे व तुकोजी होळकर हे सरदार पेशव्यांनीं दिले होते. त्यानीं प्रथम रजपुत संस्थानांवर हल्ला करून, त्यांजपासून, खंडणीची बाकी ह्मणून दाहा लक्ष रुपये घेतले. नंतर, यमुनानदीच्या पश्चिमेस जो जाट लोकांचा मुलूख होता, त्यांत ते शिरले. ते लोक तरी मोठे शूर होते. तथापि मराठ्यांचें सैन्य प्रचंड असल्यामुळें त्यापुढें त्यांचा कांहीं उपाय चालेना. शेवटीं, भरतपुराजवळच्या लढाईंत ते केवळ पराभव पावले; आणि मराठ्यांस दाहा लक्ष रुपये रोख, व पन्नास लक्ष रुपये हाप्त्याहाप्त्यांनीं देण्यास कबूल झाले. नंतर हें मराठ्यांचें

सैन्य दिल्लीकडे वळलें. तेथें नजीबउद्दवले नामक रोहिले सरदार, शाहाआलमाचे वडील पुत्र ज्यानबखत ह्यांस तक्तावर बसवून आपण सर्व कारभार पाहात होते. ते भिऊन गेले, आणि त्यांनीं मराठ्यांशीं तहाचें बोलणें लाविलें. तेव्हां पानपतच्या लढाईंत त्यांनीं मराठ्यांचा फार नाश केला होता, त्याबद्दल त्यांचा सूड घ्यावा, असें महादजी शिंद्यांचें ह्मणणें पडलें. ह्मणून तें सगळेंच प्रकरण विसाजींनीं पेशव्यांकडे पाठविलें. त्याचे मनांत शाहाआलमबादशाहास पुनः गादीवर बसवावें असें होतें; आणि ह्या कामीं नजीबउद्दवले आपणांस अनुकूळ असले ह्मणजे बरें, असें त्यांस वाटल्यावरून, त्यांनीं त्यांशीं तह ठरविण्याविषयीं हुकूम दिला. परंतु ह्या सर्वच गोष्टी मनचेमनांत राहिल्या. कारण, नजीबउद्दवले हे इ० स० १७७० च्या आक्टोंबर महिन्यांत मरण पावले. नंतर त्यांचें काम त्यांचे पुत्र जाबताखान हे पाहूं लागले.

ह्या वर सांगितलेल्या मोहिमेंत खुद्द महादजीबावाचे १६००० स्वार होते. व ह्या स्वारांत कोणतें कांही करणें सवरणें झाल्यास तें त्यांच्या विचारानें होत असे. मराठ्यांनीं इ० स० १७७१ त जाबताखानांचे मुलुखांत स्वारी करून त्यांस घाबरविलें, ह्या मसलतीस मूळ कारण महादजी होत. ह्या मोहिमेत मराठ्यांनीं सगळी अंतर्वेदी काबीज करून. दिल्लीमध्यें इतकें वर्चस्व मिळविलें कीं, शाहाआलम बाद-

शाहा हे त्यांच्या हातीं कैदी होऊन राहिले. ह्या सर्व कृत्यांत महादजी शिंदे प्रमुख होते. ह्या खटपटींत त्यांनीं बराच मुलूख संपादिला, व आपली स्वतंत्रता चांगली स्थापित केली.

राघोबादादा पेशवाईची गादी मिळविण्याचा विचार करूं लागले तेव्हां, आह्मी तुह्मांस मदत देऊं असें महादजी शिंद्यांनी त्यांस वचन दिलें होतें. परंतु राघोबांनी इंग्लिशांचें साह्य घेतलें, असें पाहिल्याबरोबर, ते नानाफडनविसांच्या मसलतीस अनुकूल होऊन, माधवरावसाहेब पेशव्यांस मिळाले. पुण्याच्या दरबारांत त्यांचें माहात्म्य बरेंच वाढलें. पुढें राघोबाच्या वतीनें इंग्लिश लोक मराठ्यांशीं लढूं लागले. ह्या प्रकरणांत मराठ्यांकडचे प्रमुख सरदार महादजी शिंदे होते. ही लढाई चालू असतां, इ० स० १७७९ च्या जानेवारी महिन्यांत वडगांव येथें मराठ्यांनीं इंग्लिश सैन्यास कोंडिलें. त्या प्रसंगीं एका दिवसांत, इंग्लिशांकडचे मेले, जखमी झाले, आणि पळून गेले, ह्यांची एकंदर गणती ३५२ भरली. तेव्हां तेथले इंग्लिश लोक इतके जेरीस आले की, मराठ्यांनी जें जें ह्मटलें तें तें सर्व त्यांनीं कबूल केलें. त्यांत असें ठरलें कीं, इसवी सन १७७३ पासून मराठ्यांचा जो मुलूख इंग्लिशांनीं घेतला असेल, तो त्यांनी त्यांचा त्यांस परत द्यावा, भडोचेमध्यें जो इंग्लिशांचा अंश

होता, तो त्यांनीं शिंद्यांचे हवालीं करावा, व त्यांच्या नौकरांस मेहेनतीबद्दल बक्षीस वांटण्यासाठीं त्यांनीं ४१००० रुपये त्यांजकडे पाठवावे. हे करार इंग्लिशांनीं बिनचूक पाळावे, ह्मणून त्यांजकडचे पामर आणि स्तुअर्त हे दोन गोरे लोक ओलीस घेऊन, शिंद्यांनीं त्यांस वडगांव येथून जाऊं दिलें. आणि ह्याच ठरावावरून राघोबादादा महादजींच्या स्वाधीन झाले.

इतकें वर सांगितल्याप्रमाणें व्हावयाचें ठरलें मात्र; पण तें मुंबई सरकारास अमान्य झाल्यावरून, मराठे व इंग्लिश ह्यांचें युद्ध पुन जुंपलें. ह्या सुमारास महादजी शिंद्यांनीं फत्तेसिग गायकवाडांस एक पत्र पाठविलें. त्यांत त्यांनीं त्यांस सांगितलें कीं, "मी तोफासहवर्तमान तुह्मांकडे येत आहें. तुमची आमची गांठ पडल्यावर मग, इंग्लिशांची खोड कशी मोडावयाची ह्याचा विचार आपण करूं. घाबरूं नका. तिकडचें वर्तमान मला वारंवार कळवीत जा." ह्यावरून तेव्हांच्या राज्यव्यवहारांत महादजींस अगत्य किती होतें, तें स्पष्ट दिसून येतें. इकडे जनरल गोदर्द साहेबांनीं इ० स० १७८० च्या फेब्रुवारी महिन्यांत अमदाबाद घेतली. आणि तिकडे ग्वाल्हेरचा किल्ला मोठ्या पराक्रमानें पाफम साहेबांनी आगस्त महिन्यांत शिंद्यांपासून घेऊन त्यांत आपला अंमल बसविला. अमदाबाद घेण्याच्या कामीं, मेले

आणि जखमी झाले ह्यांची गणती १०६ झाली; पण ग्वाल्हेर घेतांना एक देखील मनुष्य जायां झालें नाहीं! शेवटीं, इंग्लिशांनीं राघोबादादांस आश्रय दिला हें ठीक नव्हे, अशी हिंदुस्थान सरकारची सूचना आल्यावरून, व ह्या युद्धांत कांहीं फायदा नाहीं असें इंग्लिशांस वाटल्यावरून, सालपें मुकामीं, तारीख १७ मे स० १७८२ इ० रोजीं उभय पक्षांचा तह ठरला. ह्यांत सर्व मराठ्यांच्या वतीनें मुखत्यार महादजी शिंदे होते. त्यांला स्वतःला ह्या तहापासून अनेक लाभ झाले. त्यांत विशेष हा कीं, ते जर स्वपराक्रमेंकरून इतर संस्थानिकांची राज्यें घेऊं लागले, तर त्यांस इंग्लिशांनीं हरकत करूं नये, असें ठरलें. ह्मणजे, त्यांजवर कोणत्याही प्रकारें इंग्लिशांचें वर्चस्व नाहींसें झालें. ही गोष्ट लक्षांत ठेवण्यासारखी आहे. पुढें तिकडे दिल्लीमध्यें दरबारांत दुफळी झाली. त्या दोन्ही पक्षांनीं महादजी शिंद्यां-पाशीं साह्य मागितलें. तेव्हां ते एकाचें बोलणें मान्य करून, बादशाहांची स्वारी आग्र्याकडे होती, तिकडे जावयास निघाले. उभयतांची भेट झाल्यावर, एका पक्षाचे पुढारी आफ्रासियाबखान ह्यांस कोणी टार मारिलें. त्यानंतर जी गडबड झाली, तीत शिंद्यांनीं राहिलेल्या दुसऱ्या पक्षास एकीकडे टाकून दरबारामध्यें आपण श्रेष्ठत्व मिळविलें. ते इतकें कीं, तेथील बादशाह, अमीर उल् उमराव ह्मणजे

वजीर, ही पदवी त्यांस देऊं लागले. तेव्हां त्यांनीं त्यांस असें सांगितले कीं, आमचे यजमान पेशवे, त्यांचा असा कांहीं सन्मान झाल्याखेरीज आह्मी हा मान घेणार नाहीं. ह्मणून, पेशव्यांस वकीलमुतलक ह्मणजे प्रतिनिधि असा अधिकार व किताब देण्याचें ठरून, ह्या नवीन अधिकाराच्या संबंधानें त्यांचें काम पाहणारे महादजी शिंदे हे पूर्ण मुखत्यार आहेत, असें बादशाहांनीं ठरविलें. आणि अलिजाबहादर हा किताब व माहिमरातिब व नालखी हीं दिलीं. ह्या प्रकारेंकरून, इ० स० १७८४ ह्या वर्षीं, दिल्ली व आग्रा ह्या प्रांतांमध्यें महादजी शिंदे करतील तें प्रमाण, असें झालें.

दिल्लीच्या दरबारचा कारभार वगैरे अनेक मोठालीं कामें महादजींस मिळाल्यामुळें त्यांचें प्रस्थ फारच वाढलें. तें इतकें कीं, बहुतेक माळवा व दक्षिणेंतील कितीएक उत्कृष्ट प्रांत इतका मुलूख जरी त्यांजकडे होता, तरी त्याचें उत्पन्न त्यांच्या खर्चास पुरेना. ह्मणून त्यांनीं शाहाआलमाच्या जोरावर कितीएक मुसलमान सरदारांच्या जाहागिरी जप्त केल्या. आणि जयपुर वगैरे रजपूत संस्थानांशींही त्यांनीं तोच क्रम आरंभिला. त्यांजकडे फौजेच्या पगाराची बाकीही पुष्कळ राहिली. आणि पैसा तर कोठें मिळेना. अशा संकटामध्यें महादजी शिंदे असतां, त्यांचा मुसलमान सरदार

इस्माल बेग हा त्यांस सोडून गेला. हा एकटाच काय, पण ह्याचे मागून आणखीही कितीएक सरदार ८० तोफा घेऊन त्यांस सोडून निघून गेले. त्या संधीस त्यांशीं लढण्यास रजपूत राजांनीं एकत्र होऊन कंबर बांधिली. इस्माल बेग गेला त्यास, जाबताखानाचा मुलगा गुलामकादर हा सैन्यासहवर्तमान जाऊन मिळाला. त्या दोघांनीं एका लढाईत शिंद्यांचा पराभव करून, इ० स० १७८८ च्या जून महिन्यांत दिल्ली घेतली. तिचें रक्षण करण्याचा कांही यत्न शाहाआलमांनीं केला होता, तो द्वेष मनांत आणून गुलामकादरानें त्यांचे डोळे काढिले. हें त्या दोघांचें वर्चस्व फार वेळ टिकलें नाही. महादजी शिंद्यांनीं पुढें थोडकेच दिवसांत त्या दोघांस दिल्लींतून काढून लावून तेथें पुनः आपला अमल स्थापिला. आणि त्या आंधळ्या वृद्ध शाहाआलमांस त्यांनीं पुनः त्यांच्या तक्तावर बसविलें.

इंग्लिशांचा गवरनर जनरल लार्ड कार्नवालिस ह्यानें, टिपूसुलतानावर स्वारी करण्याकरितां मराठे व निजामअल्ली ह्यांशीं ठराव केला होता. त्याप्रमाणें आपणांशीं ठराव करावा, असें महादजींच्या मनांत होतें; व त्याप्रमाणें त्यांनीं आपला हेतु लार्ड कार्नवालिस साहेबांस कळविला होता. परंतु तो त्यांनीं कबूल केला नाहीं. हें अपमानाचें कृत्य महादजी शिंद्यांस न सोसून, त्यांनीं इंग्लिशांशीं उघड वैर मांडण्याचा

निश्चय केला. आणि त्याच हेतूनें ते इ० स० १७९२ त हिंदुस्थान सोडून पुण्याकडे यावयास निघाले. तेव्हां त्यांनीं बाह्यात्कारें असें दाखविलें कीं, शाहाआलमानीं वकीली मुतलकीचीं जीं वस्त्रें पेशव्यांकरितां आह्मांपाशी दिलीं आहेत, तीं त्यांस प्रविष्ट करण्यास आह्मी तिकडे जात आहों. त्या संधीस फ्रेंच अमलदार आपले नौकरीस ठेवून महादजींनीं १६ पलटणींस उत्कृष्ट कवाईत शिकविली होती; शिवाय त्यांजपाशी १०००० स्वार व ५०० तोफा होत्या; आणखी त्यांस दिल्लीच्या बादशाहाची दिवाणगिरी मिळालेली होती. एवढें मोठें वैभव ईश्वरकृपेकरून प्राप्त होऊन ते इ० स० १७९३ त पुण्यास आले; तरी ते शहरच्या वेशींतच आपल्या हत्तीवरून खालीं उतरले. नंतर ते पेशव्यांच्या वाड्यामध्यें कचेरींत गेले. तेव्हां त्यांस सवाई माधवरावसाहेबांनीं बसा ह्मणून सांगितलें. परंतु, येथें सरकारासमोर बसण्याचा मला अधिकार नाहीं, असें ह्मणून ते उभेच राहिले. पेशवे गादीवर बसल्यावर, महादजीनीं आपले बगलेंतून जोडे काढून त्यांच्या पायांशीं ठेविले, आणि ते ह्मणाले, “ माझें काम हें आहे; पूर्वीं माझा बापही हेंच करीत असे.” ही त्यांची नम्रता पाहून लोकांस फार आश्चर्य वाटलें. तो प्रकार नानाफडनविसांस आवडला नाहीं. कांकीं, त्यांत खोल राजकारस्थान होतें, हें त्यांस समजलें होतें. तें खोल कारस्थान

हेंच कीं, नानाफडनविसांनीं पेशव्यांस निर्माल्यवत् करून टाकून आपलें घोडें पुढें घातलें होतें, त्यास हें महादजींचें प्रस्थ विघ्नभूत होण्याचीं चिन्हें दिसूं लागलीं. शिंदे बरेच दिवस पुण्यांत राहिले. तितक्या अवकाशांत त्यांनीं युक्तिप्रयुक्तीनें सवाई माधवरावसाहेबांस अगदीं आपलेंसें करून टाकिलें; तें इतकें कीं, राज्यकारभारांत देखील शिंद्यांची मसलत चालूं लागली. नानाफडनविसांचें तेज कमी झालें. तो अपमान नानांस दु:सह होऊन, त्यांनीं श्रीमंतांपाशी काशीयात्रेस जाण्यास निरोप मागितला. तेव्हां माधवरावांनीं त्यांचें सांत्वन करून त्यांस तसेंच राहून घेतलें. नंतर, वकील मुतलकीची सनद देण्याचा समारंभ झाला. त्या सनदेबरोबर बादशाहांकडून असें एक वचनपत्र आणिलें होतें कीं, मुसलमानी राज्यांत गोवध होऊं देणार नाहीं. ही गोष्ट विशेष लक्षांत ठेवण्यासारखी आहे.

पेशव्यांस वस्त्रें देण्याचा समारंभ झाल्यावर आधीं निजामाचा नाश करावा आणि मग इंग्लिशांच्या मागें लागावें, अशा इराद्यानें मराठ्यांनीं टिपूशीं तह ठरविला. नंतर महादजी, पुण्याजवळ वानवडीवर त्यांच्या लष्कराचा तळ पडला होता, तेथें जाऊन राहिले. त्या ठिकाणीं त्यांस एके दिवशीं मोठा ज्वर येऊन, त्याच्या योगानें ते इ० स० १७९४ च्या फेब्रुवारी महिन्याच्या १२ व्या तारखेस मरण पावले.

तेणेंकरून मराठ्यांची मोठी हानि झाली. वानवडी येथें त्यांची छत्री आहे.

महादजी शिंदे हे स्वभावानें कारस्थानी, महत्वाकांक्षी, आणि स्वकार्यसिद्ध्यर्थ प्रसंगानुसार वागणारे होते. वडगांवच्या तहाच्या वेळीं दोन साहेब लोक त्यांजकडे ओलीस दिले होते. त्यांस त्यांनीं चांगल्या रीतीनें वागवून, कारण सरल्यावर सुरक्षितपणें इंग्लिशांच्या स्वाधीन केलें; आणि ह्या मेहेरबानीस्तव इंग्लिशांनीं भडोच किल्ला व परगणा, हे त्यांस दिले. ह्यावरून त्यांस सुराजनीति अवगत होती, असें स्पष्ट दिसतें. सालप्याच्या तहाच्या वेळीं असें ठरलें होतें कीं, मराठे व इंग्लिश ह्यांपैकीं ज्यांकडून तो तह प्रथम मोडला जाईल, त्यांचा पक्ष सोडून शिंद्यांनीं दुसऱ्या पक्षास मिळावें, आणि दोघांनीं एकत्र होऊन मर्यादोल्लंघन करणाऱ्या पक्षाचें पारिपत्य करावें. ह्यावरून, त्या प्रसंगीं महादजी शिंद्यांचें बळ व वजन किती होतें, हें सहज लक्षांत येतें. ते शरीरानें स्थूल, काळेसांवळे आणि सदा आनंदमुख असे असत. त्यांचे गुरु हैद्राबाद संस्थानांतील बीड येथील राहाणारे श्रीमनसुरसाहेब ह्या नांवाचे सिद्ध फकीर होते.

महादजी शिंद्यांस साहा बायका होत्या, परंतु पुत्रसंतति नव्हती. ह्मणून, त्यांचे सखे भाऊ तुकोजी, ह्मणजे जे

पानपतच्या लढाईंत पडले, त्यांचे तिसरे चिरंजीव आनंदराव ह्मणून होते, त्यांचे पुत्र जे दौलतराव, त्यांस आपण दत्तक घ्यावें, असें त्यांच्या मनांत होतें. परंतु ती गोष्ट घडून आली नाहीं. तथापि महादजीच्या मागें त्यांच्या इच्छेप्रमाणें दौलतरावच त्यांचे गादीवर बसले. ही गोष्ट, महादजी शिंद्यांची बायको लक्ष्मीबाईसाहेब यांच्या मनास आली नाहीं. परंतु, कारभारी लोक त्यांस अनुकूल होते, ह्मणून त्यांचें कांहीं चाललें नाहीं. दौलतराव तारीख २६ फेब्रुआरी सन १७९४ रोजीं गादीवर बसले. तेव्हां ते १५ वर्षांचे होते. त्यांनीं नानाफडनविसांचा लोभ संपादिला.

दौलतराव शिंदे ह्यांस सखाराम घाडगे सर्जेराव ह्यांची रूपवती कन्या बाईजाबाई ह्या दिल्या होत्या, आणि ते घाडगे, आपला जांवई लहान ह्मणून, इ० स० १७९६ ह्या वर्षीं त्यांचे मुलखाचा सर्व कारभार पाहूं लागले. ते अतिशयित द्रव्यलोभी व पराकाष्ठेचे निर्दय होते. ते इंग्रजांच्या अनुमतानें वागेनात, व दरबारांत बंदोबस्त अगदीं कमी असे; तेणेंकरून अनेक अनर्थांच्या गोष्टी घडून आल्या. पुढें शिंदे व होळकर ह्यांच्या लढाया चालू झाल्या. त्यांपैकीं एक मोठी लढाई, इ० स० १७९९ त उज्जनीजवळ झाली. तेव्हां यशवंतराव होळकरांचा जय झाला. आणि तें शहर त्यांनीं घेतलें. ह्या वेळीं लुटालूट न करितां त्यांनीं लोकांपासून

खंडणी घेऊन पुष्कळ द्रव्य मिळविलें. पुढें ह्यांची दुसरी एक मोठी लढाई इंदुराजवळ जुंपली. तींत होळकर इतके पराभव पावले कीं, थोड्याशा लोकांनिशीं त्यांस महेश्वर येथें पळून जावें लागलें.

पुण्याचे दरबारीं महादजी शिंद्यांचें जें वजन होतें, त्याही-पेक्षां दौलतरावांचे अधिक पडलें. नानाफडनवीस हे मोठे राजकारस्थानी आणि शहाणे पुरुष इ० स० १८०० च्या मार्च महिन्याच्या १३ व्या तारखेस मरण पावले. तेव्हां-पासून तर बाजीराव पेशवे दौलतराव शिंद्यांच्या ओंजळीनें पाणी पिऊं लागले. नानाफडनवीस निवर्तले, त्यांची दौलत फार मोठी होती; तिजविषयीं पेशवे व शिंदे ह्या दोघांस लोभ उत्पन्न झाला. तेव्हां अर्थात्च उभयतांचें वैमनस्य आलें. दौलतरावांनीं बाजीरावांस, त्यांच्याच वाड्यांतल्या एका दिवाणखान्यामध्यें अगदीं प्रतिबंधांत ठेविलें, आणि राज्याचा सर्व कारभार आपले हातीं घेतला.

ह्याच्या आधीं थोडे वर्षांपूर्वीं तुकोजी होळकर मरण पावल्यानंतर, त्यांचे गादीविषयींचा तंटा तोडतांना यशवंत-राव होळकरांचे सखे भाऊ विठोजी ह्यांस पेशव्यांनीं पुण्यास अडकवून ठेविलें होतें. ते नानाफडनविसांचे पक्ष-पाती होते, असें दौलतराव शिंद्यांनीं बाजीरावांच्या मनांत भरवून देऊन, त्यांजकडून त्यांस हत्तीच्या पायीं बांधवून

मारविलें. त्या दोघांचाही सूड उगविण्यासाठीं यशवंतराव होळकरांनीं पुण्यावर स्वारी केली. त्या शहराजवळ लोणी येथें शिंदे व होळकर ह्यांची मोठी लढाई आक्तोबरच्या २५ व्या तारखेस झाली. ती चालली असतां, आपली फौज किंचित् कचरली असें पाहून होळकर निराशेच्या स्वरानें ह्मणाले, "आज जर मला अपयश आलें, तर मी जीव ठेवणार नाहीं. तें अपयश घेऊन मी पळूं तरी कोठें?" परंतु, तसा कांही प्रकार झाला नाहीं. शिंदे पराभव पावले. तेव्हां अर्थात् त्यांच्या जीवावर उड्या मारणारे बाजीराव, तेही फार घाबरून पळत सुटले. आणि पुणें होळकरांनीं घेतलें.

पुढें, इ० स० १८०२ च्या दिसेंबर महिन्याच्या ३१ व्या तारखेस वसई येथें इंग्लिश सरकार आणि बाजीराव ह्यांचा तह ठरला. त्याप्रमाणें इंग्लिशांनीं बाजीरावांस तारीख १३ माहे मे स० १८०३ इ० रोजीं पुण्यास गादीवर पुन बसविलें. ह्या कामांत शिंद्यांला नुसतें विचारिलें सुद्धा नाही. आणि पेशवे ह्मणजे त्यांच्या अर्ध्या वचनांत वागणारे, त्यांस इंग्लिशांनीं आश्रय देऊन गादीवर बसविलें; हें पाहून त्यांला अत्यंत कोप आला. आणि त्यांनीं सैन्यासहवर्तमान पुण्याची वाट धरिली. हें इंग्लिशांस समजतांच त्यांनीं आपला वकील त्यांजकडे पाठविला. त्याजपाशीं

निश्चितपणें कांहींएक गोष्ट न बोलतां, शिंदे आसई मुक्कामीं आले. तेथें त्यांस नागपुरचे राजे भोंसले हे येऊन मिळाले. ह्या दोन्ही एकत्र झालेल्या सैन्यांची व इंग्लिशांकडिल सैन्यांची मोठी लढाई आसई येथें सप्तंबर महिन्याच्या तेविसाव्या तारखेस झाली. तेव्हां इंग्लिशांकडच्या सेनेचा सेनापति जनरल वेलस्ली हा होता. त्याच्या हाताखाली ४५०० सैन्य होतें, आणि मराठ्यांकडे ५०००० असून, शिवाय १०० तोफा होत्या. त्या वेळेस इंग्लिशांच्या पक्षाचा जय झाला, असें इंग्लिश ह्मणतात. त्यांजकडचे ४२८ लोक मेले, आणि ११३८ जखमी झाले, आणि मराठ्यांकडचे १२०० पडले. त्यांत यादवराव भास्कर हा एक सरदार पतन पावला. परंतु, शिंद्यांच्या घराण्याच्या इतिहासांत ह्मटलें आहे कीं, "ह्या लढाईंत शिंद्यांचा पराजय झाला असें नाहीं. त्यांची सर्व फौज तेथून निघून मात्र गेली." हेंच विशेष खरें दिसतें. असो.

आणखीही कितीएक लढायांत शिंदे पराभव पावले. त्यांत अलीगडच्या समरांत तर त्यांच्या सैन्याची दुर्दशा फारच झाली. ती इतकी कीं, पेरन ह्या फ्रेंच सरदाराने, निराश होऊन त्यांची चाकरी सोडली. तेव्हां निरुपाय होऊन त्यांनीं इ० स० १८०३ च्या दिसेंबर महिन्याच्या ३० व्या तारखेस सर्जेअंजनगांवीं इंग्लिशांशीं तह ठरविला. त्यावरून

गंगा व यमुना ह्या नद्यांच्या मधील किल्ले व मुलूख, व जयपुर, जोधपुर, आणि गोहद ह्यांच्या दक्षिणेकडील कांही प्रांत, त्यांनीं इंग्लिशांस दिला. त्यांनीं ह्यापैकीं कांहीं अंश निजामास व थोडासा भाग पेशव्यांस देऊन, बाकी सर्व मुलूख आपणांकडे ठेविला. तेव्हांपासून लष्कर हें शिंद्यांचें राहाण्याचें मुख्य ठिकाण झालें. ह्या तहांत असें ठरलें होतें कीं, कारण पडेल तेव्हां १०००० फौज शिंद्यांनीं इंग्लिशांस द्यावी, व इंग्रजांनीं त्यांस ६ पलटणें द्यावीं.

ह्याप्रमाणें शिंद्यांनीं इंग्लिशांशीं तह ठरविला. तरी त्यांचे मन त्यांजविषयीं शुद्ध नव्हतें. कांही कारणांवरून इंग्रजांशी लढण्याची संधी येईल केव्हां, आणि आपण त्याचा सूड उगवूं केव्हां, असें, शिंद्यांचे मुख्य कारभारी घाडगे ह्यांच्या मनांत होतें. पुढें असें झालें कीं, होळकरांनीं पुणें घेतलें होतें तें परत घेऊन तेथें इंग्लिशांनीं बाजीरावांस गादीवर बसविलें. ह्यावरून होळकर व इंग्लिश ह्यांचें वैमनस्य पडून लढाया सुरू झाल्या. तेव्हां शिंद्यांनी होळकरांचा पक्ष धरण्याचा विचार करून, त्यांचे दरबारीं जेनकिन्स साहेब ह्मणून एक इंग्लिशांचे रेसिडेंत होते, त्याच्या बंगल्यावर लोक पाठवून आंतलें सर्व सामान लुटून, स्वतः त्यांस कैद करून नेलें. आणि त्यांस त्यांनीं आपल्या स्वारीबरोबर हिंडवून त्यांचा फार अपमान

केला. ही गोष्ट इ० स० १८०९ च्या फेब्रुवारी महिन्यांत घडली.

पुढें इ० स० १८०९ च्या नोवेंबर महिन्याच्या सुमारास शिंदे व इंग्लिश सरकार ह्यांच्यामध्यें दुसरा तह ठरला. त्यावरून, जोधपुर, अंतर्वेदी वगैरे शिंद्यांकडचा मुलूख जाऊन, चंबळानदी उभय पक्षांच्या राज्यांची सरहद्द ठरली. तिच्या पलीकडे इंग्लिशांचा अमल, त्यात शिंद्यास यावयास अधिकार नाहीं, असें झालें. महादजी शिंद्यांची कन्या बाळाबाई, व बाइजाबाईंची कन्या चिमाबाई ह्यांजकडे एकंदर मिळून तीन लाखांचा मुलूख ठेविला. खुद्द शिंद्यांकडे एक कोटि चाळीस लक्षांचा मुलूख राहिला. पण खर्च दोन कोटींचा होता; तो कमी केला नाही. तेणेंकरून कर्ज झाले. देशांतला बंदोबस्त मोडला.

पुढें, पेंढाऱ्यांचें पारिपत्य करण्याचा विचार जेव्हां इंग्रज सरकारानें मनांत आणिला, तेव्हां, ह्मणजे इ० स० १८१७ च्या नोवेंबर महिन्यांत शिंद्यांशीं आणखी एक तह ठरला. त्यावरून, रजपूत संस्थानांवरचा शिंद्यांचा अमल कमी होऊन, त्यांत इंग्लिशांनीं आपलें वर्चस्व स्थापिलें. आणखी शिंद्यांनीं असें कबूल केलें कीं, आमच्या राज्यांत जेथें आह्मी आपलें सैन्य ठेवूं, तेथून तें इंग्रज सरकाराच्या आज्ञेवांचून हालविणार नाहीं. ह्याच वर्षी अशीरगड हा

किल्ला त्यांनीं शिंद्यांपासून घेतला. त्यांत जें कांहीं सांपडलें, त्यावरून असें स्पष्ट दिसून आलें कीं, शिंद्यांचे मनांत त्याचे रक्षणार्थ कांही चकमक झडावयाची होती; परंतु तें साधलें नाहीं.

दौलतराव शिंदे इ० स० १८२७ च्या मार्च महिन्याच्या २१ व्या तारखेस मरण पावले. तेव्हां ते ४८ वर्षांचे होते. ह्यांची छत्री लष्कर येथें आहे. त्यांनीं तेतीस वर्षेंपर्यंत आपले गादीचा उपभोग घेतला. त्यांचें लष्कर मोठें होतें, परंतु ते मोठे योद्धे होते असें नाहीं. ह्यांचे कारकीर्दीत मुलुखांत अव्यवस्था फार होती; व ह्यांला कर्ज फार झालें होतें.

दौलतरावांस पुत्रसंतान नव्हतें. ह्मणून ते मरण पावल्यावर, त्यांची वडील स्त्री रखमाबाईसाहेब ह्यांनीं जून महिन्याच्या १८ व्या तारखेस मुकुंदराव ह्मणून एक मुलगा दत्तक घेतला. आणि त्याच दिवशीं सेनापति दाभाड्यांच्या एका मुलीशीं त्याचें लग्न लावून दिलें. नंतर दुसरे दिवशीं, त्यास जनकोजीराव असें नांव देऊन, इंग्लिश सरकारच्या मान्यतेनें गादीवर बसविलें. ते वयानें अकरा वर्षांचे होते, ह्मणून बायजाबाईसाहेब दौलतराव महाराजांच्या मृत्युपत्राप्रमाणें सर्व राज्याचा कारभार पाहत असत. त्या कामीं त्यांचे भाऊ हिंदुराव हे त्यांस फार मदत करीत असत.

पुढें, कांहीं दिवसांनी जनकोजींचें व बायजाबाईसाहेबांचें

वैमनस्य आलें. त्यांनी त्यांला प्रतिबंधांत ठेविलें. त्यांतून ते, इ० स० १८३२ च्या आक्टोबर महिन्यांत, गुप्तपणें पळून इंग्लिशांकडे आले. नंतर, गव्हरनर जनरल लार्ड विलियम बेंतिक ह्यांनीं स्वतः ग्वाल्हेरीस जाऊन उभयतांचा समेट करून दिला. तो सात आठ महिने चालल्यावर, पुनः कलह उत्पन्न होऊन, जनकोजीराव पुनरपि इंग्लिशांकडे गेले; आणि सगळें सैन्य बंडावल्यासारखें दिसलें. त्यावरून त्यांनीं असें ठरविलें कीं, वायजाबाईनीं ६ लक्षांची नेमणूक घेऊन स्वतंत्र राहावें. त्याप्रमाणें त्या वागूं लागल्या. पुढें इ० स० १८६२ त त्या मरण पावल्या. जनकोजीराव कारभार पाहूं लागले, तेव्हां त्यांजपाशीं १०००० पायदळ, १५००० स्वार, आणि २५० तोफा होत्या. त्यांचे वेळेस कांही विशेष गोष्ट घडली नाहीं. ते इ० स० १८४३ च्या जानेवारी महिन्याच्या सातव्या तारखेस निवर्तले. तेव्हां ते २७ वर्षांचे होते. त्यांची छत्री लष्कर येथें आहे. त्यांची पत्नी ताराबाईसाहेब ह्यांनीं भगीरथराव नामक एका आठ वर्षांच्या मुलास दत्तक घेतलें; आणि **जयाजीराव** असें त्याचें नांव ठेवून त्यांच्या नांवाने सर्व राज्यकारभार चालविला. त्यांत मुख्य दिवाणगिरीचें काम, जनकोजीरावाचे मामा ह्यांस दिलें. ते इतिहासांत मामासाहेब कदम ह्या नांवानें प्रसिद्ध आहेत.

मामासाहेब हे गव्हरनर जनरलाच्या संमतीनें शिंद्यांच्या राज्याचा कारभार करीत असतां, दादा खासगीवाले ह्मणून कोणी पुरुष त्यांस प्रतिपक्षी उत्पन्न झाले. पण दादांस आपल्या स्वाधीन करून घेऊन, तो दंगा इंग्लिशांनीं बराच लवकर मोडिला. परंतु, इश्रीसिगाच्या हाताखालची शिंद्यांची फौज पूर्वींच एकदां बिथरली होती. तो विघाड पुढें आणखी पसरून त्यापासून इतका त्रास झाला कीं, त्याच्या बंदोबस्ताचा विचार करणें इंग्लिश सरकारास भाग पडलें. तेंव्हां गव्हरनर जनरल साहेब स्वतः सैन्य घेऊन निघाले. त्यांच्या लष्कराची व शिंद्यांच्या बिथरलेल्या सैन्याची एक मोठी लढाई महाराजपुर येथें इ० स० १८४३ च्या दिसेंबरच्या २९ व्या तारखेस झाली; व दुसरी एक पन्यार येथें झाली. ह्या दोहोंतही शिंद्यांचे फौजेचा पराभव झाला. नंतर, शिंदे व इंग्लिश ह्यांचा नवा तह ठरला. त्यावरून असें झालें कीं, राजा लहान आहे तोंपर्यंत राज्याचा कारभार साहा गृहस्थांच्या मंडळीच्या हातून इंग्लिश रेसिडेंटाच्या विचारानें चालवावा; ते साहा गृहस्थ ह्मणजे रामराव फाळके, राजा बळवंतसिंग, उदाजी खटके, देवराव भाऊमामा, मुलाजी, आणि भाऊ पोतनीस हे होत. ह्यांत रामराव फाळके मुख्य होते. शिवाय असें ठरलें कीं, इंग्लिशांचें ७००० पायदळ व ३००० स्वार इतकें कुमकेचें लष्कर

शिंद्यांकडे असावें; त्याच्या खर्चाबद्दल अठरा लक्ष रुपयांच्या उत्पन्नाचा मुलूख त्यांनीं त्यांस तोडून द्यावा; आणि शिंद्यांचें लष्कर ३००० पायदळ, ६००० स्वार, २०० गोलंदाज, आणि ३२ तोफा इतकें असावें. ह्याप्रमाणें, शिंदे जे ह्या वेळेपर्यंत स्वतंत्र होते, ते इतर संस्थानिकांसारखे परतंत्र झाले.

इ० स० १८५४ त महाराज जयाजीराव वयांत येऊन आपल्या राज्याचा कारभार पाहूं लागले. हे जात्याच मोठे शूर होते. ह्यांना अगदीं लहानपणापासूनच सैन्यांच्या आणि समरांगणांच्या गोष्टी आवडत असत. हें केवळ आह्मां लोकांस ठाऊक होतें असें नाहीं. युरोपियन ग्रंथकारांनीं आणि कामदारांनींही ही गोष्ट कबूल केली आहे. जान विलियम के ह्या नामांकित ग्रंथकारांनीं असें लिहिलें आहे कीं, "ह्या वेळेस महाराज बावीसतेवीस वर्षांचे होते. शूरपणाच्या गोष्टींची अभिरुचि त्यांच्या वयाबरोबर वाढली होती, आणि शक्तीबरोबर बळावली होती. हे जर पन्नास वर्षें आधीं जन्मते, तर त्यांच्या महत्वाकांक्षेंत मोठमोठ्या उलाढाल्या खचीत भरल्या असत्या. हे एक मोठे सेनापति झाले असते, आणि ह्यांची शौर्यकीर्ति जगाच्या इतिहासांत गाजली असती. परंतु, इंग्लिश सरकारच्या श्रेष्ठत्वाच्या दाबाखालीं एतद्देशीय राजांच्या आंगच्या अशा प्रकारच्या

स्वतंत्र पराक्रमवृत्तींचा अगदीं चुराडा झाला होता, त्यामुळें तें सगळें जागच्याजागीं राहिलें." त्याप्रमाणेंच इ० स० १८५६ ह्या वर्षी पोलिटिकल एजंट मेझर मेकफर्सन ह्यांनीं सरकारांत ह्यांविषयीं असें लिहिलें आहे कीं, " महाराजांस, लष्करास कवाईत शिकविणें, त्यांच्या कपड्याचपड्यांची व्यवस्था पाहाणें, त्यांस आपले हुकुमांत ठेवणें, त्यांच्या वेगळ्या वेगळ्या तुकड्या बनविणें, त्यांस मेजवान्या देणें, त्यांशीं बरोबरीनें खेळणें, आणि ह्या संबंधाचीं पुस्तकें अवलोकनार्थ विकत घेणें, ह्याइतका दुसरा कोणताच व्यवसाय आवडत नाही, आणि ह्या कामांत कितीही पैसा खरचला, तरी त्यांस त्याचें कांहीं वाटत नाहीं." शिकंदर, नेपोलियन इत्यादिकांचीं चरित्रें पाहिलीं, तर अशाच गोष्टी त्यांच्या तरुणपणाच्या वर्णनांत आढळतात. त्यांत अंतर एवढेंच पडलें कीं, त्यांच्या आंगच्या वीर्यशौर्यास यथेच्छ क्रीडा करण्यास अवकाश मिळाला, आणि महाराज जयाजीरावांच्या ह्या अमोलिक गुणांस जागचे जागीं कुढून राहावें लागलें. हीं कालदेशवर्तमानाचीं फलें आहेत. त्यापुढें कोणाचा उपाय चालत नाहीं. तरी, ह्या गुणांची थोडीशी चुणूक इ० स० १८५७-५८ च्या शिपायांच्या बंडाच्या वेळीं दृश्यमान झाली. त्या बंडाच्या संबंधाची हकीकत पुढें एका भागांत वेगळी देणें आहे; ह्मणून तिजविषयीं येथें कांहीं लिहीत नाहीं.

महाराज माधवराव शिंदे, जी. सी. एस. ऐ.

तरी त्यांच्या न्यायीपणाविषयीं आणि सत्यशीलतेविषयीं इंग्लिशसरकारांत मोठें वजन होतें, हें येथें सांगितलें पाहिजे. त्याचें मोठें प्रमाण हें कीं, महाराज मल्हारराव गायकवाडां- वरच्या विषप्रयोगाच्या आरोपाची चौकशी करण्यास जें हाय कमिशन नेमिलें होतें, त्या हाय कमिशनांत हे महाराज होते. ह्यांनीं तेथें आपलें काम उत्तम प्रकारें केलें, आणि कोणत्याही मनोविकारास वश न होतां, अगदीं न्याय्य असें जें मत होतें, तेंच दिलें. त्याचीही हकीकत पुढें यावयाचींच आहे.

हे महाराज जयाजीराव इ० स० १८८६ च्या जून महिन्याच्या २० व्या तारखेस उदराच्या रोगानें मरण पावले. तेव्हां त्यांचें वय बावन वर्षांचें होतें. त्यांजवर इंग्लिश सर- काराची मर्जी फार होती. आपल्या राज्याचा कारभार ते फार दक्षतेनें पाहात असत. त्यामुळें त्यांच्या कारकीर्दींत त्यांच्या राज्यव्यवस्थेकडे इंग्लिसरकारास कधीं लक्ष दे- ण्याचें कारण पडलें नाहीं.

महाराज जयाजीराव ह्यांच्या मागें त्यांच्या गादीवर त्यांचे चिरंजीव महाराज माधवराव शिंदे हे बसले आहेत. ह्यांचें जन्म इ० स० १८७६ च्या आक्टोबर महिन्याच्या विसाव्या तारखेस झालें. ह्यांस शिकविण्यास आनंदीलाल पंडित, प्राणकिसन, गोपाळपंत, धर्मनारायण, डाक्टर क्रा-

फ्ट, जानस्टन इत्यादि चांगले शिक्षक ठेविले होते. त्यांच्या सहवासानें मराठी, फारशी, इंग्रजी इत्यादि भाषांचा व इतर विषयांचा ह्यांचा विद्याभ्यास चांगला झाला आहे. त्यांस यंत्रविद्येची विशेष अभिरुचि आहे. शिवाय घोड्यावर बसणें, बंदूक, तरवार, शिकार व इतर शिपाईबाण्याचे गुण ह्यांत ते चांगले प्रवीण आहेत. हे वयांत आले नव्हते, तोंपर्यंत ह्यांच्या राज्याचा कारभार रीजन्सी कौंसलाच्या हस्तें चालला होता. पण हे वयांत आल्यावर ह्यांस इ० स० १८९४ ह्या वर्षाच्या दिसेंबर महिन्याच्या १५ व्या तारखेस राज्याच्या कारभाराची पूर्ण मुखत्यारी मिळाली आहे. आणि ते आपले राज्याचें काम उत्तम प्रकारें चालवीत आहेत. त्यांत त्यांनीं पुष्कळ सुधारणा केल्या आहेत. मालसंबंधीं सगळें काम एकटा अधिकारी पाहात असे. ती वहिवाट मोडून बोर्ड ऑफ रेव्हिन्यु कायम केलें आहे. पोलिसाच्या इन्स्पेक्टरजनरलाची जागा मोडून तें काम तीन सरसुभ्यांस वांटून दिलें आहे. रावराजे दिनकरराव ह्यांनीं आपले कारकीर्दींत तीन सरसुभायती केल्या होत्या. त्यांतल्या दोन सरसुभायती महाराज जयाजीराव ह्यांनीं कायम ठेविल्या होत्या. त्या ह्या महाराजांनीं पूर्ववत् तीन कायम केल्या आहेत. ह्या महाराजांनीं दिवाणाची जागा ठेविली नाहीं. एक चीफ सेक्रेटरी ह्मणजे मुख्य

चिटणीस ही जागा ठेविली आहे. आणि त्या कामदाराच्या साह्यानें महाराज राज्याचें सगळें काम स्वतः करितात. पूर्वीचे कायदे सुधारून नवे कायदे केले आहेत. ते प्रजेस फार सुखावह झाले आहेत. तेणेंकरून त्यांजवर त्यांच्या प्रजेची मोठी भक्ति आहे, तसें इंग्लिश सरकारांतही ह्यांचें मोठें वजन आहे. आणखी ज्या मोठ्या गुणाविषयीं ह्या महाराजांच्या तीर्थरूपांची ख्याति इंग्लिश ग्रंथकारांनीं वर्णिली आहे, तो गुण ह्या महाराजांच्या ठायीं चांगला वसत आहे, असें, प्रसंगोपात्त दिसून येतें. गेल्या नोवेंबर महिन्यांत हिंदुस्थानांतल्या इंग्लिश सैन्याचे मुख्य सेनापति नामदार जनरल व्हाइटसाहेब हे ग्वाल्हेरीस गेले होते. तेव्हां महाराजांनीं त्यांस आपल्या सैन्याची कवाईत स्वतः घेऊन दाखविली. ती पाहून ते ह्मणाले कीं, "आपल्या सैन्याची कवाईत घेतांना महाराजांची चतुराई आणि सामर्थ्य हीं ज्यांनीं पाहिलीं आहेत, त्यांची अशी पक्की खातरी झाली आहे कीं, जर कधींकाळी पूर्वेकडे संकट उद्भवलें, तर, हे महाराज कायावाचामनेंकरून इंग्लंडाचे खरे खरे साह्यकारी होतील."

राज्यव्यवस्था ठीक आहे. राज्याचें क्षेत्रफळ एकंदर २९१०० चौरस मैल आहे. त्यांत लोकसंख्या सुमारें ३३७९००० आहे. त्यांमध्यें २७९६००० हिंदु आहेत, १८३९०० मुसलमान आहेत, आणि बाकीचे इतर जा-

तींचे आहेत. राजधानीचें शहर ग्वाल्हेर लष्कर आहे. त्याची लोकसंख्या १२८७०० आहे. राज्याचें उत्पन्न येणेंप्रमाणें आहे:—

९४८८६८५	काळीचें उत्पन्न.
१४५१८१	टांका.
१३६५८९८	जाहागीरदार.
२२११११	जमीनदारी चाकरी.
१४४४३३५	सायर.
१६११९०	स्टांप.
१४९९८३५	किरकोळ.

एकूण. १४३२६२३५.

एवढी जमा आहे. खर्चही ह्या मानानेंच आहे. खर्च वजा जाऊन दरसाल कांहीं शिल्लक राहते. शाळा, रस्ते, दवाखाने इत्यादि लोकोपयोगी कामे पुष्कळ झालीं आहेत. प्रजा संतुष्ट आहे.

भाग पांचवा.

शिंदेसरकारची दिवाणगिरी.

ओंव्या.

रायें नेमियलें व्यापारीं
सावधान अहोरात्री
आळस निद्रा दवडी दुरी
तोचि रायातें आवडे. १.

असत्य न बोलिंजे सर्वथा
धरिंजे निर्लोभ निर्मळता
इंद्रियनियमीं नित्य वसतां
तोचि वल्लभ रायातें. २.

मुक्तेश्वर.

दिवसानुदिवस मनुष्याच्या अनुभवास असें येत चाललें आहे कीं, संपत्ति मिळविणें हें सोपें असतें, पण तिचा सद्व्यय करणें हें कठिण असतें. त्याप्रमाणेंच, कोणतेंही एकादें महापद मिळविणें हें सोपें असतें; पण, त्या पदास शोभे असें कर्तव्य करून दाखविणें, हें कठिण असतें. त्यांत अधिकाराच्या अथवा पदाच्या संबंधानें एक गोष्ट विशेष असते. ती ही

कीं, तो अधिकार किंवा तें पद संपादण्यास वडिलांची पुण्याई थोडीबहुत उपयोगीं पडत असते. तशी ती पुण्याई त्याच्या संबंधाच्या कर्तव्यकर्मांत उपयोगीं पडत नाहीं. त्यास मनुष्याचे स्वतःचेच गुण लागतात. ह्मणून, श्रेष्ठ पद संपादून जो कोणी तें उत्तम प्रकारें चालवितो, तोच खरा थोर होय, आणि तोच खरा स्तुतिपात्र होय. दिनकरराव राजवाडे हे गृहस्थ ह्या प्रकारचे होते.

दिनकरराव शिंदेसरकारचे दिवाण झाले, हें पूर्वीच्या भागीं सांगितलें आहे. त्या वेळीं महाराज जयाजीराव शिंदे हे बरेच वयांत आलेले होते. तरी त्यांस राज्यकारभारांत घातलें नव्हतें. तेव्हां, राज्याचा सगळा कारभार चालविण्याचा भार दिवाणांवर होता. ह्मणजे, दिनकरराव ह्यांस आतां शिंदेसरकाराचें सगळें राज्य चालवायाचें होतें, असें ह्मटलें तरी चालेल. तें कांहीं लहान नव्हतें. त्याच्या मुलुखाची आकृति सरळ नव्हती. वांकडीतिकडी होती. त्याची लांबी अजमासें २५२ मैल होती, रुंदी १७० मैल होती, आणि क्षेत्रफळ सुमारें ३३००० चौरस मैल होतें. ह्यांत नानाप्रकारचे दांडगे आणि रानटी लोक होते. इतक्यांस संतुष्ट ठेवावयाचें, देशांत शांतता राखावयाची, लोकांची सुधारणा करावयाची, महाराज लहान असले तरी ते यजमान, आणि थोडी मुक्त्यारी पावलेले,

त्यांची मर्जी धरावयाची, आणखी इकडे इंग्लिश सरकार सार्वभौम, ह्यांच्या सूचनांप्रमाणें राज्यांत आणि लोकांत सुधारणा करावयाच्या, आणखी शिवाय, आपलें जें मुख्य व्रत सत्य, त्यास धरून चालावयाचें, कांहीं झालें तरी त्यास सोडावयाचें नाहीं, एवढें मोठें—फारच मोठें—काम ह्या वेळीं दिनकरराव ह्यांस करावयाचें होतें. हें सगळें मनांत आणिलें ह्मणजे साधारण माणसाची छाती दडपून जावयाची. परंतु, दिनकरराव ह्यांस त्याचें कांहीं एक वाटलें नाहीं. ह्यावरून त्यांच्या बुद्धिसामर्थ्याचें अनुमान करितां येतें.

दिवाणगिरीचें काम करूं लागल्यावर पाहूं लागले तों त्यांस असें दिसून आलें कीं, राज्याचें उत्पन्न राज्याच्या खर्चास न पुरल्यामुळें राज्यास कर्ज होत आहे, आणि तें वाढत आहे. हें कितीएक वर्षांपासून चाललें होतें. महाराज जनकोजीराव ह्यांच्या कारकीर्दींत ह्मणजे इ० स० १८३३ पासून इ० स० १८४३ पर्यंत दरसाल राज्यास साहा लाखांची तूट येत होती. आणि रीजेन्सीच्या अमदानींत इ० स० १८४४ पासून इ० स० १८५१ पावेतों दरसाल तीन लाखांची तूट येत होती. अशा प्रसंगीं हें विघ्न निवारायास मार्ग काय ते दोन असतात; एक मार्ग उत्पन्न वाढविणें, आणि दुसरा मार्ग ह्मटला ह्मणजे खर्च कमी करणें. ह्यांतला उत्पन्न वाढविण्याचा मार्ग जो आहे, तो खडतर

आहे. तो प्रजाजनांस कधींच आवडत नाहीं. आणि प्रजाजनांस संतुष्ट ठेवावयाचें, हा तर सगळ्या राज्यकर्तृत्वाचा मुख्य हेतु शास्त्रकारांनीं सांगितला आहे. हें पूर्णपणें मनांत आणून, खर्च कमी करण्याच्या उपायांचें अवलंबन दिनकररावांनीं केलें. आणि त्यास आरंभ अशा रीतीनें केला कीं, त्यास कोणी नांव ठेवूं नये, आणि त्याविषयीं तक्रार करण्यास कोणास जागा राहूं नये. तो आरंभ असा कीं, आधी प्रथम दिवाणाच्या ह्मणजे आपल्या स्वतःच्या जागेचा पगार जो पाच हजार होता, तो एकदम दोन हजार करून टाकिला. तेव्हां, बाकीच्या कामदारांस बोलायास तोंड राहिलें नाही. ह्या युक्तीनें त्यांनीं बराच खर्च कमी केला. आणखी जे कांही उगाच खर्च होत होते, ते कमी केले. पण, त्याविषयीं कधीं कोणीं तिळमात्र तक्रार केली नाहीं. हें काम अशा प्रकारें चालू केल्यावर दिनकररावांनीं सगळ्या राज्यांत तीन खातीं मुख्यत्वेंकरून चांगल्या प्रकारें चालू केलीं; मुलकी ह्मणजे महसुलाचें खातें, दिवाणी आणि फौजदारी ह्मणजे न्यायखातें, आणि पोलीस ह्मणजे बंदोबस्ताचें खातें. पैकीं मुलकी खात्यांत, प्रांतोप्रांतीं, सरसुभे, सुभे, कमाविसदार, ठाणेदार, आणखी कारकून नेमिले. आणि त्यांच्या कामांच्या वांटण्या बरोबर करून दिल्या. त्याप्रमाणेंच दिवाणी आणि फौजदारी कामें चालविण्याकरितां अमलदार नेमिले. आणखी, जागोजाग

पोलीस ठेवून, लोकांच्या जीवांचें आणि जिनगीचें रक्षण उत्तम प्रकारें व्हावें, आणि सगळे कारभार बरोबर निर्विघ्नपणें चालावे, असें केलें. ह्या कामांस त्यांस अनेक अडचणी सोसाव्या लागल्या. मक्त्याच्या मामलती मोडल्या, आणि शेतकऱ्यांस मगदुराप्रमाणें पांच पांच, दहा दहा, आणि पंचवीस पंचवीस वर्षांचे पट्टे दिले. त्यांच्या योगानें ज्या कितीएक मंडळीचें मोठें पोटिस्त बुडालें, ती सगळी मंडळी ह्यांस विरुद्ध झाली. त्यांनीं ह्यांच्या ह्या नव्या पद्धतीचा मोठा बाऊ करून लोकांस दाखविला, आणि हिच्या योगानें सर्वांचा नाश होईल, असा बोभाट केला. एवढेंच करून ते राहिले नाहींत. तर, कितीएकांनी भराभर आपल्या कामांचे राजीनामे दिले, आणि बाकीचे लोक दिनकररावांचें ऐकेनातसे झाले. परंतु, त्यांस पोलिटिकल एजंटांचें चांगलें पाठबळ होतें. त्याच्या योगानें त्यांस तिळभरही भीति वाटली नाहीं. त्यांनीं, वायव्यप्रांतांतल्या इंग्लिश अधिकाऱ्यांपाशीं चांगले विश्वासू आणि हुशार कामदार लोक मागून आणिले; आणि त्यांच्या हातून काम चालविलें. जी मंडळी दिनकररावांवर उलटली होती, तींत कितीएक ब्राह्मण होते. ते आपल्याच वेडेपणामुळें आपल्या हितास मुकले, ह्याचें दिनकररावांस मनस्वी वाईट वाटलें. परंतु, त्यांत त्यांचा निरुपाय झाला. वायव्यप्रांतांतून जी मंडळी आणली, तींत कांहीं

मुसलमानही होते. त्यांस त्यांच्या योग्यतानुरूप न्यायाधीशांच्या कामांवर नेमिलें.

दिनकररावांनीं ह्या सगळ्या सुधारणांची चांगली सुरुवात केल्यावर इ० स० १८५४ ह्या वर्षी जयाजीराव महाराजांस राज्याच्या कारभाराची पूर्ण मुखत्यारी मिळाली. तेव्हां राज्यव्यवस्थेच्या कामाची अर्थात्‌च वांटणी झाली. रा० फडके ह्यांनी लिहिलें आहे कीं, "जसा दिनकरराव ह्यांनी राज्याचा बंदोबस्त केला, तसाच महाराज जयाजीरावांनीं फौजेचा आणखी अठरा कारखान्यांचा बंदोबस्त केला. पूर्वीपासून शिंद्यांचे फौजेस एक किंवा दोन महिन्यांनीही पगार देण्याची चाल नव्हती. असें होण्याचें कारण शिंद्यांचे खजीन्यात पैका नव्हता असें नाहीं. पण, वेतनाची बाकी ओढीत गेलें ह्मणजे कितीएकाचा फायदा होत असे. तो असा कीं, फौजेस कोठें काम लागलें ह्मणजे तीस बाहेर पाठवितेवेळीं आपणास खर्चास नाहीं ह्मणून अडून बसत असे. तिला वेतन देण्याविषयीं सरकारचा हुकूम झालेला नसला ह्मणजे ज्याच्या हाताखालीं ती फौज असे, त्याने मध्यस्थ होऊन, एकादा सावकार उभा करावा. आणि त्या शिपायांस कांहीं खर्चास देववावें. नंतर सरकारांतून त्या शिपायांचा पगार आला ह्मणजे तो दिलेला मदतखर्च व्याजसुद्धां कापून घेऊन बाकी जें उरेल तें

त्यानें त्या शिपायांस द्यावें. हें व्याज मिळण्यासाठीं शिपाई लोकांचा पगार वांटला जाऊं नये ह्मणून दरबारांतही यत्न होत. जयाजीराव शिंद्यांनीं ती चाल अगदीं मोडून टाकिली, आणि फौजेस दरमहां किंवा दुमाही वेतन वाटलें जाण्याचा चांगला बंदोबस्त करून, त्यांस चांगल्या प्रकारें कवाईत शिकविण्याचा आरंभ केला. पूर्वीं कांहीं कवाईत शिकविल्याशिवाय स्वार आणि पायदळ होतें. तें कमी करून शिकलेले लोक ज्यास्त ठेवण्याचें योजिलें. परंतु असें करीत असतां व्यंकोबा भोंसला नामें कोणी शिलेदारी स्वारांचा पुढारी असे. तो आपल्या स्वारांपैकी कमी न करण्याविषयीं अट धरून आपल्या लोकांसह अडून बसला. त्याच्या ह्मणण्याप्रमाणें करावें तर ह्या फौजेची सुधारणा होत नाही. शिवाय अशी हुकूम न मानणारी फौज असून आणि नसून सारखीच, असें दिसून आलें. शेवटीं त्या अडून बसलेल्या फौजेवर त्यांनीं तोफांचा मार चालविला. तेव्हां त्यांतील मुख्यापैकी दोन तीन असामी पडल्यानंतर त्यांचा तो एकोपा मोडला. आणि महाराज जयाजीरावांनीं आपल्या मताप्रमाणें फौजेस कवाईत शिकविण्याचा हुकूम चालविला. बाडीगार्ड नामें एक पलटण, घोड्यांचा तोफखाना, आणि ६०० स्वारांची एक पलटण ह्यांची नवीन भरती करून, तोफखाना आणि स्वार ह्यांमध्यें सर्व निवडक मराठी लोक ठेविले. त्यांस

पगाराशिवाय त्यांचा सर्व खर्च सरकारांतून मिळे असें केलें." ह्या एवढ्या गोष्टींवरून असें स्पष्ट दिसून येतें कीं, त्या वेळेस आमच्या शिंदेसरकाराचें स्वातंत्र्य सध्याच्या पेक्षां पुष्कळ अधिक होतें. आणखी, त्यांचे ठायीं तेजस्विता अधिक होती. असो.

ह्याप्रमाणें काम चालू केलें, आणि त्यावर आपण सक्त नजर ठेविली, तेव्हां दिनकररावांच्या मनासारखें सगळें झालें. चोराचिरट्यांचा बंदोबस्त झाला. पीकपाणी चांगलें येऊं लागलें. नेमलेला सारा वेळच्यावेळीं शेतकऱ्यांकडून येऊं लागला. त्यांस कोणत्याही प्रकारचा त्रास नाहींसा झाला. आणि खजिन्यांत शिलक राहूं लागली. शिवाय सगळे लोक दिनकररावांस दुवा देऊं लागले. अशी व्यवस्था लागल्यावर, ह्या राज्याच्या जमाखर्चाची व्यवस्था कशी होती, हें जरा स्पष्ट रीतीनें कळण्यास येथें एका वर्षाचा ठोकळ हिशेब देतों, ह्मणजे झालें. इ० स० १८५५–५६ ह्या सालचा ह्या राज्याचा हिशेब येणेंप्रमाणें होता:—

जमा.

ग्वाल्हेर प्रांताचें उत्पन्न.	३३८००००
इसागड प्रांताचें उत्पन्न.	९०५०००
बऱ्हाणपुर प्रांताचें उत्पन्न.	६५०००
पवागड महालाचें उत्पन्न.	१८००००

जामगांव.	३९०००
माळवा.	२८०००००
तळें राजगड, नदीगांव व सीतामह्रू.	१९००००
जकात आणि सायर.	६८९०००
	८२०००००

खर्च.

सैन्य.	१८०००००
सरदार शिलेदार.	८७९०००
सरकारी मुख्य अधिकारी.	२२९०००
महाराजांचे आप्त.	६९००००
राजवाड्यांत—ह्यांत हत्तीघोडे, मुदपाकखाना नौकरही येतात.	१२०००००
पेनशनें.	१०००००
किरकोळ.	१०००००
लष्कराच्या खर्चाच्या भरीस इंग्लिश सरकारास.	१९००००
मुलकी कामदार, न्यायाधीश, पोलीस इ०	१६७९०००
सडका, रस्ते, विहिरी, तळीं.	१९००००

शाळा, दवाखाने.	५००००
हक्कदार, धर्मादाय इ०	७७५०००
	७७५००००

असो. ह्या रकमा स्थूल मानाच्या आहेत. आणखी ह्या ठिकाणीं आधीं हें सांगितलें पाहिजे कीं, जनकोजीराव महाराजांच्या कारकीर्दीत, ह्मणजे इ० स० १८३३ पासून इ० स० १८४३ पर्यंत ग्वालेरच्या राज्यास दरसाल साहा लाखांची तूट येत होती, आणि पुढें रीजेन्सीच्या कारकीर्दीत ह्मणजे इ० स० १८४४ पासून इ० स० १८५१ पर्यंत दरसाल तीन लाखांची तूट येत होती, ती सगळी तूट भरून येऊन दिनकरराव ह्यांनीं दिवाणगिरीचें काम हातीं घेतल्यापासून, तीन वर्षांच्या आंत उत्पन्न चांगलें वाढून राष्ट्राच्या सुखास आवश्यक ज्या संस्था असतात, त्यांतल्या पुष्कळ संस्था ग्वाल्हेरच्या राज्यांत चालू झाल्या.

दिनकररावांनी, राज्याचा हिशेब बरोबर राखण्याकरितां, आकौंटंट जनरलाची एक नवी जागा उत्पन्न केली. आणि त्या कामदारानें कोणत्या कोणत्या नमुन्यांवर काय काय कामें करावीं, हें ठरविलें. तेणेंकरून, राज्यांतल्या कोणत्या खात्याचें उत्पन्न किती, खर्च किती, कोणकोणत्या कामांकडे किती किती खर्च होतो, इत्यादि सगळ्या गोष्टींचा सूड बरोबर राहूं लागला. त्याच्या योगानें, राज्याच्या

खर्चास चांगला आंवर पडला, आणि, उत्पन्नाच्या आणि खर्चाच्या मानानें राज्याची स्थिति काय आहे, हें पाहिजे तेव्हां स्पष्ट दिसूं लागलें. प्रपंचांत काय आणि राज्यांत काय, अशी दृष्टि ठेविल्यानें फार हित होतें–उत्पन्नाहून खर्च अधिक होत नाहीं. ह्मणून आह्मी असें ह्मणतों कीं दिनकररावांनीं शिंदेशाहींत हें एक मोठें काम करून ठेविलें आहे.

ह्या ठिकाणीं हेंही सांगणें आवश्यक आहे कीं, ही कामें यथास्थितपणें चालविण्याकरितां, त्यांनीं एक वेगळें कायद्यांचें लहानसें पुस्तक तयार केलें; तें छापविलें; आणि त्याच्या प्रती अमलदार लोकांस वांटल्या. त्याच्या योगानें कोणाचा अधिकार कोणावर किती आहे, हें सगळ्यांस कळूं लागलें, आणि जो तो आपापलें कर्तव्य करण्याविषयीं सावध राहिला. ह्या कायदेपुस्तकाचे सहा भाग केले आहेत. पहिल्याभागांत सामान्य नियम आहेत. दुसऱ्यांत महसुलाचे नियम आहेत. तिसऱ्यांत फौजदारी कामाचे नियम आहेत. चवथ्यांत दिवाणी कामाचे नियम आहेत. पांचव्यांत किरकोळ नियम आहेत. साहाव्यांत दप्तर कसें ठेवावें ह्याविषयीं नियम आहेत. हे नियम किंवा हे कायदे आमच्या इंग्रज सरकारच्या ह्याच प्रकारच्या कायद्यांशी लावून पाहिले ह्मणजे, एक मोठी गोष्ट स्पष्ट दिसून येते. ती ही कीं,

आमच्या इंग्लिश सरकारच्या कायद्यांपेक्षां ह्या कायद्यांत, स्वत्व आणि दया हीं अधिक आहेत. शेतकऱ्यांकडून सारा न आला, तर त्यांला फार ममताळूपणानें वागविण्या-विषयीं त्यांत फार सांगितलें आहे. होतां होईल तों त्यांच्या पट्ट्यास धका लागूं द्यावयाचा नाहीं, असा त्याचा रोंख आहे. आणि फौजदारी प्रकरणांत मृत्यूची शिक्षा कोण-त्याही अपराधास सांगितली नाहीं. मृत्यूची शिक्षा देणें हें रानटीपणाचें लक्षण आहे, असें आतां चांगलीं सुधारलेलीं राष्ट्रें बोलूं लागलीं आहेत. ह्याचें एक कारण असें आहे कीं, ही शिक्षा जर कधीं चुकून भलत्यालाच झाली, तर ती परतवितां येत नाहीं. फांशीं दिलेला माणूस जीवंत करतां येत नाहीं. हें तत्त्व दिनकरराव ह्यांच्या लक्षांत आज तीस बत्तीस वर्षांपूर्वींच येऊन चुकलें होतें. ह्या संबंधानें अगदीं थोडक्यांत, शिंद्यांच्या घराण्याच्या इतिहासांत असें ह्मटलें आहे की, " ह्या गृहस्थांचे मनास लोकांनीं आपणांस खरो-खर चांगलें ह्मणावें ही आवड होती. ह्मणून त्यांनीं निर्लो-भतेनें, निर्मत्सराने व निःपक्षपातानें प्रजासुखवर्धनार्थ बहुत कामें केलीं. त्या सर्वांचें वर्णन करण्यास येथें जागा नाहीं. सबब इतकेंच ह्मणणें पुरे आहे की, ग्वालेरच्या राज्यांत जें शिरस्त्यानें काम होऊं लागलें, तें सर्व ह्या सुज्ञ गृहस्थांकडून झालें." मेजर मेकफर्सन, पोलिटिकल एजंट, ह्यांनीं एके

ठिकाणीं ह्या स्थितीचें वर्णन केलें आहे. त्यांत असें ह्मटलें आहे कीं, दिवाणी काम चालविण्याचे कायदे पेगू आणि पंजाब ह्या प्रांतांतल्या कायद्यांप्रमाणें चालतात. प्रांतांत मुलकी कामदार आहेत, तसे दिवाणी कामास न्यायाधीश आहेत. ते जमिनीच्या संबंधांच्या खटल्यांचा निकाल करितात. त्यांजवर, सरसुभे अथवा सुभे ह्यांच्या द्वारें सदर-अदालतीकडे किंवा महाराजांकडे अपील होतें. न्यायाधीशांचें पहिलें काम हें ठरविलें आहे कीं, त्यांनीं फिर्यादी कमी होतील तितक्या तजविजी कराव्या, आणि फिर्यादी होतील त्यांतल्या होतील तितक्यांच्या आपसांत समजुती करवाव्या. जमिनी सहसा विकीत नाहींत. फिर्यादींवर शेंकडा ३ रुपये ९ आणे सरकारची दस्तुरी ठेविली आहे. ती नादारांस माफ आहे. आणखी, आपसांत समजूत झाली तर ह्या दस्तुरीचा पाऊण हिसा पक्षकारास परत मिळतो. तहशीलदार तेच माजिस्त्रेट आहेत. त्यांच्या निकालांवर अपील सदर अदालतीस होतें. ह्या अदालतीचा अधिकार मोठा आहे. एक हजार रुपयेपर्यंत दंड करण्याचा किंवा सात वर्षें कैदेंत घालण्याची शिक्षा देण्याचा अधिकार त्यांस आहे. ह्याहून अधिक शिक्षा दिल्यास तिची मंजुरी दिवाण अथवा महाराज ह्यांच्या हातीं असते. पोलिसाचा बंदोबस्त चांगला आहे. मुंबईपासून आग्र्यापर्यंत गेलेल्या रस्त्यावर मैलामैला-

वर पोलीस चौक्या आहेत. भेट बेगार बंद केली आहे. त्याप्रमाणेंच पैसे दिल्याशिवाय कोणाचा माल कोणीं घेऊं नये, असें केलें आहे. देशाची स्थिति बरोबर कळण्याकरितां एकसष्ट परगण्यांपैकीं बावन परगण्यांची हकीकत आणविली आहे. ती माहिती कोणत्या प्रकारची आहे, हें लक्षांत येण्याकरितां, त्यांतला एक नमुना येथें दाखवितों:—

प्रांताचें नांव.	परगण्याचें नांव.
खेड्यांची संख्या.	घरांची संख्या.
पुरुष.	बायका.
मुलें १६ वर्षांच्या आंत.	मुली १० वर्षांच्या आंत.
तरवारी.	हत्यारें.
बंदुका.	ढाला.
भाले.	धनुष्यें.
नांगर.	गुरें.
घोडे.	घोड्या.
गाई.	रेडे.
म्हशी.	बकरीं.
मेंढरें.	उंट.
गाढवें.	मशीदींची संख्या.
देवळांची संख्या.	तळ्यांची संख्या.
विहिरींची संख्या.	

शिवाय, कामदार लोकांचे पगार चांगले ठेवले आहेत. ते दोन दोन महिन्यांचे एकदम अगदीं नियमानें देत असतात. त्या पगारांचें मान असें:—

सदर अदालतीचे न्यायाधीश	१५०० रु.
सदर अदालतीचे मुनसिफ	२००
सरसुभे	१००० पासून १५०० पर्यंत.
नायब सरसुभे	४००
सुभे	४०० पासून ६०० पर्यंत.
नायब सुभे	२२० पासून २३० पर्यंत.
सदर मुनसिफ	१५०
मुनसिफ	७५
तहशीलदार	७० पासून २०० पर्यंत.
नायब तहशीलदार	३० पासून ५० पर्यंत.
पेशकार	५५
सजावळ	२०
परगण्याचे खजीनदार	२५
जिल्ह्याचे खजीनदार	१००
कोतवाल	४० पासून १०० पर्यंत.
ठाणेदार	२५ पासून ३५ पर्यंत.
पोलीस जमादार	८ पासून १२ पर्यंत.

लोकांच्या सुधारणेकडेही पुष्कळ लक्ष दिनकररावांचें असे. इ० स० १८९५–१८९६ चा ग्वालेर संस्थानावर मेझर मेकफर्सन, पोलिटिकल एजंट ह्यांचा रिपोर्ट आहे. त्यांत असें ह्मटलें आहे कीं, “ दाहा वर्षांमागें, रीजेन्सीच्या कारकीर्दींत लष्करांत मात्र एक कायती शाळा होती. गेल्या दोन वर्षांत महाराजांनीं मोठमोठ्या सगळ्या शहरांत शाळा घातल्या आहेत. त्या साठ आहेत. त्यांत १३९ शिक्षक आहेत. शाळांवर देखरेख ठेवणारे तिघे आहेत. विद्यार्थी ३००० आहेत. ह्यांजकडे एकंदर खर्च २४००० रुपये होत असतो.” हें सगळें महाराजांनीं केलें होतें खरें. पण, ह्यास मुख्य चालना दिनकररावांची होती.

ह्या सुव्यवस्थेचें वर्णन मेझर मेकफर्सन ह्यांच्या चरित्रांत पुष्कळ केलें आहे. त्यांत एके ठिकाणीं असें ह्मटलें आहे कीं, “ आमच्या वायव्यप्रांतांतल्याप्रमाणें पोलीस सगळ्या देशभर पसरलें आहे. आग्रा आणि मुंबई ह्यांच्या मधल्या सडकेवर तीन तीन कोसांवर स्वारांच्या चौक्या ठेविल्या आहेत. सडकेवरच्या भयंकर गुन्ह्यांची संख्या पुष्कळ कमी झाली आहे. भेट बेगार अगदीं बंद झाली आहे. कांहीं एक किंमत न देतां दाणाचारा गांवकऱ्यांपासून घेणें हें अगदीं

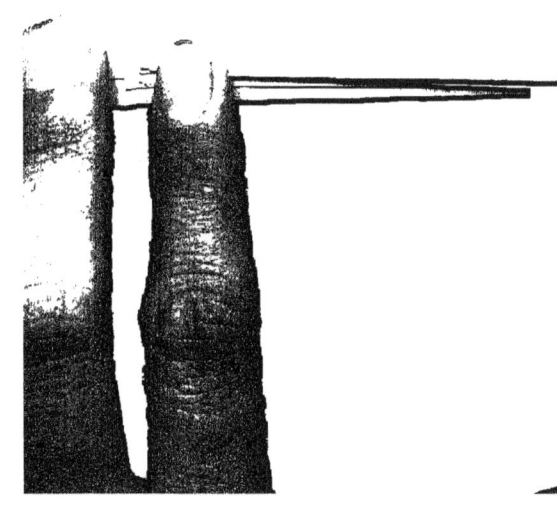

बंद झालें आहे. लोकोपयोगाकरितां जागोजाग विहिरी आणि बाजाराच्या जागा बांधल्या आहेत." ह्याहूनही एक फार चांगली मोठी साक्ष देण्यासारखी आहे. मेझर मेकफर्सन ह्यांस, निजाम हैदराबादचे रेसिडेंट मि. बुशवी ह्यांनी. इ० स० १८५९ च्या आगष्ट महिन्याच्या २३ व्या तारखेस एक पत्र लिहिलें आहे. त्यांत असें आहे:—"निजामसरकारचें राज्य चांगल्या रीतीनें चालविण्याच्या कामांत त्यांच्या दिवाणांस साह्य करावें, अशी इच्छा मला फार आहे. हे दिवाण बुद्धिवान, उद्योगी, आणि धूर्त आहेत. परंतु, अल्पवयस्क असल्यामुळें ह्यांस अनुभव अगदीं कमी आहे. त्यांना जो काय अनुभव आहे, तो खेड्यापाड्यांच्या संबंधाचा आहे. तुमच्या येथले मोठे हुशार दिवाण दिनकरराव ह्यांनीं आणि त्यांच्या महाराजांनीं मिळून आपल्या राज्याच्या व्यवस्थेकरितां कायदे केले आहेत; ते फार चांगले आहेत. ते थोडक्यांत. स्पष्ट आणि अगदीं व्यावहारिक आहेत. त्यांची एक प्रत तुह्मी मला पाठवाल, आणि त्या कायद्यांची बजावणी कशी काय चालली आहे, हें कळवाल, तर मोठी मेहेरबानी होईल. दिनकररावांचे कायदे मीं पाहिले आहेत; ते मला उत्तम वाटले. तशा प्रकारचे कायदे करणें हें हिंदुस्थानांतल्या कायदेकौसलासही भूषणप्रद होण्यासारखें आहे." ह्यावरून, दिनकररावांच्या कायद्यांची योग्यता लक्षांत येण्यासारखी आहे.

ह्या एवढ्या मोठ्या राज्याच्या कामांत दिनकररा गुंतले होते, आणि त्यांच्या हातीं अधिकार फार मोठ आला होता, तरी, सभ्य गृहस्थ ह्या नात्याचीं आपल कर्तव्यें करण्यास ते तिळभरही विसरले नाहींत. हे दिवा झाल्यावर, लवकरच देवराव मामासाहेब हे मरणोन्मुख झाले, आणि त्यांनीं दिनकरराव ह्यांस बोलावून नेऊ आपले चिरंजीव कृष्णराव बापूसाहेब ह्यांस त्यांस निरविले तेव्हां त्यांविषयीं कांहीं काळजी करूं नये, असें त्यां त्यास सांगितलें. आणि त्याप्रमाणें त्यांनीं शिंदेसरकारां त्यांची दाद लावून, आणि त्यांचे हक्क दाखवून. त्यां त्यांच्या जहागिरीची सनद करून दिली. त्याप्रमाणेंच फाळकेसाहेबांनीं इनाम दिलेला झांशी जिल्ह्यांतला बि गवा हा गांव, भाऊसाहेब पोतनीस ह्यांजकडे चा नासा झाला होता. आणि, महाराज कर्ते होतपर्यं त्याचा निकाल लागावयाचा नाहीं, असा निकाल पोलि टिकल एजंटांनीं केला होता. तें प्रकरण पुढें आणून, आ पोतनिसांचे हक्क सरकारास दाखवून, तो त्यांचा गांव त्यां परत देवविला, आणि त्याबद्दलची वंशपरंपरेची सनद त्यां देवविली. सारांश, आपल्या अधिकाराच्या भरांत असतां दिनकरराव हे आपलें कृतज्ञतेचें पवित्र कर्तव्यकर्म करण्या विसरले नाहींत. ही गोष्ट लहान नव्हे. मनुष्य अधिकारास

असला ह्मणजे त्याला दुसऱ्याच्या संबंधाच्या अशा लहान गोष्टी दिसत नसतात. तसा मोह ह्या गृहस्थांस पडला नव्हता, हें त्यांच्या स्वभावास मोठें भूषण होय.

महाराज जयाजीराव हे जातीनें मोठे धूर्त, बुद्धिवान आणि सरळ होते. त्यांस माणसाची पारख फार चांगली होती. दिवाण दिनकरराव हे राज्याचें काम मनापासून आणि चांगल्या रीतीनें करीत आहेत, हें ते जाणून होते. परंतु, मनुष्य कसाही असला तरी, त्याच्या मनावर साहचर्याचा परिणाम थोडा बहुत तरी झाल्यावांचून राहात नसतो. महाराजांच्या भोंवतीं नेहमीं मंडळी असे, ती सगळी चांगलीच असे असें नाहीं. त्यांत कोणी चांगले असत, कोणी तसे असत. आणखी, दिनकररावांचें वागणें अगदीं निस्पृहतेचें असल्यामुळें, तें कितीएकांच्या उपमर्दास आणि नुकसानीस कारण झालें होतें. ते लोक त्यांच्याविषयीं महाराजांचें मन दूषित करण्याची संधि सहसा फुकट जाऊं देत नसत. आणखी, वामन पंडितांनीं ह्मटले आहे:—

श्लोक.

लज्जेनें जड दांभिक व्रतिपणें कापट्य शौच्यें गणी
शौर्यें निर्दय आर्जवें लडबड्या की दीन सद्भाषणीं
मानेच्छा तरि मूर्ख कीं वडबड्या वक्ता निकामा भला
ऐसा तो गुण कोणता खलजनीं नाहींच जो निंदिला.

अशा प्रकारें गुणांचे अवगुण करून दाखविण्याची टकळी महाराजांच्या कानावर नेहमीं चालत असल्यामुळें, त्यांच्याही मनांत कधी कधीं थोडाबहुत विपर्यास येई; ह्यांत कांहीं आश्चर्य नाहीं. सेवक कसाही चांगला असला, आणि जर त्याच्याविषयीं यजमानाच्या मनांत किंतु आला असला, तर, त्याचे गुण असतात ते त्याला दुर्गुणसे भासूं लागतात. त्याविषयींही पंडितांनीं ह्मटलें आहे:—

श्लोक.

मौनें मूक दिसे वदे तरि महावाग्या स्वपार्श्वीं फिरे
तेव्हां धीट तसा विवेकचि नसे जैं चालतां अंतरें
क्षांतीनें तरि भ्याड शांति न धरी तैं गांवढा यापरी
सेवाधर्म असा अगाध कथिला हा जाण योगीश्वरीं.

तेव्हां महाराजांच्या मनांत विपर्यास होऊन, कांहीं कुजबूज झाली होती, ती वाढतां वाढतां पोलिटिकल एजंटांच्या कानापर्यंतही गेली होती. आणखी, ह्या प्रकरणांतली सगळी हकीकत त्यांस ठाऊक असून, दिनकररावांच्या निस्पृहतेविषयीं आणि कर्तबगारीविषयीं त्यांची बालंबाल खातरी झाली होती. ह्याकरितां, ह्या प्रकरणाचा निकाल करणें हें त्यांस मोटें कोडें वाटलें. महाराजांच्या ह्मणण्याच्या विरुद्ध कांहीं सांगावें तर त्यांस वाईट वाटणार, आणि ते राज्याचे मालक असून त्यांच्या आज्ञेंत दिनकरराव

ह्यांस राहावयाचें. बरें, इकडे दिनकररावांकडे पाहावें, तों, त्यांनीं, आपलीं सगळीं कामे, आरंभीं ठरल्याप्रमाणें, आणि पोलिटिकल एजंटांच्या सूचनांप्रमाणें, अगदी बरोबर चालविलीं होतीं. त्यांस नांव ठेवण्यास जागा नव्हती. हें एक मोठें संकट होतें. परंतु, नीतिमत्वाचा प्रभाव असा कांहीं चमत्कारिक आहे कीं, भोंवतालच्या वेड्यावांकड्या मंडळीच्या वेड्यावांकड्या कुचाळ्या एकीकडे ठेवून महाराजांस दिनकररावांच्या कामाचा चांगुलपणा कबूल करावा लागला. त्यांच्या कामास आड येणें हें राज्याच्या कल्याणास आड येण्यासारखें आहे, असें त्यांनीं आपण होऊन ह्मटलें. आणि मग, त्यांच्या कामाच्या आड ते कधीं आले नाहींत, कीं त्यास ते कधीं विरुद्ध बोलले नाहीत. ह्या प्रकरणाचा पत्रव्यवहारही पुष्कळ झालेला आहे. परंतु, त्यांत कांहीं विशेष अर्थ नाही, आणि त्याचा शेवट गोड झाला आहे, ह्मणून त्यांत खोल जाण्यांत लाभ नाही. बाकी, त्यावरून एवढें खचीत वाटतें कीं, अशा प्रकारच्या दरबारांतली दिवाणगिरी करणें, ह्यास चांगलाच शहाणा माणूस—नानाफडणविसच—पाहिजे. इतराच्यानें तें काम रेंटायाचें नाहीं.

दिनकरराव ह्यांस मुख्य पाठबळ इंग्रज सरकारचें होतें, त्याच्या योगानें त्यांस पुष्कळ कामे स्वतंत्रपणें आणि आपल्या

मनासारखीं करतां आलीं; हें खरें. परंतु, त्याबरोबर इंग्लिश सरकारचे दुसरे हेतुही त्यांस पूर्ण करण्याचे प्रयत्न करावे लागले. त्या हेतूंमध्यें, रजपुत आणि इतर लोकांतली कन्याहत्येची दुष्ट चाल लवकर बंद करावी, हा एक मोठा हेतु होता. त्याविषयीं त्यांच्यामागें इंग्लिश कामदारांचा मोठा तगादा असे. त्याविषयींची खटपट दिनकररावांस फार पुरवे. इ० स० १८५९ ह्या वर्षीं त्यांनीं त्या लोकांस चंबळा नदीच्या कांठीं एके ठिकाणीं जमवून, त्यांची सभा केली. आणि त्या दुष्ट चालीचा भयंकरपणा त्यांच्या समजुतीस आणून देऊन, ती बंद करण्याविषयीं त्यांस फार आग्रह केला. त्या वेळीं त्यांनीं त्यांचें ह्मणणें कबूल केलें. त्या प्रसंगीं त्यांतल्या एका पुढाऱ्यानें असें ह्मटलें कीं, "आह्मांला पूर्वीं चिध्या पांघरायाला लागत, ते आह्मी आतां येथें कापसाचे आणि रेशमाचे चांगले पोषाक करून बसलों आहों. आणखी आतां प्रत्येकाच्या पागेंत दोन दोन तीन तीन घोडे आहेत, त्याच्या जवळ पहिल्याने एक गाढव देखील नव्हतें. आतां ही कन्याहत्येची चाल बंद करण्यास कांहीं प्रत्यवाय नाही." ह्मणजे, ह्याचा अर्थ असा कीं, ही कन्याहत्येची चाल जी पडली होती, तीस कारण गरीबी होती. आणखी, त्या बैठकीस त्या सगळया लोकांनीं कबूल केलें की, आम-

च्यांतला जो कोणी माणूस कन्याहत्या करील, त्यास आह्मी जातिबहिष्कृत करूं.

ह्या प्रकारेंकरून शिद्याच्या राज्याची नीट व्यवस्था लावण्याच्या कामीं महाराज जयाजीराव आणि दिनकरराव हे गुंतले असतां, हिंदुस्थानचे गव्हरनर जनरल लॉर्ड डालहौसी हे आपले कामाचा राजीनामा देऊन निघून गेले, आणि त्यांच्या जागेवर लॉर्ड क्यानिंग हे आले. लॉर्ड डालहौसी ह्यांची कारकीर्द दोन परस्पर विरुद्ध गोष्टींवरून प्रसिद्ध आहे. त्यांतली पहिली गोष्ट ही कीं,

लॉर्ड डालहौसी.

त्यांच्या वेळेस हिंदुस्थानांत आगगाड्या तारायंत्रें हीं चालू होऊन, अर्ध्या आण्याच्या टिकिटांचा परिपाठ चालू झाला. ह्या गोष्टीबद्दल लोकांनी त्यांचे आभार मानिले पाहिजेत. परंतु, दुसरी जी गोष्ट ह्यांच्या वेळीं झाली, ती अशी आहे कीं, ह्यांचें नांव घेतल्याबरोबर हिंदुस्थानांतल्या सगळ्या समंजस लोकांस वाईट वाटतें. ती गोष्ट ही कीं,

आमचीं एतद्देशीय राज्यें नानाप्रकारचीं बरींवाईट कारणें लावून त्यांनी खालसात केलीं. ह्यांनीं आमच्या स्वराज्यांचा जितका नाश केला, तितका दुसरा कोणीं केला नाहीं. सातारा, अयोध्या, नागपुर, झांशी इत्यादि कितीएक राज्यें त्यांनीं खालसात केलीं. त्या वेळेस त्यांस त्याचें कांहीं वाटलें नाहीं. जाहीरनामा लावावा आणि राज्य खालसात करावें, असा सपाटा चालविला, तरी कोणीं वर डोकें केलें नाहीं. तेव्हां त्यांच्या मनांत असें आलें असावें कीं, आपण जें काय करीत आहों, ह्यांत जरी कितीही अन्याय असला, तरी, लोक मेषपात्र असल्यामुळें, त्यापासून कांहीएक व्हावयाचें नाहीं. परंतु, दुनियेमध्यें अन्यायाचें फल आल्यावाचून राहात नाही.—ते केव्हांना केव्हां तरी भोगावें लागतें—हा सामान्य नियम त्या बापड्यांच्या लक्षांत आला नाहीं. हें राजप्रकरण आहे. ह्याच्या पापाचा संबंध व्यक्तीकडे राहात नाही; कार्यधुरंधरपरंपरेकडे राहातो. लॉर्ड डालहौसींनीं पाप करून ठेविलें तें लॉर्ड क्यानिंग ह्यांस निस्तरावें लागले. हे लॉर्ड क्यानिंग मोठ्या संभावित कुळांतले होते. ह्यांस शिक्षण चांगलें मिळालें होतें; आणि ह्यांनी इंग्लंडमध्यें सरकारचीं बरीच मोठमोठी कामे करून शाबासकी मिळविली होती. ह्यांची नेमणूक, हे पंचेचाळीस वर्षांचे असतां, गव्हरनर जनरलाच्या जागेवर झाली.

ही गोष्ट त्यांस प्रथम लॉर्ड ग्रानव्हिल ह्यांनीं सांगितली. तेव्हांचें वर्तमान त्यांनीं असें लिहिलें आहे कीं, "तें ऐकून

लॉर्ड क्यानिंग ह्यांस आनंद झाला, आणि ते लागलेच ह्या प्रकरणीं मोठ्या आ- स्थेनें बोलूं लागले. आणि तेव्हां महारा- णी सरकारचे मुख्य प्रधान लॉर्ड पामर- स्टन होते, त्यांनीं मला

लॉर्ड क्यानिंग.

असें सांगितलें कीं, हिंदुस्थानांतल्या राज्याच्या कार- भाराचीं सगळीं गुह्यें लॉर्ड क्यानिंग ह्यांस कळवावीं. त्याप्र- माणें तीं गुह्यें त्यांस कळविलीं." त्यानंतर, लॉर्ड क्यानिंग ह्यांस ईस्टइंडिया कंपनीनें एक मोठी मेजवानी ता० १३ आ- गष्ट सन १८५९ रोजीं दिली. त्या वेळीं, तिकडच्या संभावित

पद्धतीप्रमाणें त्यांनीं भाषण केलें. त्यांत त्यांनीं पुष्कळ गोष्टी सांगितल्या. त्यांत ते असें ह्मणाले कीं, "मी हिंदुस्थानांत गेल्यावर तेथें काय काय घडणार आहे, हें मला ठाऊक नाहीं. तरी, मी एवढेंच ह्मणतों कीं, लढाईचा प्रसंग येऊं नये ह्मणजे झालें. माझी कारकीर्द शांतपणानें जावी अशी फार इच्छा आहे. परंतु मला ठाऊक आहे कीं, आमच्या सगळ्या इंग्लिश राज्यामध्यें, शांतता राहाणें हें कालदेश-वर्तमानावर अवलंबून जितकें हिंदुस्थानांत आहे, तितकें दुसऱ्या कोणत्याही भागांत नाहीं. आपणां सर्वांस ठाऊक आहे कीं, हिंदुस्थानांत आकाश अगदीं स्वच्छ, निरभ्र असतें, त्यांत कोठेंही ढग दिसत नसतो, परंतु, एकदम तळहाता-एवढा ढग वाढायास लागतो तेव्हां एकाएकीं इतका भराभर वाढत जातो कीं, त्याच्या योगानें आतां सर्व नाश होतो कीं काय, असें भय वाटतें. ज्या गोष्टी पूर्वीं एकदा घडल्या आ-हेत, त्या कदाचित् पुनः घडतील. अस्वस्थपणाचीं कारणें आतां पुष्कळ कमी झालीं आहेत, ही गोष्ट खरी आहे. परंतु, तीं समूळ नाहींतशीं झालीं नाहीत. आपल्या राज्यांत तेथें अद्याप अनेक जातींचे लोक असंतुष्ट आहेत. आपल्या राज्याच्या शेजारींही अद्याप अशी कांहीं मंडळी आहे कीं, तिजवर नेहमीं सत्ता व नजर ठेविलीच पाहिजे. आणखी सरहद्दीवर अशी कांहीं प्रकरणें आहेत कीं, त्यांशीं कोणत्या

कारणावरून आपलें केव्हां जुंपेल ह्याचा नेम सांगवत नाहीं. आणखी आमच्या सरकारच्या आश्रयाखालच्या संस्थानांशीं जे संबंध आहेत, ते इतके बिकट आणि भानगडीचे आहेत कीं, मनुष्य केवढाही शाहाणा आणि सोशीक असला, तरी, एवढ्या मोठ्या राज्यांत, मी हटकून शांतता ठेवीनच, असें त्याच्यानें कधींही ह्मणवणार नाहीं. परंतु, थोरपणा, प्रामाणिकपणा, आणि सदाचरण ह्यांस धरून जर आह्मी चाललों, तर शांतता आमच्या पक्षाकडे आलीच पाहिजे. आणखी इतकेंही करून जर तसें न होईल, आणि हातीं शस्त्र धरावें लागेल, तर त्या वेळीं आमची मनोदेवता रुखरुखीपासून अगदीं मुक्त राहील; आमचें मन आह्मांस खाणार नाही. आणखी अशा निर्मल अंतःकरणानें शस्त्र धरिलें ह्मणजे त्याच्या निर्णयांत संशय राहावयाचा नाहीं. एकदा काय तो स्पष्ट निकाल होऊन जाईल." ह्या भाषणावरून लॉर्ड क्यानिंग ह्यांचें मन हिंदुस्थानाविषयीं कसें होतें, तें चांगलें दिसून येतें. आणखी ह्या भाषणाचा दुसरा एक चमत्कार असा वाटतो कीं, ह्यामध्यें, त्यांच्या पुढच्या कारकीर्दीची छाया बरीच दृश्यमान होती. असे जे लॉर्ड क्यानिंग ते, इ० स० १८५६ च्या फेब्रुआरी महिन्याच्या पहिल्या तारखेस कलकत्त्यास येऊन, रीतीप्रमाणें शपथ घेऊन, आपलें काम पाहूं लागले.

आणखी ह्या ठिकाणीं एक गोष्ट विशेष लक्षांत ठेविली पाहिजे. ती ही कीं, आमच्या ह्या सगळ्या एतद्देशीय

संस्थानांचा संबंध प्रत्यक्षतः किंवा परंपरया, गव्हरनरजनरलांशी फार असतो. त्यांतही शिंदे, होळकर, निजाम, इत्यादि जीं मोठीं राज्यें आहेत, त्यांच्या संबंधाच्या बहुतेक प्रकरणांचा निकाल गव्हरनरजनरलांकडे असतो. आणखी त्यांत असें आहे की, हिंदुस्थान सरकार आणि आमचे राजेरजवाडे ह्यांच्यामधले संबंध कांहीं नियमित ठरलेले नाहीत. ह्मणून, त्या कारभारांत गव्हरनरजनरलांचा अधिकार पहिल्यापासूनच अगदीं अप्रतिबंध आहे. ह्या संबंधाचीं गव्हरनरजनरलांचीं कामें पाहण्याचा आणि आवश्यक वाटल्यास तीं फिरविण्याचा अधिकार सेक्रटरी ऑफ स्टेट फार इंडिया ह्यांस किंवा पार्लमेंटास आहे; नाहींसा नाहीं. परंतु, तो नांवाचा मात्र आहे. राजकारणसंबंधानें गव्हरनरजनरलांनीं ठराव केला, आणि तो सेक्रटरी आफ स्टेट ह्यांनीं किंवा पार्लमेंटाने फिरविला, असें अद्याप एकही उदाहरण झालें नाहीं. तेव्हां, आमच्या राजेरजवाड्यांस इंग्रजसरकार किंवा सार्वभौम काय ते गव्हरनरजनरल असतात. त्यांच्या तंत्रानें त्यांस वागावें लागतें, हें सगळ्यांस ठाऊक झालें आहे. ह्मणून, नवे गव्हरनरजनरल आले ह्मणजे त्यांची भेट घेण्याची आमच्या राजेरजवाड्यांची वहिवाट आहे. तीस अनुसरून, दिनकरराव ह्यांच्या सूचनेवरून महाराज जयाजीराव ह्यांनीं, लॉर्ड क्यानिंग ह्यांपाशीं, भेटायास येण्याची परवानगी मागि-

तली, ती त्यांनीं त्यांस दिली. आणि त्याप्रमाणें, महाराज जयाजीराव, दिवाण दिनकरराव, आणि कांहीं निवडक सरदारमंडळी, हे सगळे, आपल्या लवाजम्यानिशीं, इ० स० १८५७ ह्या वर्षाच्या आरंभीं कलकत्त्यास गेले. त्या वेळी देखील शिंदेसरकारास कितीएक प्रकरणांचा निकाल करून घ्यावयाचा होता; तीं सगळीं प्रकरणें कळलीं नाहींत. परंतु, जीं बाहेर पडलीं होतीं, तीं हीं होतीं.—

१. राजा निपुत्रिक असून मरण पावला असतां, त्याला दत्तक घेण्याची परवानगी द्यावयाची नाही, आणि त्याचें राज्य खालसा करावयाचें, अशी जी रीति लॉर्ड डालहौसी साहेबांनीं चालू केली होती, ती आपणांस बाधूं नये, प्रसंग पडल्यास दत्तक घेऊन त्याजकडून राज्य चालवितां यावें, असा ठराव करून घ्यावयाचा होता.

२. इ० स० १८४४ ह्या वर्षीं तह झाल्यावर कंटिजंट ह्मणून जी फौज इंग्रजांकडे ठेविली, तिच्या खर्चाकरितां वेगळा मुलूख तोडून दिलेला असतां, त्या खर्चास त्याचें उत्पन्न पुरत नाहीं, ह्मणून, त्याबद्दलची सालोसालची जमलेली बाकी नऊ लक्ष रुपये शिंदेसरकाराकडे काढिली होती, तिची व्यवस्था लावायाची; ह्मणजे, ती बाकी पूज्य करवायाची, आणि दिलेला मुलूख परत घेऊन खर्चाची रक्कम रोख द्यावी, असें करून घ्यावयाचें होतें.

३. शिंद्यांच्या मुलखाचा कांहीं भाग इंग्रजी खास अमलाच्या मुलुखांत, थोडा येथें थोडा तेथें असा पसरलेला आहे; त्याचा वसूल करण्यास आणि बंदोबस्त ठेवण्यास फार त्रास पडतो. ह्याकरितां त्या मुलखाचा मोबदला करावा. ह्मणजे तो मुलूख इंग्लिशांस द्यावा, आणि त्याच्या ऐवजीं तेवढ्या उत्पन्नाचा मुलूख आपल्या राज्यास लागून ध्यावा, असा विचार होता.

ह्यांपैकीं कोणकोणत्या विषयांच्या संबंधानें काय काय बोलणें झालें, हें फारसें बाहेर पडलें नाहीं. परंतु, त्या सुमारास पूर्वीच्या व्यवस्थेंत विशेष फेरफार झाला नाहीं, ह्यावरून असें वाटतें कीं, ह्या गोष्टी जरी महाराज जयाजीराव ह्यांनीं लॉर्ड क्यानिग ह्यांपाशीं काढिल्या असल्या, तरी, ते नुकते आलेले आणि इकडच्या प्रकरणांविषयीं कांहींच माहिती नाहीं असे असल्यामुळें त्यांस कांहीं उत्तर देतां आलें नसावें. तें कांहीं असो. पण, ह्या प्रकरणीं विशेष निर्णय झाला नाही, हें खरें आहे. तरी, ह्या भेटीच्या योगानें एक मोठी गोष्ट झाली. ती ही कीं, महाराजांची आणि लार्ड क्यानिंगांची चांगली ओळख झाली, लॉर्ड क्यानिंग हे फार चांगले गृहस्थ आहेत, असा महाराजांचा ग्रह झाला, आणि त्यांस संतुष्टि होईल अशा रीतीनें वागणें हें आपल्या कल्याणास आवश्यक आहे, असें त्यांच्या मनांत

ठसलें. ह्या गोष्टीचें वर्णन करतांना पोलिटिकल एजंट मेकफर्सन साहेब ह्यांनीं एके ठिकाणीं असें लिहिलें आहे कीं, "हिंदूंच्या रीतिरिवाजाप्रमाणें शिंद्यांच्या कुलाचें आणि राज्याचें रक्षण होऊन तें निरंतर चालावें, अशी इच्छा लार्ड क्यानिग ह्यांची होती. तिला अनुसरून त्यांनीं महाराजांशीं खातरीचें भाषण केलें. तेणेंकरून महाराजांस परम संतोप झाला. दत्तक घेऊं द्यावयाचा नाहीं, आणि शिंद्यांचा वंश खुडून टाकावयाचा, असा इंग्रज सरकाराचा हेतु आहे. असें जर महाराजांस आणि त्यांच्या सरदारांस त्या वेळीं वाटलें असतें, तर, आणीबाणीच्या वेळीं इंग्रजसरकारास साह्य करण्याविषयीं त्यांचीं मनें वळविणें हें परम अशक्य झालें असतें." शिवाय लॉर्ड क्यानिंग ह्यांनीं महाराजांचा फार मोठा आदरसत्कार केला, तेणेंकरून महाराजांस मोठा संतोप झाला.

आणखी, महाराज आणि बरोबरची सरदारमंडळी ह्यांस आगगाड्या, तारायंत्र, वाफेचें यंत्र, आगबोटी, इत्यादि वस्तु पाहून मोठें नवल वाटलें. सूत काढण्याचें यंत्र पाहून महाराज ह्मणाले कीं, "गरीब मजुरांचे श्रम वांचविण्याची ही केवढी तरी उत्तम युक्ति आहे!" आणि आपल्या टांकशाळेंत वाफेचें यंत्र चालू करण्याचा त्यांनीं निश्चय केला. त्याप्रमाणेंच सरदार मंडळींतले एक गृहस्थ ह्मणाले कीं, "मनुष्याचा गर्व

नाहींसा होण्यास कलकत्ता हें ठिकाण योग्य आहे." निर्जीव वस्तु स्वत. बोलत नसतात. परंतु, त्या मनुष्यास सद्विचार सुचवून बोलायास लावतात. चमत्कार आहे.

ही महाराजांची स्वारी मे महिन्यांत परत राजधानीस आली. त्या वेळेच्या थोड्या आधींच, एका मोठ्या भयंकर प्रकरणाचा प्रादुर्भाव हिंदुस्थानांत झाला होता, आणि त्या प्रकरणाशीं, दिनकररावांचा निकट–फारच निकट–संबंध होता. आणि तें प्रकरण थोडक्यांत सांगतां येण्यासारखें नाही. कदाचित् त्याचें चांगलें कथन करण्यास एक भाग देखील पुरावयाचा नाही. तथापि, विस्तारभयास्तव, एका भागांत त्याचें वर्णन करण्याचें आह्मीं योजिलें आहे. तो भाग ह्मणजे आतां ह्याच्या पुढचाच होय.

भाग साहावा.

शिपायांचें बंड.

आर्या.

हरिहरजनाश्रय बरा
होतें तदितर जनाश्रयें भंड
लागुनि असमर्थांच्या
कांसेला वस्त्र पावतें दंड.

मोरोपंत.

नदीचा प्रवाह शांतपणें चालत असावा, त्यांतल्या जलचरांनीं स्वस्थपणें क्रीडा करीत फिरावें, आणि तें सगळें पाहून प्रेक्षकांस संतोष होत असावा, असें चाललें असतां, अकस्मात् मध्येंच एक खळगा पडून भोंवरा उत्पन्न व्हावा, त्यानें पाणी खवळून जावें, आणि त्याच्या योगानें जलचरांस अतिशयित पीडा व्हावी, हें दृष्टीस पडणें फार खेदास्पद वाटतें. ह्मणून तें कधीं घडूं नये, अशी माणसाची इच्छा असते. परंतु, तें त्याच्या हातचें नसतें; पराधीन असतें. तोच प्रकार मनुष्याच्या व्यवहा-

पणें पाहावे लागतात, एवढेंच केवळ नव्हे, तर त्यांत आतेशयित हानिही सोसावी लागते. तसा एक प्रकार ह्या भागांत, सांगावयाचा आहे. तो राजकीय संबंधाचा आहे.

इंग्लिशांचें राज्य हिंदुस्थानांत स्थापित झाल्यास आतां सुमारें दीडशें वर्षें होत आलीं आहेत. आणि दीडशें वर्षें ह्मणजे सुमारें तीन पिढ्यांचा काल होय. इतक्या मुदतींत ह्या देशांत राजकीय अनेक लहानमोठ्या गोष्टी घडल्या. त्यांत इ० स० १८५७ च्या शिपायांच्या बंडाएवढी मोठी गोष्ट दुसरी एक देखील नाहीं. असें केवळ आह्मांस हिंदुस्थानवासी लोकांसच वाटतें असें नाहीं; तर आमचे राज्यकर्ते इंग्लिश लोक, ह्यांसही असेंच वाटतें. आणि तें अगदीं यथार्थ आहे. कां कीं, त्या बंडाच्या योगानें हिंदुस्थानांतल्या राज्यव्यवस्थेचें सगळें पारडें फिरण्याची वेळ होती. शंभर वर्षेंपर्यंत खपून आणि शेंकडों माणसांचे प्राण खरचीं घालून जी राज्याची इमारत मोठमोठ्या पराक्रमी इंग्लिश लोकांनीं बांधिली आहे, ती इतकी डळमळूं लागली होती कीं, ती आतां जमीनदोस्त होते कीं काय, असें तेव्हांच्या इंग्लिश कामदारांस, पावलोपावलीं वाटत होतें. पण, देवाच्या दयेनें, तसें कांहीं एक झालें नाहीं. ह्यास जीं कारणें त्या वेळीं झालीं, त्यांतल्या एका मुख्य कारणाचा संबंध–प्रत्यक्षतः

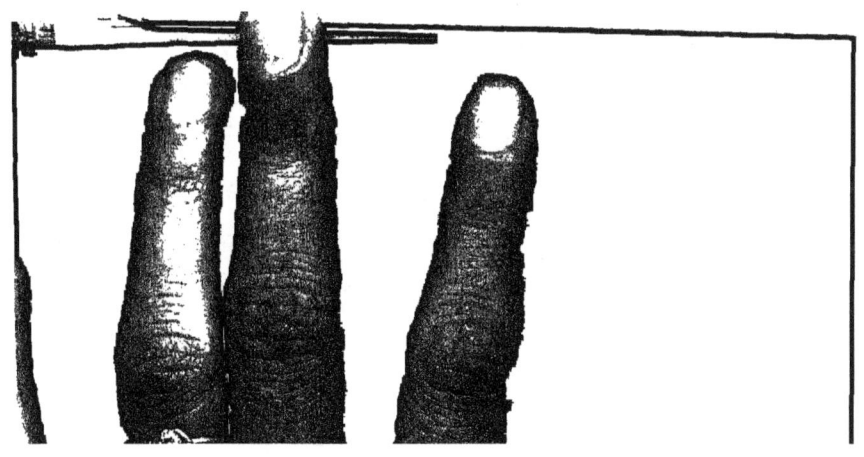

ह्मणा कीं परंपरया ह्मणा—दिनकरराव ह्यांच्या कर्तृत्वाशीं होता. ह्मणून, ह्या बंडाच्या सगळ्या इतिहासाच्या भरीस येथें न पडतां, त्या संबंधापुरता त्याचा इतिहास येथें थोडक्यांत सांगावयाचा आहे.

असा अगदी थोडक्यांत जरी येथें हा इतिहास सांगावयाचा आहे, तरी बंडाच्या कारणांविषयीं आणि आरंभाविषयीं थोडा तरी विचार केल्यावांचून राहावत नाही. ह्या विषयावर इंग्रजींत पुष्कळ ग्रंथ झाले आहेत. त्यांत ह्या बंडाची कारणें अनेकांनीं अनेक सांगितलीं आहेत. त्यांतलीं कांहीं खरी आहेत. परंतु, आह्मांस असें वाटतें कीं, बंडाचीं कारणें-खरीं अंतस्थ कारणें—आह्मां एतद्देशीयांस जितकीं कळलीं आहेत, तितकीं एकाही इंग्लिश ग्रंथकारास अद्याप कळलीं नाहींत. ही गर्वोक्ति आह्मीं केली आहे, हिजबद्दल आह्मांला वाचकांनी क्षमा करावी. कांहीं इंग्लिश ग्रंथकार काडतुसांचें कारण ह्यास लावितात. आणि कितीएक असें ह्मणतात कीं, आपणांतली जात मोडून टाकण्याचा प्रयत्न इंग्लिश सरकार करीत आहे, अशा संशयाचें वेड शिपायांच्या डोक्यांत भरून त्यांनीं बंड केलें. परंतु, वास्तविक पाहिलें असतां ह्या दोहोंतही कांहीं अर्थ नाहीं. बाकी एवढें मात्र खरें आहे कीं, त्यांस इंग्लिशांवर उठावयाचें होतें, त्यास बाह्यात्कारीं दाखवायास हें एक मोठें सबल कारण

सांपडलें. शिवाय, त्यास धर्माचें आंग असल्यामुळें त्याचा प्रसार फार लवकर झाला. साताऱ्यास कोडतांतला कोणी एक मानसिंग ह्या नांवाचा शिपाई ह्याच प्रकारच्या अपराधावरून फांशी दिला. त्याच्या बापड्याच्या मनांत देखील काडतुसें कधीं आलेलीं कळलीं नाहींत. तथापि, कितीएक इंग्लिश लोकांच्या लक्षांत कांहीं कांहीं मुख्य कारणें आलीं होतीं. आणि त्या वेळचे ग्वाल्हेरचे पोलिटिकल एजंट मेझर मेकफर्सन साहेब हे त्यांतले एक होते. त्यांनीं एका ठिकाणीं बंडाचीं मुख्य कारणें सात सांगितलीं आहेत, तीं हीं:—

१. हिंदुस्थानांतलीं स्वराज्यें नष्ट होऊन, त्यांच्या जागीं इंग्लिशांचा अंमल बसला. आणि जुनीं राजकुलें दरिद्रावस्थेस पावलीं.

२. लोकांतले पुढारी आणि मुख्य ह्यांचें माहात्म्य मुळींच नाहींसें झालें.

३. इनामें किंवा गांवच्या जमिनीच्या संबंधाचीं जीं कामें अनादिकालापासून वंशपरंपरेनें चालत आलीं होतीं, तीं इंग्लिश सरकारानें तहाह्यात केलीं.

४. जमिनीचा सारा वसूल करण्याकरितां किंवा कर्जाची फेड करण्याकरितां वंशपरंपरेच्या वतनी जमिनी मालकांकडून काढून दुसऱ्यांस देऊं लागले.

५. सरकारचें कोणीं केवढेंही काम केलें तरी त्याला

कोणी शाबास ह्मणेना, कीं कोणी सुतळीचा तोडा बक्षीस देईना.

६. हिंदुस्थानांतल्या मोठ्या लोकांशीं, जातींच्या पुढाऱ्यांशीं, किंवा साधारण लोकांशीं इंग्लिश कामदार मिळून मिसळून कधी राहीनात.

७. इंग्लिश दिवाणी न्यायपद्धति लोकांस आवडेना.

हीं कारणें पुष्कळ अंशीं खरीं आहेत. परंतु, ह्यांची व्यापकता किती होती, हें आमच्या राज्यकर्त्यांच्या लक्षांत आलें नव्हतें. ज्या माणसांस कधीं राजवाड्याबाहेर, चार घोड्यांच्या गाडीवांचून, पडण्याचा प्रसंग न यावा, त्या माणसांस राहायास जागा चागली मिळूं नये, आणि अन्नानें दिवस काढण्याची मारामार पडावी, हें दुःख लहान आहे काय? ह्या दुःखाच्या आगींत कितीएक माणसांचीं अंतःकरणें जळत होतीं. आणि त्यास असें वाटत होतें कीं, इंग्लिश लोक ह्या देशांत आले ह्मणून आपणास ही विपत्ति भोगावी लागली आहे. अशा स्थितीमध्यें त्यांस इंग्लिशाकडे पाहून संताप उत्पन्न व्हावा, हें अगदी साहजिक होतें. बाजीराव पेशवे ब्रह्मावर्तास इ० स० १८५१ ह्या वर्षी मरण पावले. त्यांस आठ लाख रुपये पेनशन मिळत होतें. त्यावर त्याच्या सगळ्या परिवाराचा इतमाम चांगल्या प्रकारें चालला होता. तो इतमाम, ते मृत्यु पावल्याबरोबर त्यांचें पेनशन बंद

केल्यामुळें, सगळा नाहीसा झाला. जीं माणसें लक्षाधीश होतीं, तीं भिक्षेकरी झालीं. त्यांना वाईट वाटावें, आणि संताप यावा, हें अगदीं स्वाभाविक होतें. अशी अवस्था दिल्ली, झांशी, नागपुर, सातारा, इत्यादि किती किती ठिकाणच्या राजकुळांस प्राप्त झाली ह्मणून वर्णावी! आणखी, त्यांत एक विचार पाहायास पाहिजे होता. तो हा की, अशा प्रकरणांत सार्वभौमांनीं पदच्युतांस जें काय दिलेलें असतें, तें एकट्यास— एकाच्या नौकरीबद्दल एकास पेनशन—असें कांहीं नसतें. ह्याचा संबंध वंशाकडे आणि परिवाराकडे असतो. बाजीराव-साहेबांस आठ लक्ष रुपये देण्याचे ठरविले होते, ते एकट्यांकरितां होते असें नाही. ते पेशवाई राज्याचे मालक जाणून स्वतः त्यांच्याकरितां आणि त्यांच्या परिवाराकरितां होते. आणखी ज्या लेखावरून हें पेनशन ठरलें, त्या लेखांत मालकम साहेबांनीं देखील हें पेनशन तुह्मांकरितां आणि तुमच्या कुटुंबाकरितां आहे, असें ह्मटलें आहे, असें, चांगल्या आधारानिशीं, हेनरीडुबेर्ली ह्या मडमीनें आपल्या ग्रंथांत, उतरून घेतल्यासारखें करून लिहिलें आहे. तेव्हां, बाजीराव साहेब गेल्याबरोबर फार तर त्यांच्या अंशापुरतें पेनशन बंद व्हावें, आणि कुटुंबाच्या अंशाचें बाकी राहून चालावें, हें योग्य होतें. शिवाय, त्या मानानें पाहिलें ह्मणजे बाजीरावांचे चिरंजीव हेही—परंपरया पेशवाई राज्याचे मा-

लकच व्हावयाचे होते, त्यांचा हक्क त्या पेनशनाच्या कांहीं अंशावर नसावा काय,आणि त्यांचा इतमाम त्या मानानें कांहीं नसावाच काय ? हें केवळ आमच्याच मनांत येतें असें नव्हे; तर, धोंडोपंत नानांचा ह्याविषयींचा अर्ज ब्रह्मावर्ताच्या कमिशनरांनीं सरकारांत पाठविला,त्यावर त्यांनींही असेंच लिहिलें होतें. त्याचा उपयोग दुसरा तर कांहीं झाला नाहीं, परंतु, हा अर्ज पुढें रवाना केल्यावद्दल सरकारानें त्यांस जबरदस्त ठपका मात्र दिला! तात्पर्य सांगावयाचें एवढेंच की, अशा प्रकारची जी देणगी आमच्या राजकुलोत्पन्नांस मिळाली होती, ती बंद करण्यांत पुरता विचार राहिला नाहीं, हें बंड चेतण्यास मुख्य कारण झालें, ह्यांत कांहींएक संशय नाहीं. अशी अवस्था एतद्देशीय राजांची झाली, त्यांच्या बरोबर ती त्यांच्या आप्तांस, मानकऱ्यांस, सेवकांस आणि इतर संबंधी माणसांसही प्राप्त झाली. आणखी त्यांचा संबंध ज्या इतर लोकांशीं होता, त्या सर्वांस ती जाणवली. ह्मणजे, ह्या विपत्तीची व्याप्ति देशांत बहुत झाली. आणखी ह्यास पूर्वोक्त कारणांची पुष्कळ भर पडली. आणि त्या सर्वांचा परिणाम हा झाला. ह्या कारणांच्या वादांत आह्मांस जास्त पडावयाचें प्रयोजन नाही. परंतु, जी गोष्ट सर्वसामान्य होती, ती येथें दिग्दर्शनार्थ सांगितली. आतां ह्या संबंधानें शिद्यांच्या दरबारांत आणि राज्यांत काय झालें, तें पाहिले पाहिजे. कां

ह्या प्रसंगीं ग्वाल्हेरदरबाराची स्थिति फार नाजूक होती. शिंदेसरकार अगदीं तरुण होते. त्यांस स्वभावतःच अधिकाराची मोठी आवड होती. सगळे काय ते आपण, असें त्यांस साहजिकच वाटत होतें. शिवाय त्यांस भर देण्यास भोंवतालची मंडळी तयार होती. दिनकररावांवर महाराजांचा विश्वास चांगला बसला होता. तरी त्यांच्या मनाची स्थिति विलक्षण झाली होती. कां कीं इकडे बंडाचा प्रभाव वाढत चालला आहे असा दिसावा; तिकडे इंग्लिश सरकार चिंताक्रांत दिसावें; बंडाचा निभाव लागावयाचा नाही, असें भय वाटावें तरी सगळा देश फिरला तर इंग्लिश लोक तरी काय करतील, असें मनांत यावें; इंग्लिश सरकाराच्या पक्षास धरून राहावें, तर आपल्या सगळ्या देशाशीं वांकडें व्हावें; बंडवाल्यांस जाऊन मिळावें तर, सगळें पारडें फिरल्यास आपण आपल्या राज्यास आणि कदाचित् जीवासही मुकावें; अशी अवस्था कदाचित् प्राप्त व्हावयाची. अशी स्थिति महाराजांच्या मनाची झाली होती. ती साहाजिकच होती. तीवर छा बसवून, ते आपल्या तंत्राने वागत असें करणें हें ए फार मोठें नाजूक काम ह्या वेळेस दिनकरराव ह्यां करावयाचें होतें. पण त्यांत त्यांस एक गोष्ट सुदैवेंकरू आधींच अनुकूल झाली होती. ती ही कीं, महाराज कलकत्त्या

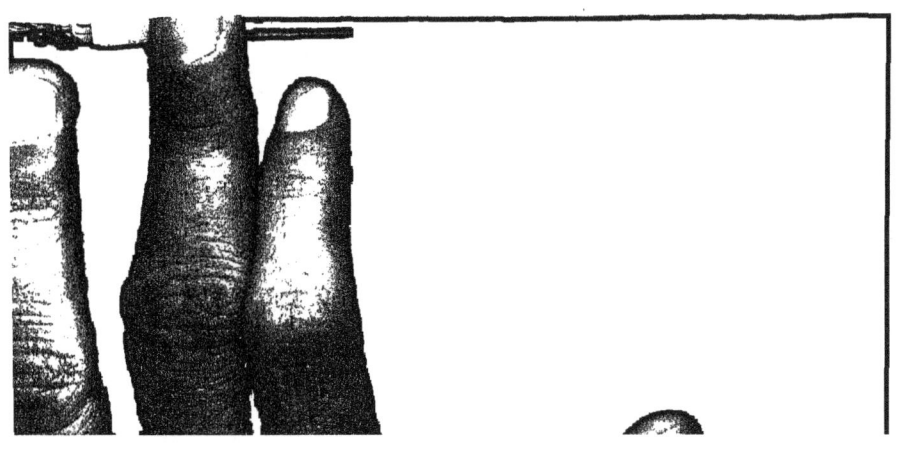

गेले होते, तेव्हां लॉर्ड क्यानिंग ह्यांनीं त्यांचा फार संतोष राखिला, आणि कारण पडल्यास दत्तकाची परवानगी आपणांस देऊं, असें अभिवचन दिलें. त्याच्या योगानें महाराजांच्या अंतःकरणांत लॉर्ड क्यानिंगांविषयीं आणि एकंदर इंग्लिश सरकाराविषयीं चांगली भक्ति उत्पन्न झाली होती. आणखी, आपणांस राज्यकारभारांत जें काय मुख्य काम करावयाचें आहे, तें हें कीं, आपल्या प्रजेचा संतोष राखणें आणि आपलें राज्य इंग्लिश सरकारच्या इच्छेप्रमाणें चालवून त्यांची शाबासकी मिळविणें हें आहे, आणि ह्यांत आपलें सर्व कल्याण आहे, असा महाराजांचा ग्रह पूर्णपणें झाला होता. शिवाय, तेथें इंग्लिश राज्यवैभव. सैन्याची आणि व्यवस्थेची टापटीप हीं पाहून त्यांचे मनांत असें येऊन चुकलें होतें कीं, इंग्लिश सरकारापुढें ह्या देशांत दुसऱ्या कोणाचें सहसा कांहीं चालावयाचें नाहीं. आणखी त्यांच्या मनांत वारंवार असें येई कीं, अठराव्या शतकामध्यें हिंदुस्थानांतल्या एतद्देशीय राजांचें सामर्थ्य चांगलें मोठें असतां आणि इंग्लिश सरकाराचें सामर्थ्य बेताचें असतां, त्यांच्या झटापटींत जर शेवटीं इंग्लिश सरकाराचाच जय झाला आहे, तर, आतांच्या, अगदीं उलट स्थितीमध्यें, एतद्देशीय राजांस जय प्राप्त होण्याची आशा फार कमी आहे—किंबहुना नाहीं ह्मटलें तरी चालेल. अशी चित्तवृत्ति ह्या आ-

णीबाणीच्या वेळीं झाली होती. ती, चांगली मसलत त्यांच्या मनांत भरविण्यास दिनकररावांस फार उपयोगीं पडली.

शिंदेसरकार आपल्या दरबारच्या मंडळीसह लॉर्ड क्यानिंग ह्यांस भेटायास कलकत्त्यास गेले होते, आणि तिकडून परत आले, तेव्हांच त्यांस उत्तरेकडच्या प्रांतांतल्या इंग्लिश सरकारच्या काळ्या सैन्यांत कांहीं गडबड असल्याचें कळून आलें. पुढें मे महिन्याच्या पांचव्या तारखेस मेरट येथें बंड झालें, आणि बंडवाल्यांनीं युरोपियन अमलदारांस ठार मारिलें. पुढें ही बिथराबिथर पसरून, दिल्ली बंडवाल्यांच्या हातीं लागली. हीं वर्तमानें ग्वाल्हेरीस पोलिटिकल एजंट मेझर मेकफर्सन ह्यांस आणि शिंदेसरकारास कळलीं. तेव्हां त्या उभयतांसही फार वाईट वाटलें. ह्या वेळेस ग्वाल्हेरदरबारच्या मनाची स्थिति कशी झाली होती, तिचें वर्णन मेकफर्सन साहेबांनीं एके ठिकाणीं केलें आहे, तें असें:—"महाराज, दिवाण, मानकरी, सरदार आणि लष्करी लोक ह्यांस धर्माचें कारण तर अजीबात खोटें वाटलें. आणखी त्यांच्या मनांत असें आलें कीं, तितक्या वेळापुरता दिल्ली वगैरे ठिकाणी बंडवाल्यांस जरी जय प्राप्त झाला, तरी तो फार वेळ टिकावयाचा नाहीं. इंग्लंडाहून सैन्य येऊन बंडवाल्यांचा पराभव होईल, आणि इंग्लिशांच्या राज्याधिकाराचें श्रेष्ठत्व कायम राहील. ह्मणून त्यांनीं एकदम आमचा पक्ष

धरिला." अशीच स्थिति खरोखर होती. आणि तदनुसार पुढें वर्तण्याचा त्यांचा निश्चय झाला. इतक्यांत आग्र्याहून लेफ्टेनेट गव्हरनर साहेबांनीं ग्वाल्हेर कंटिजंटपैकीं स्वारांची मदत मागितली. ती लागलीच तिकडे रवाना केली, आणि दिवाण दिनकरराव हे त्या वेळेस तवरघार जिल्ह्यांत स्वारीस गेले होते, त्यांस तावडतोब ग्वाल्हेरीस बोलावून घेतलें. पुढें दिवसेंदिवस बंड अधिकाधिक पसरत चाललें. तेव्हां शिंदे-सरकारांनीं आपण स्वतां तयार केलेलीं बाडीगार्डपैकीं स्वार व तोफखाना ही इंग्लिशांच्या मदतीस पाठविण्याची इच्छा पोलिटिकल एजंट ह्यांस प्रदर्शित केली. आणि त्याप्रमाणें त्यांस तिकडे रवाना करून त्यांच्या बरोबर गणपतराव चव्हाण हे दिले त्यांजबरोबर कपुतान क्यांबेल हे इंग्लिश अमलदार होते. नंतर ईटावा येथें दंगा झाल्याचें कळलें. तेव्हा त्याच्या बंदोबस्तास कंटिजंटपैकीं राहिलेले लोक, व खटक्यांच्या स्वारांतले २०० स्वार तिकडे पाठविले.

ग्वाल्हेरीपासून तीन कोसांवर मुरार ह्मणून एक नदी आहे, आणि गांव आहे. तेथें शिंद्यांच्या लष्कराची छावणी असते. तेथें कंटिजंट फौजेंतली जी फौज शिल्लक राहिली होती, तीही बिथरण्याचीं चिन्हें दिसूं लागलीं. त्याचें एक उदाहरण मेकफर्सन साहेबांनीं दिनकररावांच्या संबंधाने एके ठिकाणी लिहिलें आहे. तें असें:—"तारीख २९

आणि २६ ह्या दोन दिवसांत शिपायांचीं माथीं फिरल्यासारखीं दिसूं लागलीं. आणि त्या सगळ्यांच्या डोक्यांत असें भरलें कीं, बंडाचे सर्वांत मोठे शत्रु काय ते दिवाण दिनकरराव आहेत. आणि ही गोष्ट इतकी उघड दिसून आली कीं, २६ व्या तारखेस दिवाणांच्यानें मला नेहमींप्रमाणें लष्करांत तारहपिसाच्या शेजारीं येऊन भेटवेना. ह्मणून, मी ती जागा सोडून पुनः रेसिडेन्सींत जाऊन राहिलों. तेव्हां त्यांची माझी गांठ पडली." अशी स्थिति चालली होती, इतक्यांत कंटिंजंट फौजेंतले जे लोक निमच येथें ठेविलेले होते, ते बंडावले. तेव्हां तर मुरारछावणींतल्या लोकांस मोठाच आवेश चढला. तरी त्या सुमारास झांशीस बंड उठल्याची खबर आल्यामुळें, त्याच्या बंदोबस्ताकरितां ह्या कंटिजंटांपैकीं कांही लोक रवाना केले. ते तीन कोस गेले नव्हते तोंच, आह्मी बंडवाल्यांशी लढणार नाही, असें ह्मणूं लागले. तेव्हां त्यांस परत बोलावून आणिलें. हें वर्तमान ता० १० जून रोजीं झालें. तेव्हां, तेथील काळ्या सैन्यावर युरोपियन लोकांचा विश्वास नाहीसा होऊन, ते दुसऱ्या दिवशीं महाराजांच्या वाड्यांत स्वसंरक्षणार्थ येऊन राहिले. ह्या वेळेचें वर्णन मेकफर्सन साहेबांनीं असें केलें आहे कीं, " दिनकरराव दिवाण हे बंडाचे कट्टे शत्रु आहेत, असें जरी सगळे लोक मानीत होते, आणि बारीक बारीक

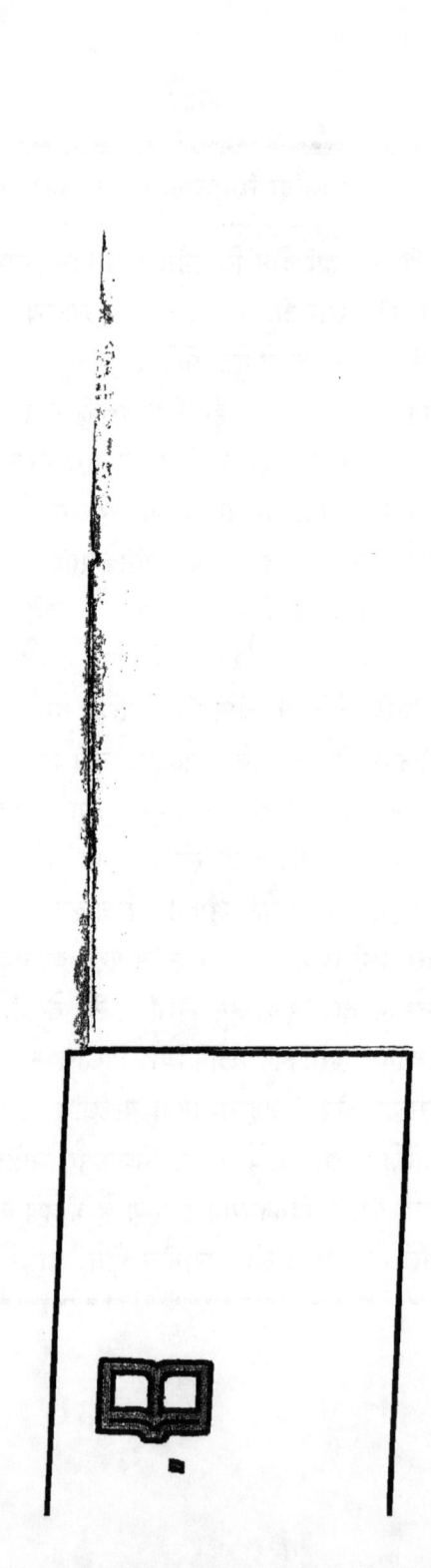

मेझर मेकफर्सन.

त्यांजवरच सगळा विश्वास टाकिला, आणि त्यांस सगळे अधिकार दिले. ह्या वेळेस दिवाणांबरोबर सेनापति बाबा साहुरकर आणि नायब सेनापति बाबा बळवंतराव जिनशी-वाले हे दोन कामदार जीवेंभावें काम करीत होते. त्यांचा फार उपयोग झाला." ह्यांच्या व्यवस्थेने तो दिवस निभावला. पुढें पुन: अमळ स्थिरस्थावर वाटल्यावर ते बाविसाव्या तारखेस आपापल्या जागी जाऊन राहिले. परंतु, पुढच्या महिन्याच्या तेराव्या तारखेस दोन प्रहरीं शिपायांनीं दोन बंगले जाळिले, आणि १७ गोऱ्या माणसांस ठार मारिलें. तेव्हां बाकी राहिलेली युरोपियन मंडळी अर्थातच पुनः शिदेसरकारच्या वाड्यांत आश्रयास जाऊन राहिली.

हें वर्तमान पोलिटिकल एजंट मेझर मेकफर्सन ह्यांस कळल्यावर, ते, मुरारेपासून तीन कोसांवर राहात होते, तरी, वाटेंतले बंडवाल्यांचे हल्ले चुकवीत चुकवीत, दरबारवकील श्रीनिवास गोविंद ह्यांस बरोबर घेऊन, मोठ्या तजविजीनें, प्रथम राजवाड्यांत आले, आणि मग तेथून, महाराज, दिवाण व इतर दरबारमंडळी फुलबागेंत होती, तेथें आले. मुरारचे बहुतेक युरोपियन लोक तेथेंच जमा झाले होते. तेथें सर्वानुमतें असें ठरलें कीं, सगळ्या युरोपियन लोकांनीं एकदम निघून आग्र्यास जावें. त्याप्रमाणें त्यांस तिकडे

ता० १४ रोजीं महाराजांनीं, बरोबर कांहीं फौज रक्षण
देऊन, रवाना केलें. परंतु, लागलेंच त्यांच्या मनांत
आलें कीं, आपण इंग्लिशांस साह्य करितों असें जर मु
रच्या लष्करी काळ्या लोकांस कळलें, तर ते आत
आपणांवर उठतील, आणि काय करतील कोण जा
ह्मणून त्यांच्या बरोबर दिलेली फौज परत बोलावून आणि
तरी, शिंदेसरकारच्या शिकरवारी जिल्ह्यांतील जारा ह्या
वचे ठाकुर बळदेवसिंग ह्यांनीं दिनकरराव ह्यांचे आज्ञेवर
आपलीं विश्वासू माणसें बरोबर देऊन त्या माणसांस, द
न्याच एका आडवाटेनें, सुरक्षितपणें नेऊन धोलपुरच
राजांच्या स्वाधीन केलें. आणि त्यांनीं तेथून त्यांस
आग्र्यास पोंचतें केलें. ह्या कामाबद्दल बळदेवसिंग ह्य
दिनकरराव ह्यांनीं शिंदेसरकार व इंग्रजसरकार ह्यांजकड
जहागीर देवविली.

तरी इकडे लष्करांत स्वस्थता नव्हती. कंटिजंट फौजेंत
जे लोक मुरारेस होते, त्यांनीं शिंदेसरकारास अशी विनं
केली कीं, इंग्रजांशीं लढण्यास आपण आमचे पुढारी व्हा
ह्मणजे आपण सगळे एकदम आग्र्यावर जाऊं. हें बोल
महाराजांस आणि दिवाणांस विषवत् वाटलें. तरी, तें ऐकू
घेऊन स्वस्थ बसणें भाग पडलें. एवढेंच केवळ नव्हे,
त्या शिपायांस कांहीं दुसऱ्या प्रकारच्या गोष्टी सांगून, आ

त्यांच्या ठायीं आपणांविषयीं थोडी पूज्यबुद्धि उत्पन्न करून, किंचित् दम खाण्यास त्यांस मोठ्या आर्जवानें सांगावें लागलें. ह्मणजे अशा प्रसंगीं कसें वागावें ह्याविषयीं नारदांनीं धर्मराजास सांगितलें होते कीं,

ओंवी.

एक प्रकट लोकीं बोलावें एक साधुकर्णींच सांगावें
एक मनींच गौप्य ठेवावें हें तू बरवें जाणसी की.

श्रीधर.

ह्याप्रमाणें ते वागले. त्याचा उपयोग झाला. ह्याचें कारण एवढेंच होतें की, त्यांवर त्या शिपायांची निष्ठा होती. ती त्यांस त्यांचा उपमर्द करूं देईना.

पण हा सगळा जुलमाचा रामराम होता. एकमेकांस आंतून निरोप जाऊन कंटिंजंट फौजेंतल्या सगळ्या शिपायांचीं मनें बिघडलीं होतीं. आणि ते सगळे बंडवाल्यांस जाऊन मिळत होते. अशा वेळेस आपणांस कांही आधार असावा ह्मणून, दिनकररावांनीं, मुख्य जमीनदार व ठाकुर होते, त्या सर्वांस आपापले लोक घेऊन राजधानीचे रक्षणास येण्याविषयीं आमंत्रण केलें. तेव्हां, त्यांतच त्यांस अमळसा अभिमान वाटून, त्यांनीं आपापले लोक ग्वाल्हेरीस आणिले. हे कांहीं लढाईस उभे करण्यासारखे नव्हते. तरी, ते, दुसऱ्या बिथरलेल्या लोकांस दरारा पडण्यास उपयोगीं पडले.

आपल्या ताब्यांतल्या मुलखांत बंड होऊं नये, अशी महाराजांची आणि दिवाणांची फार इच्छा होती. परंतु सगळें रान बिघडलें, तेथें त्यांचा उपाय चालेना. संब्रळ गडच्या ठाकुरानें बंड केलें. तें, तेथील सुभे गोविंदराव विठ्ठल ह्यांनी मोडिलें. मंदसोर येथील शिबंदींतल्या मुसलमानांनीं दंगा माजविला, आणि तेथील सावकार लोकांस त्रासविलें. असे आणखी दुसऱ्या कितीएक ठिकाणीं लहान मोठे दंगे झाले.

हें बस्तान बिघडतां बिघडतां, इंदुरास जी इंग्लिशांची फौज होती, ती बंडावून, शिद्यांच्या मुलखांत शिरली, आणि उपद्रव देऊं लागली. तिच्या बरोबर, शिद्यांच्या चाकरीस जे मुसलमान होते, ते पांच साहाशें लोक, बंडाचा झेंडा उभारून दिल्लीकडे चालते झाले.

पुढें आक्तोबर महिन्यांत तात्या टोपे हे ग्वाल्हेरीकडे आले. त्यांस बिथरलेले शिपाई मिळाले. आणखी त्या सगळ्यांस असें वाटूं लागलें कीं, आपण कानपुरास जावें. तो त्यांचा बेत दिनकररावांस बरा दिसला. कां कीं, ते गेल्यास आपल्या राज्यांतली एक मोठी पीडा सध्यां गेली असें होईल, आणि कानपुरास त्यांस पुरून उरण्यासारखी इंग्लिशांची तयारी होती, हें त्यांस कळलें होतें. ह्मणून त्यांनी त्यांस गाड्या वगैरे वाहनें मिळवून देऊन, युक्तीनें त्यांचा

स्वारी तेथून काढून दिली. ह्या युक्तीस मेझर मेकफर्सन ह्यांचें अनुमोदन होतें. आपल्या बचावास कधीं कधी शत्रूस साह्य करावें लागतें, तें हें असें.

तात्या टोप्यांच्यानें शिदे वळत नाहीत असें पाहून नानासाहेब पेशव्यांनीं त्या कामाकरितां कोणीएक शास्त्री ग्वाल्हेरीस गुप्तपणें पाठविला होता. तो शिदेसरकारच्या फौजेंत फितूर करून, तीस बंडवाल्यांस मिळण्यास सांगत होता. पण तो तेथील सुभे गोविंदराव नारायण ह्यांस सांपडला. त्यांनीं त्यास झांशीस इंग्लिश लष्करांत पाठवून दिलें. तेथें त्यांनीं त्यास ठार मारलें.

ह्याप्रमाणें महाराज जयाजीराव शिंदे आणि त्यांचे दिवाण मोठ्या युक्तीनें आपल्या राज्यांत स्वस्थता राखीत होते. ह्या स्थितीचें वर्णन झांशीच्या राणीच्या चरित्रांत असें केलें आहे—"शिंदे अथवा त्यांचे दिवाण दिनकरराव ह्यांनीं आपला अंतस्थ हेतु त्यांस कोणत्याही प्रकारें कळूं न देतां, दृढनिश्चयानें, धैर्यानें आणि चातुर्यानें ता० १९ आक्टोबर-पर्यंत त्यांच्याशीं गोड वोलून त्यांच्या पक्षास आपलें आनुकूल्य दाखवून आपलें रक्षण केलें. त्या वेळीं जो प्रसंग होता, तो शिंदेसरकार व दिनकरराव ह्यांच्या मैत्रीरूप सुवर्णरेषेचा उत्तम परीक्षा पाहण्याचा निकषच होता, असें ह्मटलें तरी चालेल. शिंदेसरकारास फक्त दिवाण आणि दुसरे दोन सर-

दार अनुकूल होते." येथें आह्मी, तेव्हांच्या दरबारच्या खऱ्या माहितीच्या आधाराने असें ह्मणतों कीं, ह्या प्रकरणांत, दिनकरराव हे महाराजांस अनुकूल होते, असें ह्मणण्यापेक्षां, महाराज हे दिनकररावांच्या मसलतीबाहेर गेले नाहींत, असें ह्मणावें. असें होतें खरें, आणि तेथें कांहींशी स्वस्थता होती खरी, तरी बाहेर सगळा कल्लोळ उडाला होता. झांशीच्या राणीसाहेब लक्ष्मीबाई ह्यांचा आणि इंग्लिश सरकाराचा बेबनाव होऊन, त्या राणीसाहेबांस इंग्लिशांनी पळायास लाविलें. त्या काल्पी येथील बंडवाल्यांस जाऊन मिळाल्या. तेथें लक्ष्मीबाईसाहेब, तात्या टोपे, नानासाहेब पेशवे, आणि बांद्याचे नवाब हीं आणि ह्यांच्या फौजा एकत्र होऊन राहिल्या होत्या. त्याची आणि इंग्लिशांच्या फौजेची लढाई काल्पी येथें झाली. ती तीन दिवस चालून मे महिन्याच्या २४ व्या तारखेस इंग्लिशसैन्यास पूर्ण जय मिळून त्यांचा अमल शहरांत बसला. तें शहर पुष्कळ दिवस बंडवाल्यांच्या स्वाधीन असल्यामुळें तेथें त्यांची युद्धाची तयारी फार चांगली होती. ती सगळी आयतीच इंग्लिश सैन्याच्या हातीं लागली. ह्मणजे ज्या साहित्यानें त्यांचे जीव जावयाचे होते, तें साहित्य त्यांस स्वशत्रूंचे जीव घेण्यास उपयोगीं पडलें. नुसती बंदुकीची दारू ६०००० पौंड तेथें होती! शिवाय दुसरें सामान होतें. आणि ह्या सगळ्याची किंमत कमींत कमी

दोन लाख रुपये असावी. ह्याप्रमाणें, काल्पीस पराभव पावल्यानंतर त्या सगळया बंडवाल्यांनी ग्वाल्हेरीकडे चाल केली. ते ता० १२ मे रोजी मुरारछावणीच्या पलीकडे तीन कोसांवर येऊन उतरले. तेव्हां, महाराज आणि दिवाण ह्यांस मोठा विचार पडला. आणखी त्यांस खचीत असें वाटलें कीं, आपले संग्रहीं जे पुष्कळ पुरबैये कवाईत शिकलेले आहेत, त्यांचेच भाईबंद लखनौकडून बंडवाल्यांच्याबरोबर आले आहेत, आणि शिंदेसरकारानें इंग्लिशसरकारचा पक्ष धरिला होता, हें त्या सर्वांस विषम वाटत होतें, तेव्हां, अशा लोकांच्या इमानावर विश्वास ठेवून लढाई करणें बरें नाहीं. परंतु, खासगत फौजेवर महाराजांचा पूर्ण भरंवसा होता. ती फौज बरोबर घेऊन मुरारच्या बाजूस ता० १ जून १८५८ रोजी, मोठ्या प्रातःकाळीं, महाराज स्वतः बंडवाल्यांशी लढण्यास उभे राहिले. आणखी, बंडखोर जमाव करून पुढें आल्याबरोबर, त्यांजवर हल्ला करण्याविषयीं त्यांनी त्यांस हुकूम केला. त्या आणीबाणीच्या प्रसंगीं बाडीगार्ड पलटणीने मात्र इमानेंइतबारें आपलें काम उत्तम प्रकारें केले. त्यांतला सरदार आपा शिंदा हा पतन पावला; तरी, ते कचरले नाहींत. परंतु इतर फौजेनें, तीस तात्या टोप्यांनी पूर्वींच फितूर करून ठेविलें असल्यामुळें, त्यांचा विश्वासघात केला. त्यांतल्या कांहीं लोकांनीं, उगाच,

वरकरणीकरितां, वायबार काढिले. हें महाराज जयाजीरावांच्या दृष्टीस पडतांच, त्यांस असें वाटलें कीं, अशा स्थितींत ह्या ठिकाणीं लढत उभें राहणें हें शहाणपणाचें नाहीं. ह्मणून, ते जे तेथून निघाले, ते नीट फुलबागेंत आले. आणि धोलपुरच्या मार्गानें, तिसऱ्या तारखेस आग्र्यास येऊन सुरक्षितपणें पोंचले. त्यांच्या मागून दिवाण दिनकररावही तिकडे गेले. बायजाबाईसाहेब व चिमणाराजासाहेब ह्या नरवराकडे गेल्या. त्यांच्या बरोबर दिनकरराव ह्यांचेंही कुटुंब गेलें.

महाराज आणि दिवाण हे राजधानी सोडून निघून गेल्याचें कळल्यावर, बाकीची सरदार आणि मानकरी ह्यांची मंडळी आपापल्या बचावाच्या उद्योगास लागली. कांहीं लोक, दिवाण आणि महाराज ह्यांच्या मागोमाग आग्र्यास गेले. त्यांत दिवाणांचे बंधु गंगाधरराव आणि पुतण्ये विनायकराव होते.

ह्या प्रकारेंकरून ग्वाल्हेर मोकळी पडली, तेव्हां, ती अनायासें बंडवाल्यांच्या हातीं लागली. त्या बंडवाल्यांमध्ये पेशव्यांचे पुतण्ये रावसाहेब, तात्या टोपे, झांशीच्या राणी लक्ष्मीबाईसाहेब, आणि बांद्याचे नवाब ही माणसें मुख्य होतीं. त्यांनीं प्रथम तुरुंग खुला करून सगळे बंदीवान सोडिले. आणि सगळा खजीना आपल्या स्वाधीन करून

घेऊन, शहरांत लूट वगैरे कांहीं होऊं नये असा बंदोबस्त ठेविला, आणि बांद्याचे नवाब हे दिवाण दिनकरराव ह्यांच्या वाड्यांत जाऊन राहिले. तेथें त्यांनीं त्याचें फार नुकसान केलें. त्या नुकसानीबद्दल महाराज जयाजीराव ह्यांनीं दिनकरराव ह्यांस पंधरा हजार रुपये दिले. रावसाहेबांनीं शिद्यांच्या फौजेची तीन महिन्यांची पगाराची बाकी देऊन टाकून, शिवाय त्यांस दोन दोन महिन्यांचा पगार बक्षीस दिला. त्यास एकंदर नऊ लाख रुपये लागले. शिवाय त्यांनीं आपल्या स्वतःच्या लष्करास साडेसात लाख रुपये वांटले. झांशीच्या राणीसाहेबांस वीस हजार रुपये दिले, बांद्याचे नवाब साहेबांस साठ हजार दिले, आणि त्यांनीं आपण स्वतः पंधरा हजार मोहरा घेतल्या. अशा प्रकारें एकंदर साडेएकुणीस लाखांचा हिशोब लागला. दीड लाखांचा कोठें पत्ता लागला नाहीं. शिवाय, रावसाहेबांनी स्वतः महाराजांचें जवाहीर,—सुमारें ३९६ नग होते—तें आपण स्वतः ठेविलें. लहान मुलांच्या दागिन्यांची पेटी मात्र काय ती बंडवाल्यांच्या हातीं सांपडली होती. तिची त्यांनीं काय व्यवस्था केली ती समजली नाहीं. बाकीचें सगळें जवाहीर सुरक्षित राहिलें. महाराजांचा पिलखाना, पागा इत्यादि सर्व कांहीं रावसाहेबांनीं आपण घेतलें अशा प्रकारें ह्या वेळीं शिंदेसरकारचें नुकसान फार झालें. आणि रावसाहेब तेथें गादीवर बसून आपणांस राजे ह्मणवूं लागले.

ग्वाल्हेर स्वाधीन झाल्यावर जून महिन्याच्या तिसऱ्या तारखेस फुलबागेंत मोठा दरबार भरला. सगळे मुत्सद्दी आणि मानकरी जागचे जागीं बसल्यावर श्रीमंत रावसाहेब पेशव्यांची स्वारी तेथें सिंहासनारूढ झाली. तेव्हां सर्वांस मोठा संतोष झाला. सरदार मानकऱ्यांस पोषाक दिले. रामराव गोविंद नामक एका गृहस्थास मुख्य प्रधान नेमिले. तात्या टोपे ह्यांस सेनापतींचे जागीं कायम करून त्यांस एक रत्नखचित तरवार बक्षीस दिली. श्रीमंत रावसाहेब पेशवे ह्यांनीं पेशवाईची वस्त्रें घेतलीं. तोफांच्या सरबत्त्या झाल्या, आणि वाद्यघोषानें दशदिशा दणाणून गेल्या. पुढें ब्राह्मणसंतर्पण पुष्कळ झालें. आणखी नृत्यगायनाचा थाट उडून राहिला. हें झांशीच्या राणीसाहेब लक्ष्मीबाई ह्यांस मुळीच पसंत वाटलें नाहीं. त्यांनीं श्रीमंतांस असें सुचविलें कीं, ह्या प्रसंगीं ब्राह्मणसंतर्पण करणें प्रशस्त नाही, तर, ह्या वेळी, सैन्यसंतर्पण

तात्या टोपे

करून स्वराजसत्तेस चांगली बळकटी आणण्याचा उद्योग करणें हेंच आवश्यक आहे. परंतु, त्यांची मसलत कोणीं ऐकिली नाहीं. आणि कोणाचा जोडा कोणाच्या पायांत नव्हता. ह्याविषयीं झांशीच्या राणीच्या चरित्रांत ह्मटलें आहे कीं, "ग्वाल्हेर येथें हिंदुपदपादशाही नव्हे पण झोटिंगबादशाही मात्र उत्तम प्रकारें चालू झाली." तेंच खरें होतें. प्रसंगाचा तरी उपयोग करतां आला पाहिजे.

इकडे महाराज आग्र्यास पोंचल्यावर तेथें लेफ्टनेंट गव्हरनर साहेबांनीं त्यांचा यथायोग्य आदरसत्कार केला, आणि लागलीच इंग्लिशांची फौज ग्वाल्हेर परत घेण्याकरितां तयार झाली. तिचे मुख्य सेनापति सर ह्यू रोज हे होते. ह्यांनीं प्रथमतः मुरारेवर हल्ला करून ती घेतली. आणखी मग त्यांनीं ग्वाल्हेरीवर चाल केली. तेव्हां मुरारेस त्याच्या लष्करास महाराज जयाजीराव शिंदे आणि दिवाण दिनकरराव हे आग्र्याहून येऊन मिळाले होते. ग्वाल्हेरीस उभयपक्षांचें मोठेंच युद्ध झालें. हें राहून राहून जून महिन्याच्या पहिल्या तारखेपासून अठराव्या तारखेपर्यंत चाललें होतें. परंतु शेवटीं, इंग्लिशांचें सैन्य आणि शिंदेसरकारचें सैन्य हीं एकत्र झाल्यावर त्यांच्यापुढें बंडवाल्यांचें कांहीं चालेनासें झालें.

आणि १८ व्या तारखेच्या भयंकर समरांत बंडवाल्यांचा अगदीं पराभव झाला. त्याच समरांगणांत झांशीच्या राणी

राणी लक्ष्मीबाईसाहेब

लक्ष्मीबाईसाहेब ह्या पडल्या. त्या वेळेस त्या, भर समरांगणा- मध्यें, मर्दानी पोषाक करून, मोठ्या थोरल्या पाटाळावर बसून, इंग्लिशांच्या सैन्याशीं लढत होत्या. त्यांच्या मृत्यूच्या दोन वेगळ्या वेगळ्या हकीकती आहेत. त्यांच्या बरो बरच्या एका नौकराच्या सांगण्यांत असें आलें कीं त्यांस

घोड्यावर असतां, प्रथम एक गोळी लागली, आणि मग एक तरवारीचा घाव लागला, आणि त्यासरशा त्या खालीं पडून मरण पावल्या. आणखी दुसरी हकीकत अशी आहे कीं, ह्या घायांनीं व्याकुळ झालेल्या स्थितींत त्यांस छावणींत नेलें. तेथें, प्राण जाण्याच्या आधीं त्यांनीं, सतीप्रमाणें चिता रचवून, तीस आपल्या हातानें अग्नि लाविला. ह्यांतलें कोणतेंही खरें असलें, तरी तें त्या राणीसाहेबांच्या यशास भूषणावहच आहे. ह्या राणीसाहेब जात्या मोठ्या तेजस्वी होत्या. त्यांस राज्य गेल्याचा अतिशयित खेद झाला होता, आणि त्या संबंधाच्या त्यांच्या प्रयत्नांत त्यांचा फार अपमान झाला होता. तो त्यांना सहन झाला नाही. ह्मणून त्या बंडांत सामील झाल्या, असें दिसतें. ह्यांत कांहीं विलक्षण वाटत नाहीं. बाकी, त्यांचें मन जर असें नसतें, इंग्रजांकडे असतें, तर, त्यांस, शिंदेसरकाराप्रमाणें, इंग्लिशांस सहज मिळतां आलें असतें. ज्यांस इंग्लिशांशीं युद्ध करायाचें शौर्य आणि सामर्थ्य होतें, त्यांस इंग्लिशांस येऊन मिळण्याचें शाहाणपण नव्हतें, अशी कल्पना करणें, हें अगदीं असंबद्ध दिसतें. असो.

अठराव्या तारखेस सगळे बंडवाले ग्वाल्हेरींतून पळवून लाविल्यावर विसावे तारखेस मध्यहिंदुस्थानचे गव्हरनर जनरलांचे एजंट आणि सर हू रोज सेनापति ह्यांनीं

सर ह्यू रोज.

महाराज जयाजीराव शिंद्यांस, मोठ्या समारंभानें राजवाड्यांत सिंहासनावर बसविलें, आणि त्यांचें पूर्वीचें होतें त्याप्रमाणें सगळें राज्य त्यांच्या स्वाधीन केलें. तेव्हां त्या दरबारास दोनशें इंग्लिश लष्करी अम्मलदार हजर होते. शिंदेसरकारांनीं इंग्लिश सरकाराचे फार फार आभार मानिले, आणि आपल्या राजनिष्ठेस जागून उत्तम आचरण केल्याबद्दल इंग्लिश कामदारांनीं इंग्लिश सरकाराच्या वतीनें त्यांची

फार फार तारीफ केली. आपल्या महाराजांचें राज्य पुनः स्थापित झालें ह्मणून सगळ्या प्रजेस मोठा संतोष झाला. आणि शिंदेशाहीची व्यवस्था नीट लागून काम पूर्वीप्रमाणें शांतपणें चालू लागलें.

ह्या बंडापासून शिंदेसरकारास फार त्रास सोसावा लागला. तरी ते इंग्लिश सरकाराशीं उत्तम राजनिष्ठेनें वागले. हें जाणून इंग्लिश सरकारांनींही त्यांचा मोठा मान केला. त्यांस तीन लाखांचा मुलूख दिला. आणि दिनकरराव दिवाण ह्यांस पांच हजार रुपयांची जाहागीर दिली. शिंद्यांच्या राज्यांतील अमझरा येथील राजानें बंड केलें होतें, त्यास इंदूर मुक्कामीं फांशीं दिलें, आणि त्याचा दोन लाखांचा मुलूख इंग्रज सरकारानें शिंदेसरकारास दिला. आणि त्यापैकीं कांहीं मुलूख त्यांनीं आपल्या सरदारांस दिवाण दिनकरराव ह्यांच्या सल्ल्यानें द्यावा, असें ठरविलें. त्याप्रमाणें शिंदेसरकारानेंही मोठ्या उदारपणाने, नवीन मिळालेल्या मुलुखांतून, आपल्या मंडळीस जाहागिरी दिल्या. त्यात दिनकररावांचा अंश मोठा होता. त्या देणग्यांची संक्षिप्त यादी अशीः—

दिनकरराव	३००००
माधवराव फाळके	१५०००
बाबा बळवंतराव	१५०००

बाबा माहुरकर	१५०००
बापू घोरपडे	१२०००
मौलवी महमद नासिरखा	५०००
वासुदेव भाऊ	२०००
रामराव	५०००
वामन अण्णा वकील	२०००
श्रीनिवास गोविंद	३०००
लाला शिवलाल अखबरनवीस	५००

दिनकररावांच्या संबंधाचें बंडाचें प्रकरण येथें संपलें. णून हें आतां आटपलें पाहिजे. तरी, ह्या बंडाच्या अ बाणीच्या वेळीं त्यांजवर जोखीम किती होतें, त दक्षता किती ठेविली होती, आणि त्यांच्या वजनाच्या अ कर्तबगारीच्या योगानें केवढें कार्य झालें, तें थोडक्यांत गायाचा उत्तम समय ह्मटला ह्मणजे हाच आहे. ह त्याविषयीं थोडें लिहिलें पाहिजे.

बंडाची वेळ मोठ्या आणीबाणीची होती. अनेक ण्णांनीं लोकांचीं मनें बिघडलीं होतीं. इंग्रज सरकारावर याची तयारी आंतून आंतून बहुतेक सर्वत्र होती. आ राजसत्ता गेली आहे, ती परत मिळविण्याची ही उत्तम आहे, असें कांहीं लोकांस वाटत होतें. आणि त्याकरित लोक अगदीं उतावळे झाले होते. आणखी ह्याच्या विरुद्ध

कोणी शब्द काढील तो निमकहराम—स्वदेशशत्रु—असा ग्रह झाला होता. आणि एतद्देशीय राजेरजवाड्यांच्या दरबारांत हा ग्रह फार प्रबल होता. महाराजपुरच्या लढाईचा प्रसंग ज्या मडळीनें आणिला होता, त्या मंडळीचा अवशेष अद्याप शिंद्यांच्या दरबारांत होता. आणि त्या अवशेषांत हा ग्रह बलवत्तर असून, ही मंडळी महाराजांच्या कानाशीं लागणारी—प्यारी—होती. आणखी, ही स्थिति जाणून, दिनकरराव हे पक्कें ओळखून होते कीं, राजसत्ता गेली आहे ती कदाचित् कांही वेळपर्यंत ही मंडळी मिळवील, परंतु, ती स्वाधीन ठेवणें आणि तिचा चांगला उपयोग करणें हें त्या मंडळीच्या हातून कधीं व्हावयाचें नाहीं, ह्मणून, हा सगळा वृथा शीण व्हावयाचा आहे, आणि शेवटीं नाश व्हावयाचा आहे. ह्मणून त्या पक्षास अनुकूल होणें हें देशाचा सर्वस्वी नाश करणें आहे, तें आपण सर्वथा करूं नये. ह्मणून, ते ह्या बंडाच्या विचारास नेहमीं उघडपणें प्रतिकूल असत. आणि ह्यास अनुकूल न होण्याविषयीं. आणि त्या मंडळीच्या सल्ल्यानें न चालण्याविषयीं ते महाराजांस नित्य सांगत असत. आणखी, महाराजांस आपले मताप्रमाणें वळविण्यास विरुद्ध पक्षाची मंडळी भगीरथ प्रयत्न करीत होती, हें दिनकरराव ह्यांस स्पष्ट कळलें होतें. त्यामुळें सर्व स्थिति बरोबर संभाळण्यास—ह्मणजे बंडवाल्यांस अनुकूल असा कल दरबा-

रांत न होऊं देण्याविषयीं—त्यांस फार फार जपावें लागत असे. तें किती कठिण होतें, त्याचें एकच उदाहरण सांगतों.

तारीख ३१ मे रोजी शिंदेसरकारचा मुक्काम, इंग्लिश सैन्याबरोबर, मुरारेच्या जवळ होता. त्यांस जवळच्या मंडळीने मसलत दिली कीं, आपल्या ८००० सैन्यानिशीं आणि २४ तोफांनिशीं मुरारच्या बंडवाल्यांवर हल्ला करावा. त्याप्रमाणें तयारी झाली. परंतु, सायंकाळीं दिवाण दिनकरराव ह्यांनी इकडचा तिकडचा पुरता शोध करून, तो महाराजांस कळवून, त्यांजकडून तो बेत रहित करविला. पुढें अपरात्र झाल्यावर दिनकरराव महाराजांपासून उठून आपल्या बिऱ्हाडी गेले. त्याबरोबर जवळच्या मंडळीनें पुनः लागलीच उचल करून, महाराजांचें मन भरून त्यांकडून, त्या सैन्यानिशीं बंडवाल्यांवर, मध्यरात्र उलटल्यावर हल्ला करविला. त्यात महाराजांच्या फौजेचा मोड झाला, आणि त्यांस आग्र्याकडे निघून जावें लागलें. ह्याचें तात्पर्य सांगावयाचें एवढेंच कीं, दिनकरराव अगदीं स्पष्टपणें बंडवाल्यांस विरुद्ध आणि इंग्लिश सरकारास अनुकूल अगदीं आरंभापासून होते. ते बाकीच्या मंडळीच्या डोळ्यांत खड्यासारखे खुपत असत, आणि ती मंडळी ह्यांची सल्लामसलत हाणून पाडण्यास भगीरथ प्रयत्न करीत असे. परंतु त्यांत एक मोठें सुख होतें कीं, दिनकररावांविषयीं महाराजांचें मन अगदीं निर्मळ होतें.

ते इमानी आहेत, शाहाणे आहेत, दूरदृष्टि आहेत, अशी त्यांची खातरी होती, आणि परिणामीं त्यांचीच मसलत उपयोगीं पडते असें त्यांच्या प्रत्ययास आलें होतें, त्यामुळें, त्यांच्या तोंडावर त्यांच्या विरुद्ध एक शब्द बोलण्यास त्यास बरें वाटत नसे.

दुसरी एक गोष्ट. शिपाई लोकांत बंडाचा प्रादुर्भाव झाल्यावर, पोलिटिकल एजंट ग्वाल्हेरीहून निघून आग्र्यास गेले. आणि तेथून ग्वाल्हेरच्या संस्थानाची व्यवस्था पहात होते. त्याविषयीं चार्लस रेक, आग्रा येथील सदर कोर्टाचे जज्ज ह्यांनीं आपल्या पुस्तकांत असें ह्मटलें आहे कीं, "पोलिटिकल एजंट ह्यांचें उत्कृष्ट वजन, शिंदेसरकारचे दिवाण दिनकरराव ह्यांजवर होतें. ते दिनकरराव त्या पोलिटिकल एजंटांच्या ह्मणण्याप्रमाणें वागत होते. आणि दिनकरराव ह्यांचें फार चांगलें वजन महाराजांवर होतें. त्याच्या योगानें महाराज त्यांच्या तंत्रानें वागत असत. अशी स्थिति असल्याच्या योगानें, पोलिटिकल एजंटांस, परस्पर आग्र्यास राहून, ग्वाल्हेरची व्यवस्था आपल्या इच्छेप्रमाणें ठेवतां आली."

ह्या सगळ्या गोष्टींचें तात्पर्य एक आहे. तें हें कीं, ग्वाल्हेरच्या दरबारांत आणि राज्यांत बंडाचा जो प्रादुर्भाव झाला नाहीं—तात्या टोप्यांसारख्या मुत्सद्दी मनुष्यांनीं गुप्त-

पणें येऊन ज्या मसलती करून ठेविल्या होत्या, त्या सगळ्य
फुकट गेल्या–त्यास कारण, मुख्यत्वेंकरून दिनकरराव होत

हें काम दिनकररावांनीं केवढें मोठें केलें आहे, ह्याच
कल्पना, हें काम जर झालें नसतें तर काय परिणाम झाल
असता, ह्याच्या अनुमानावरून चांगली करतां येण्यासारख
आहे. मेझर मेकफर्सन ह्यांच्या चरित्रांत असें लिहि
आहे कीं, "ग्वाल्हेर जर बंडास मिळाली असती, तर हिं
स्थानास कोणती स्थिति प्राप्त झाली असती, हें, नुसत
नकाशा पुढें घेऊन पाहिला असतां कळण्यासारखें आ
निजामाच्या राज्यांत ही प्रेरणा पूर्वीच झालेली होती. आ
तिकडचे लोक अगदीं उत्तरेकडे डोळे लावून बसले हो
इकडे जरा ठिणगी दिसती कीं तिकडे लागलाच मो
बंबाळ झाला असता. आणि असें झालें असतें, ह्याण
दक्षिणहिंदुस्थानाचा बचाव सरकारास करतां आला अ
सता कीं नसता, ही मोठी शंका आहे." बचाव कर
नसताच आला.

ड्यूक ऑफ् अर्गाइल ह्यांनीं लार्ड क्यानिंग ह्यांच्या क
रकीर्दीच्या इतिहासांत असें लिहिलें आहे कीं, "शिंदेस
कार जर बंडखोरांस जाऊन मिळते, तर इ० स० १८५
ह्या वर्षीं, निजामसरकारास आमच्या इंग्लिश सरकारा
स्नेहभावानें राहणें, कदाचित् अशक्यच झालें नसतें, प

फार कठिण झालें असतें, ह्यांत कांहीं शंका नाहीं. शिंदे-सरकार जर बंडास मिळते, तर नागपुर प्रांत, निजामाचा मुलूख आणि सगळी दक्षिण ही त्यांच्या मागोमाग खचीत खचीत बंडवाल्यांकडे गेलीं असतीं." उत्तरहिंदुस्थानांत तर बंड बहुतेक पसरलें होतें. आणखी त्यांत दक्षिणेंत असें झालें असतें, ह्मणजे काय झालें असतें बरें! कल्पना देखील बरोबर करवत नाहीं.

झांशीच्या राणीच्या चरित्रांत लिहिलें आहे की, "ह्या वेळीं सर्व मदार शिंदेसरकारावर होती असें ह्मणण्यास कांहीं हरकत नाही." हें अगदीं खरें आहे. आणखी इ० स० १८९० च्या मे महिन्याच्या २७ तारखेच्या केसरींत असें लिहिलें आहे कीं, "जर शिंदेसरकार बंडांत सामील होतील, तर मला उद्यां आपला गाशा गुंडाळावा लागेल," अशी तार लॉर्ड क्यानिंग यांनीं केली होती, असें ह्मणतात. शक्य आहे. प्रसंगच तसा होता. ह्यांत जरी क्वचित् कोठें थोडीबहुत अतिशयोक्ति असली, तरी एवढें खचीत आहे कीं, जर शिंदेसरकार बंडवाल्यांस त्या वेळीं मिळते, तर, इकडे कन्याकुमारीपासून तों हिमालयापर्यंत बंडाचा भडका सगळ्या देशभर झाला असता, विलक्षण राज्यक्रांति झाली असती, आणि काय काय अनर्थ घडले असते—काय काय उलथापालथी झाल्या असत्या—राजांचे रंक किती झाले

असते, आणि रंकांचे राय किती झाले असते—किती मुसळांस अंकुर फुटले असते—आणि काय काय झालें असतें, ह्याची कल्पना देखील करवत नाहीं. पण, असा जो हा अनर्थ टळला, ह्यास कारण दिनकरराव ह्यांचें शाहाणपण होय. हें केवळ आह्मांस एतद्देशीयांस मात्र असें वाटतें. असें नव्हे. गव्हरनरजनरलांचे मध्यहिंदुस्थानचे एजंट शेक्सपियर ह्यांनीं इ० स० १८६० ह्या वर्षी एके ठिकाणी लिहिलें आहे कीं "इ० स० १८५७ च्या बंडाच्या वेळी दिनकररावांच्या मसलतीनें आणि शाहाणपणानें त्यांचे यजमान जे शिंदे त्यांचें संरक्षण केलें." ह्मणून, आह्मी थोडक्यांत शेवटीं असें ह्मणतों कीं, हें एवढें भयंकर विघ्न टाळिल्याचे सगळें पुण्य—किंवा निदान बहुतेक पुण्य—शंभर हिशांतले नव्वद हिसे पुण्य—दिनकररावांचें आहे.

आतां, ह्यापुढें ज्या गोष्टी घडून रावराजे ह्यांनीं ग्वाल्हेर दरबारची दिवाणगिरी सोडिली, त्या गोष्टी येथेंच थोडक्यांत सांगून हा भाग आटपावा, हें बरें वाटतें.

बंडाची गडबड आटपल्यावर ग्वाल्हेरच्या दरबारचें काम ठीक चाललें होतें. रावराजे दिनकरराव हे आपलें कर्तव्य रीतीप्रमाणें करीत होते. परंतु, पूर्वीं पांचव्या भागांत प्रदर्शित केल्याप्रमाणें एका म्यानांत दोन सुऱ्या राहीनातश्या झाल्या. महाराजांच्या कानाशीं लागणारी मंडळी वेगळय

प्रकारची असल्यामुळें, दिनकरराव ह्यांचें करणें कितीही जरी सरळ आणि निष्कपटपणाचें असलें, तरी, तें महाराजांस पटेनासें झालें. तेणेंकरून त्यांच्या वागण्यांत विपर्यास होई. ह्मणजे एकाद्यास एकाद्या फुलाचा वास मनापासून अतिशयित आवडावा, आणि रंग आवडू नये, असें होऊन, तें फूल एकदा टाकावेंसे वाटावें, आणि एकदा मस्तकीं वाहावें असें वाटावें, अशी अवस्था व्हावी, आणि चित्त अस्थिर असल्यामुळें काय करावें हें न सुचावें, असें कांहीं अंशीं महाराजांस दिनकररावांविषयीं झालें. ह्मणजे त्यांची सत्यशीलता, त्यांची निर्लोभता, त्यांची दूरदृष्टि, आणि त्यांची कर्तबगारी, हे गुण महाराजास अत्यंत वंद्य वाटत असत, आणि त्यावरून त्यांस ते देवासारखे मानीत असत. परंतु, त्यांची निस्पृहता त्यांस, फार जड वाटत असे. आणि त्या तिरमिरीसरसे ते त्यांस नकोतसे होत. आणखी त्यांत दुसरें असें झालें होतें कीं, त्यांच्या भोंवतीं जी मंडळी होती, ती बहुतेक पहिल्यापासून इंग्लिश सरकारच्या विरुद्ध होती. आणि बंडाचा मोड झाल्या वेळापासून तिचें नाक खाजविल्यासारखें होऊन, प्रसंगवशात् दिनकरराव हे त्यांस असा टोमणा मारीत कीं, तो त्यांस लागून, त्यांचा पाणउतारा होण्यास कारणभूत होत असे. ही मुख्य पोटदुखी होती. आणि ती कुरकूर पोलिटिकल एजंटांपर्यंत जाई. आणि शिंदेशाहीची व्य-

वस्था नीट राहाण्यास दिनकररावांचें साह्य आवश्यक आहे, हें त्यांस ठाऊक असल्यामुळें ती तक्रार मिटवायाची त्यांस मोठी पंचाईत पडे. आणखी, दिवाणांविषयीं महाराजांचे रंग दिवसांत तीनदां फिरत, तेथें उपाय चालेना. तरी, दिनकररावांच्या साह्याचें महत्त्व महाराजांस दाखवून ते त्यांस थांबून धरीत असत. असो. ह्या प्रकरणांत फार खोल जाण्यांत कांहीं अर्थ नाहीं.

शेवटीं महाराज आणि रावराजे ह्यांचा संबंध तुटण्याचा वेळ आला. तो अमक्याच एका विशेष कारणावरून आला, असें ह्मणतां येत नाहीं; परंतु, अनेक गोष्टी घडून, त्यांतून थोडा थोडा राग जमून, एके दिवशीं महाराजसाहेबांस अतिशयित राग आला, आणि ते असें ह्मणाले कीं, लष्करांत एक मीं राहावें, किंवा दिनकररावांनीं राहावें, दोघे राहाणें बरें नाहीं. असें बोलून त्या आवेशासरसे ते शिप्री येथें निघून गेले. हें वर्तमान रावराजे दिनकरराव ह्यांस कळलें, तेव्हां ते लागलेच उठून रेसिडेंटसाहेबांकडे गेले, आणि त्यांस त्यांनीं सगळा वृत्तांत विदित केला, आणखी, तिकडून येऊन लागलीच शिप्रीस जायाची तयारी केली. हें दरबारच्या आणि शहरांतल्या मोठ्या मंडळीस कळलें. तेव्हां त्यांनीं दिनकररावांस येऊन सांगितलें कीं, महाराजसाहेब अतिशयित संतापले आहेत, ह्या वेळेस आपण त्यांजकडे

जाऊं नये. परंतु, कोणाचेंही न ऐकतां ते एकदम शिप्रीकडे चालते झाले. शिप्रीस पोंचल्यावर, दरबारचे वकील वामनराव अण्णा ह्यांनीं त्यांस दुरून येतांना पाहिलें, आणखी मोठ्या त्वरेनें पुढें येऊन त्यांस सांगितलें कीं, ह्या वेळेस महाराजसाहेबांची तब्यत फार जात राहिली आहे, ह्यास्तव आपण आतां त्यांच्या भेटीस जाऊं नये. परंतु, कोणी कांहीं ह्मटलें आणि कांहीं झालें तरी महाराजांस भेटावयाचें. आणि एकदा काय तो स्पष्ट निर्णय करावयाचा, असा निश्चय त्यांनीं केला होता, त्यामुळें, तिळभरही मागें न सरतां. ते तसेच समोर महाराजांकडे गेले, आणखी रीतीप्रमाणें मुजरा करून मर्यादेनें त्यांस ह्मणाले कीं, "आपल्या वाडवडिलांनी ग्वाल्हेरचें राज्य मिळवून मोठा लौकिक करून ठेविला आहे. आणि आपण एका दिवाणाकरितां राज्य सोडून येथें येऊन बसलां हें काय! ह्यांत आपला काय लौकिक होईल? आपणांस दिवाणाची तजवीज करणें अवघड आहे असें नाहीं." हें ऐकून महाराज किंचित शांत झाल्यासारखे होऊन ह्मणाले, "आमचें ऐकतो कोण?" त्यावर दिनकरराव ह्मणाले कीं, "त्यांत कांहीं कठिण नाहीं. मी आपल्या सेवेंत हजर आहें. मी आपल्या इच्छेप्रमाणें वागण्यास तयार आहें. आपल्या दरबारचे वकील वामनराव अण्णा ह्यांस रेसिडेंटसाहेबांकडे पाठवून,

त्यांजला असें कळवावें कीं, " दिनकरराव ह्यांजला आपणांकडे पाठविले आहेत, ते माझा निरोप आपणांस कळवितील त्याप्रमाणें व्यवस्था व्हावी." असा, अगदी असाच निरोप महाराजांनीं रेसिडेंटसाहेबांस पाठविला; त्यांत एक शब्द कमजास्त केला नाहीं. का कीं, दिनकरराव हे तेथें जाऊन कांही झालें तरी, असत्य असें सांगावयाचे नाहीत, त्यांच्या तोंडांतून अनृत कधी निघावयाचें नाहीं, अशी त्यांची खातरी होती. नंतर त्याप्रमाणें दिनकरराव हे रेसिडेंटसाहेबांस भेटले, आणि त्यांनीं त्यांस सांगितलें कीं, दिवाणगिरीचें काम सोडण्याची माझी इच्छा आहे. त्यावर, आणखी कांहीं वर्षें आपल्या साह्याची गरज शिंदेशाहीच्या सुधारणेस आहे, असें त्यांस दर्शवून, आणखी पांच चार वर्षें तरी कामावर राहाण्याविषयीं त्यांनीं आग्रह केला. परंतु, त्यांनीं साफ सांगितलें कीं, "आतां ह्यापुढें कामावर राहण्याची माझी इच्छा नाहीं. आणखी आपण माझें खरें हित चिंतीत असाल, तर, माझा राजीनामा पतकरून, सरकारांतून दुसरा कोणी दिवाण नेमून आणण्याची कृपा करावी." तो निश्चय पाहून रेसिडेंटसाहेबांनीं महाराजांस असें लिहून कळविलें कीं, आपल्या मर्जीप्रमाणें सरकारांत लिहून, तीन महिन्यांत दुसरा दिवाण नेमून घेण्याविषयीं सरकारांतून परवानगी आणितों. हे उत्तर वकिलांनी महा-

राजांकडे आणून दिल्यावर, महाराज परत लष्करांत येऊन फार खिन्न झाले, आणि जे लोक दिनकररावांच्या चुगल्या त्यांजपाशीं सांगत होते, त्यांच्या समक्ष त्यांची फारच स्तुति करूं लागले. ती स्तुति कांहीं खोटी नव्हती; खरी होती. कां कीं, दिनकरराव महाराजांस जे नकोतसे वाटत होते, ते त्यांच्या दुर्गुणावरून नकोतसे वाटत नव्हते, तर त्यांची निस्पृहता आवडत नसे, त्यावरून ते त्यांस नकोतसे झाले होते. ह्याचें कथन पूर्वी केलेंच आहे.

असें झाल्यावर त्याच दिवशीं दिनकररावांनीं नायब दिवाणांस सांगितलें कीं, कामाची विचारपूस करण्यास उद्यांपासून खुद्द महाराजांकडे जात जावें, आह्मांकडे येऊं नये; कां कीं, आतां आह्मीं काम सोडिलें आहे. ह्याप्रमाणें कामाचा संबंध सोडिल्यावर दिनकरराव ह्यांनीं लागलीच काशीयात्रेस जाण्याची तयारी केली, आणि त्या कामाकरितां रजा मागितली. ती महाराजसाहेबानीं मंजूर केली. तेव्हां ते लागलेच काशीकडे चालते झाले. एक महिना काशीस राहिले, एक महिना प्रयागास राहिले, आणि एक महिना इतर ठिकाणी थोडेथोडे राहिले, आणि तीन महिने पुरे होतांच परत लष्करांत दाखल झाले. ते परत आल्याची बातमी कळतांच महाराजांनीं त्यांस बोलवावयास पाठविलें. तेव्हां स्वारी कंपूंत होती, तेथें त्यांस दिनकरराव जाऊन

भेटले. तेव्हां त्यांस महाराजांनीं प्रवासांतली सगळी हकीकत विचारून घेतली, आणि ते गेल्यामागें काम कसें चालविलें, तेंही त्यांस सांगितलें.   नंतर, स्नान जेवण वगैरे व्हावयाचें होतें, ह्मणून दिनकरराव महाराजांचा निरोप घेऊन घरीं आले. जेवणखाण आटपत होतें, इतक्यांत महाराजांकडून, तीन महिन्यांच्या पगाराची रक्कम घेऊन हुजऱ्या आला. ती तशीच परत करून त्या हुजऱ्याबरोबर महाराजांस राम- राम सांगून पाठवून असें कळविलें कीं, मी समक्ष भेटेन त्या वेळीं ह्याविषयीं काय ती विनंति करीन. नंतर तिसऱ्या प्रहरीं आपले बंधु नानासाहेब ह्यांजबरोबर महाराजांस निरोपानें असें कळविलें कीं, मी कांहीं पगारी रजेवर नव्हतों; कामापासून दूर होण्याकरितां रजा मागितली होती. पगाराचे रुपये मला घेतां येत नाहींत. ही रक्कम नायब दिवाणांस किंवा ज्यांनीं काम केलें असेल, त्यांस दिल्यास त्यांचा हक्क आहे. हें उत्तर ऐकून महाराज आपले ठिकाणीं फार चकित झाले. नंतर सायंकाळीं दिनकरराव महाराजांकडे गेले. तेव्हां महाराज त्यांस ह्मणाले, आपण पुनः माझ्या मर्जीप्रमाणें काम करावें, अशी माझी इच्छा आहे. त्यावर त्यांनीं उत्तर दिलें कीं, ''चरणाचें दर्शन होत असावें; कुटुंबनिर्वाहास जाहागीर दिलीच आहे; ह्यापेक्षां विशेष कांहीं नको.'' हें कानीं पडल्यावर महाराजांनीं दौत लेखणी आणविली, आणि

आपले हाताने सर्टिफिकिट लिहून तें दिनकररावांच्या हातीं दिलें. तें मूळांत असें आहे:—

श्री

राजश्री रावराजे दिनकरराव रघुनाथ राजवाडे मुंतजिम-बहादर गो०

दंडवत विनंति उपरी--तुह्मीं सरकारचाकरी अवल सुभे तवरघार येथें करून तें काम उत्तम रीतीनें चालविलें सबब दिवाणगिरीचें काम चैत्र शुद्ध १ संवत १९०८ चे सालीं दिलें. तेव्हांपासून आजपर्यंत व गदरांत बहुत उत्तम प्रकारें दयानत व अमानतीनें अजबस खैरखवाई केली व साहेब लोक रजामंद टेविले. केलें काम आह्मांस समजून दिलें. ह्यास्तव आह्मीं राजी होऊन हें नेकनामीपत्र तुह्मांस दिलें असे. तर जी इनाम गांवें व इनामें व जमीन तुह्मांस दिली, ती तुह्मांस नसलन बाद नसलन बतनन बाद बतनन हमेशा चालतील. तीर्थी गेल्यावर नगदी दरमहा मिळतो तो जसा चालविणें असेल तसा चालेल. तुमची खुशी असेल तोंपर्यंत चाकरी करा अगर न करा, अथवा पाहिजे तेथें राहा इकडून अटकाव कोणत्याही तऱ्हेचा राहिला नाहीं. ता० २० ज्यानेवारी सवत १९१९ सन १८९९ इसवी हे विनंति.

ह्याप्रमाणें ग्वाल्हेरच्या राज्याशीं दिनकरराव ह्यांचा जो कामाचा संबंध होता, तो तुटला. हा संबंध असतां त्या

राज्यांत त्यांनीं कोणकोणतीं कामें केलीं, ती कशी केलीं, आणि त्यांचा उपयोग किती झाला, ह्यांचें कथन पूर्वीं बरेंच तपशीलवार आलें आहे. परंतु, त्याचें स्वरूप थोडक्यांत लक्षांत येण्याकरितां तें येथें सांगणें समर्पक दिसतें.

१. खर्च कमी करून, राज्याच्या उत्पन्नास आणि खर्चास मेळ घातला.

२. दिवाणी, फौजदारी आणि पोलीस ह्यांचीं खातीं वेगळी करून त्यांची शिस्त लाविली.

३. देशांत जागोजाग चौक्यापाहारे ठेवून चोराचिरट्यांचा बंदोबस्त केला.

४. शेतकरी लोकांस दाहा दाहा वीस वीस वर्षांचे पट्टे देऊन त्यांचे ठायीं सरकाराविषयी पूज्यबुद्धि आणि विश्वास हीं उत्पन्न केलीं.

५. रानटी लोकांस सोईच्या मार्गानें दोन गोष्टी सांगून त्यांच्यांतल्या कन्याहत्यांसारखे दुष्ट प्रघात बंद केले.

६. एक नवी अकौंटंटजनरलाची जागा उत्पन्न करून राज्याच्या हिशेबाची शिस्त लावून, सगळया राज्याच्या उत्पन्नखर्चाचा सूड बरोबर राहावा, असें केलें.

७. आणखी एकंदरीत इंग्लिश सरकार आणि शिंदेसरकार ह्यांच्यामध्यें संबंध चांगले प्रेमाचे राहावे, आणि चांगल्या प्रकारें निरंतर चालावे, असें केलें.

हें काम कांहीं थोडें झालें नाहीं. इतकें काम राज्याकरितां करून ठेवलें आहे, असे दिवाण, इतिहास धुंडाळून पाहिला तर, फारच थोडे निघतील. शिवाय, बंडाची गडबड आटोपल्यावर व त्यापुढें त्यांनीं शिंदेशाहीकरितां कोणकोणत्या गोष्टी संपादिल्या, त्या येथें थोडक्यांत सांगतों.

१. बंडाच्या वेळीं शिंदेसरकारानें वर्तणूक राजनिष्ठेची केली, ह्मणून त्यांस आमझरा हा तीन लाखांचा एक नवा परगणा इंग्रजसरकारानें दिला.

२. ग्वाल्हेरचा किल्ला इंग्लिश सरकारच्या स्वाधीन होता, तो शिंदेसरकारास देवविला.

३. महाराजांचे मनांत फौज वाढवायाची होती, तिजविषयींची परवानगी इंग्लिश सरकाराकडून आणविली. पांच हजार पायदळ ठेवण्याची मोकळीक सरकारानें दिली.

४. महाराजांस झांशी इलाखा पाहिजे होता, तो त्यांस इंग्रज सरकाराकडून देवविला, आणि त्याच्या मोबदला शिंदेसरकारचा दक्षिणेंतला मुलूख इंग्लिश सरकारास दिला.

५. कंटिजेंट फौजेच्या खर्चाच्या बाकीबद्दल शिंदेसरकारावर इंग्रज सरकारची बाकी पुष्कळ तुंबली होती, ती खर्ची घालविली.

६. कारण पडल्यास दत्तक घेण्याविषयीं महाराजांस परवानगी मिळवून दिली.

७. औरस पुत्र प्राप्त होण्याच्या आधीं जयाजीराव महाराजांनीं एक मुलगा दत्तक घेतला होता. तो बरोबर वागेना, आणि तो गादीचा मालक होऊं नये असें महाराजांस वाटलें, ह्मणून, मोठी खटपट करून, तो दत्तकसंबंध इंग्रजसरकारांतून रद्द करून आणविला.

इतकीं कामें करून देऊन, आणि बंडाच्या मोठ्या मोठ्या भडक्यांतून शिंदेशाहीला बचावून, दिनकरराव काम सोडून मोकळे झाले. तेव्हां महाराजांस वाईट वाटलें हें वर सांगितलेंच आहे. हे उपकार महाराज विसरले नाहींत. ते दिनकररावांच्या योग्यतेची किंमत जाणून होते. ह्मणून, त्यांनीं त्यांचा बहुमान केला, आणि ते त्यांचे उतराई झाले. तो बहुमान काय केला, तें ह्या ग्रंथांत एका वेगळ्याच भागांत सांगावयाचें योजिलें आहे. तेथें त्याचें कथन होईल.

भाग सातवा.

कायदेकौंसलदारीवर योजना.

गद्य.

पवित्र असतात, तेव्हां कायदे निरुपयोगी असतात;
माणसें भ्रष्ट होतात, तेव्हा कायदे मोडतात.

लॉर्ड बीकन्स फील्ड.

गद्य.

करण्यांत आमचें मुख्य तत्व हें आहे कीं, ते साधतील
सर्वांस एकसारखे असावे; भेदाशिवाय चालतच नाहीं
ेद असावा; परंतु, निश्चितत्व सर्वत्र असावें.

लॉर्ड मेकाले.

तेव्य करण्याविषयीं मनुष्याची प्रवृत्ति निरंतर जागृत राहत नाहीं. तेणेंकरून व्यवहारांत अकर्म होतें. तें न व्हावें, ती प्रवृत्ति जागृत ह्याकरितां राष्ट्रास कायद्यांची आवश्यकता अस्ते. राजा आणि प्रजा ह्यांनीं, देशव्यवहारांत परस्प-णत्या रीतीनें वागावें ह्याचे स्थूल मानाचे नियम

असतात. आणि त्या नियमांचा सगळा आशय पंतांनीं एका ओळींत आणिला आहेः—

प्रभुनें प्रजा प्रजांनीं प्रभु रक्षावाचि सकटीं असुंनीं.

वनपर्व.

हे सगळे नियम कालदेशवर्तमानानुसार बदलत असतात. आणखी आमच्या ह्या देशामध्यें नाना धर्म आणि नाना जाति असल्यामुळें, त्यांच्या अनुरोधानें कायदे करावे लागतात. असें आहे तरी, "राजा कालस्य कारणम्" ह्या तत्त्वाच्या आधारानें सगळे व्यवहार चालतात. ह्मणून, ह्या राष्ट्रामध्यें स्वराज्य होतें, तेव्हां कायदे वेगळे होते, पुढें यवनांचें राज्य झालें, तेव्हां कांहीं वेगळे होते, पुढें मराठशाही झाली, तेव्हां कांहीं वेगळे होते, आतां इंग्रजी आहे, तेव्हां आतां कांहीं वेगळे आहेत. हें सगळें धोरण राजवृत्तीवर असतें. त्या सगळ्या प्रकरणाची येथें चर्चा करावयाची नाहीं आहे. तर, केवळ सध्याच्या कारकीर्दीतल्या कायद्यांच्या रचनेविषयीं थोडेंसें सांगावयाचें आहे. कां कीं, रावराजे ह्यांचा कांहीं संबंध त्या विषयाशीं होता.

इलिझाबेथ राणी ह्यांनीं ईस्टइंडिया कंपनीस इ० स० १६०१ ह्या वर्षीं सनद दिली, तींत त्यांस कायदे करण्याचा अधिकार दिलेला आहे. पण तो अधिकार त्या कंपनीच्या अंतर्गत व्यवस्थेपुरत्या कायद्यांचा असावा असें वाटतें. कां

स्टइंडिया कंपनीस हिंदुस्थानांत राज्य प्राप्त होईल,
ष्ट तेव्हां कोणाच्या स्वप्नींही नव्हती. परंतु, ह्या
ांत एक चमत्कार असा आहे कीं, असे कायदे कर-
अधिकार जरी इंग्लंडाच्या राणीसरकारांनी त्या
न दिला होता, तरी पण तो इकडच्या राजांनीं कसा
देला ? कायदे करणें हा राजसत्तेचा अंश आहे. तो
कडच्या राजांनीं आपल्या सत्तेंत कसा चालूं दिला,
ठत नाहीं. इंग्लिश सरकार आपल्या ताब्यांतल्या
करणाऱ्या मंडळीस असे कायदे कधीं करूं देणार
कां कीं, त्याच्या योगानें मुख्य राजसत्तेचा विक्षेप
पण, ही गोष्ट, दुर्दैवेंकरून, आमच्या इकडच्या
या राजेरजवाड्यांच्या लक्षांत आली नाहीं. ह्मणून त्या
ारापासून ह्या कंपनीस लाभ साधतां आला. ह्या कंप-
०स० १७६५ ह्या वर्षी बंगालची दिवाणी मिळाल्यानंतर
ग्रा व्यवस्थेकरितां कायदे करण्याचा प्रसंग आला.
भाणखी अधिकार इंग्लंडांतल्या सरकारानें इ० स०
२ ह्या वर्षी ईस्टइंडिया कंपनीस दिला. तेव्हांपासून
ानांत इंग्रजी कायदे चालण्याची सुरवात झाली.
कायदेकौंसलांच्या अस्तित्वास आरंभ झाला. ह्या-
एका पुस्तकांत असें लिहिलें आहेः—"मद्रासेस
करण्याचा अधिकार मिळाल्याप्रमाणें पहिलें रेग्युलेशन

सन १८०३ ह्या सालचें आहे. मुंबईस कायदे करण्याचें इ० स० १७९९ सालापासून सुरू झालें होतें. परंतु त्या बाबतींतील अधिकार इ० स० १८०७ पर्यंत स्पष्टपणें मिळाला नव्हता. इ० स० १८३२ सालीं हिंदुस्थानचे कायदेकौंसिलाची सुधारणा झाली. त्या वेळीं गव्हरनरजनरलांनीं सर्व हिंदुस्थानासाठीं कायदे ठरवावे, व मुंबई व मद्रास येथील गव्हरनरांनीं कायद्यांचे मसुदे मात्र पाठवावे, असें ठरविलें होतें. इ० स० १८५३ सालचे कायद्यावरून कायदेकौंसिलांतील सभासदांची संख्या वाढविण्यांत आली, परंतु ते सगळे सरकारी नौकरच असत. व त्याच कायद्यावरून सर्व लोकांस कौन्सिलांचा वादविवाद ऐकण्यास जाण्याची मोकळीक मिळाली, व वादविवाद छापण्याचेंही ठरलें. हल्लींची कायदे करण्याची व्यवस्था व अधिकार हे सन १८६१ सालच्या कायद्याप्रमाणें ठरले आहेत." इतकें झालें आहे, तरी ह्या कामांतलें काठिण्य गेलें नाहीं. असो.

"कायदेकौंसिल हें स्वतंत्र दुसरें कौंसिल आहे, असें ह्मणण्याचा प्रघात आहे. परंतु खरा प्रकार असा आहे कीं, गव्हरनरजनरलाचें कौंसिल एकच असून त्यांत कायदे करण्याचे प्रसंगीं मात्र जादा सभासद असतात. ह्या जादा सभासदांपैकीं निमे सरकारी नौकरींत असलेले असावे लागतात, व त्यांत कांहीं नेटिव्ह नेमण्यांत येत असतात.

:भासदांची नेमणूक दोन वर्षांची असते." असें
ानची राज्यव्यवस्था व लोकस्थिति" ह्या पुस्तकांत
आहे. आणखी, कौंसिलांमध्यें नेटिव्ह घेण्याचा
० स० १८६१ ह्या वर्षी झाला. तेव्हां, अगदीं
जे नेटिव्ह गव्हरनरजनरलाच्या कौंसिलामध्यें
त्यांत रावराजे दिनकरराव हे होते. ही नेटिव्ह लोक
ांत घेण्याची योजना सरकारानें जी केली आहे,
ज असें आहे कीं, मनास येईल तसे कायदे
आह्मांस इंग्रज सरकारानें बांधिलें आहे, ही तक्रार
राहूं नये. ह्मणजे, आह्मी जे कायदे करितों ते,
तल्या मोठ्या प्रमुख आणि समजदार लोकांच्या
ानें करितों, असें लोकांस कळावें, ह्मणून सरकार
स्था करितें. तेव्हां ह्या कामास ज्या माणसांची
यांनीं अगदीं आरंभीं केली, तीं माणसें खरोखरच
ाठ्या योग्यतेचीं, देशाविषयीं उत्तम माहीतगार,
राजनिष्ठ, आणि देशाचें कल्याण करणारीं, अशीं
पाहिजेत, हें उघड आहे. ह्यांत रावराजे दिनकरराव
होते. ह्यांनीं ग्वाल्हेरचें राज्य, नवे कायदे करून,
प्रकारें चालविलें होतें. त्यांचा लौकिक फार मोठा
होता. आणि निस्पृहतेविषयीं आणि सत्यशीलते-
त्यांची मोठी आख्या होती, तेव्हां त्यांची निवड

सरकारानें केली, ती योग्यच केली. प्रभावळींतली मूर्ति प्रभावळींत बसविली, असें ह्मटलें पाहिजे.

हें कौन्सिलदारीचें काम मोठ्या थाटाचें असतें—गव्हर्नर जनरलांच्या बरोबरीनें मांडीशीं मांडी लावून बसून करावयाचें असतें—पण, तें तितकेंच कठिण असतें. सरकारचा पक्ष आणि रयतेचा पक्ष असे दोन पक्ष तेथें स्पष्ट असतात. त्यांत सरकारचा पक्ष धरणारी मंडळी मोठी आणि अधिकारारूढ असते. रयतेचा पक्ष धरणारी मंडळी आणि त्यांतही ती एतद्देशीय—ती राजसत्तेरहित असते—तिचे पाय रयतेकडे ओढत असतात, पण, तसें बोललें असतां राजपक्षाच्या मंडळीस काय वाटेल कोण जाणे असें भय वाटत असतें—अशी त्यांची मोठी ओढाताण चाललेली असते. परंतु, शाहाणीं माणसें त्यांतच मोठ्या चातुर्यानें—कांटा मोडूं नये आणि डोळा फुटूं नये अशा रीतीनें—आपलें कर्तव्य करितात. आणि, दोन्ही पक्षांकडून शाबास ह्मणून घेतात. तसेंच रावराजे दिनकरराव ह्यांनीं केलें. त्याचें साद्यंत वर्णन करण्यास येथें अवकाश नाहीं. परंतु, त्यांतल्या थोड्याशा मुख्यमुख्य गोष्टी येथें सांगतों.

रावराजे दिनकरराव ह्यांची नेमणूक इ० स० १८६१ च्या कौन्सिलआक्टाप्रमाणें गव्हरनर जनरलांच्या कायदेकौन्सिलांत इ० स० १८६२ च्या ज्यानेवारी महिन्यांत

झाली. आणि त्या कौन्सिलाची पहिली कचेरी त्याच महिन्याच्या २९ व्या तारखेस कलकत्ता येथें सरकारी वाड्यांत भरली. तीस रावराजे दिनकरराव हे गेले होते. तींत कितीएक कायद्यांच्या मसुद्यांविषयीं बोलणें झालें. पण त्यांत प्रथम असा एक कायद्याचा मसुदा होता कीं, त्याचा संबंध इनाम किंवा जाहागिरी ह्यांशीं होता. ह्मणजे इनामदारांस किंवा जाहागिरदारांस आपलें इनाम किंवा जहागीर ह्यांची व्यवस्था आपल्या इच्छेप्रमाणें—ह्मणजे विकतांटिकतां येईल कीं नाहीं, हा विषय होता. त्यावर रावराजे दिनकरराव ह्मणाले कीं "ह्या देणग्या सरकारानें दिल्या, तेव्हां त्यांस त्यांवर अशा अटी ठेवण्याचा अधिकार होता. ह्या कायद्यापासून सरकाराला कांहीं उपयोग नाहीं, तसा रयतेलाही कांहीं उपयोग नाहीं. हा कायदा लोकांतल्या वहिवाटीच्या विरुद्ध आहे. आणखी जे कोणी कर्जबाजारी झाले आहेत, त्यांना मात्र हा आवडेल. स्थावर मिळकत जर गाहाण ठेवितां येत नाहीं, आणि विकतां येत नाहीं, तर मालकास ती फारशी उपयोगीं पडावयाची नाहीं. अशा स्थावर मालावर दिवाणीकोर्टाची टांच चालावयाची नाहीं, असें ह्या कायद्यांत आहे. परंतु, फौजदारी खटल्यांत झालेला दंड वसुलांत आणण्यास ह्या मालाची हवीतशी व्यवस्था करण्यास सवड आहे, असें झालें आहे.

असा दंड भरण्यास जर ती दूर करतां येत आहे, तर ती कर्जे फेडण्याकरितांही दूर करतां यावी, हें रास्त आहे. स्वसंपादित मालमत्तेचा व्यय लोक धर्मादाय, सार्वजनिक उपयोगाचीं कामें, किंवा आपल्या माणसांस बक्षीस देण्यांत करीत असत; आणि प्रसंग पडल्यास गाहाणही ठेवीत असत; पण विकीत नसत. पण ह्या कायद्याप्रमाणें ह्मटलें ह्मणजे स्थावर मिळकतीवर त्यांची सत्ता कोणत्याही प्रकारची राहात नाहीं." ह्यावरून उघड असें दिसतें कीं, एखाद्या माणसास सरकारांतून जाहागीर किंवा इनाम मिळतें, त्यावर त्या माणसाची सत्ता पूर्णपणें राहावी, असें मत रावराजे ह्यांचें होतें. आणि तें बरोबर आहे, असें वाटतें. कां कीं, एकाद्या वस्तूचें स्वामित्व पूर्ण स्थापित करण्याचें मुख्य प्रमाण तेंच आहे.

ह्यानंतरची दुसरी कचेरी तारीख १२ फेब्रुआरी इ०स० १८६२ ह्या दिवशीं भरली होती. तींत कितीएक कायद्यांच्या मसुद्यांविषयीं वादविवाद झाला. त्यांत "करार मोडणें" ह्या विषयावर एक मसुदा होता, त्याची व्याप्ति फार मोठी होती. आणि हा कायदा नीळ आणि कापूस पिकविणारे लोक आधीं माल देण्याच्या करारानें पैसा घेतात आणि तो करार मग मोडतात, त्याच्या निवारणाकरितां योजिलेला होता. हें स्पष्ट कळण्याकरितां, ह्या

यें आनरेबल मि. अर्स्किन हे जें काय बोलले,
ा एक लहानसा उतारा येथें घेतों. तो हाः—"अशी
ा करा कीं, कोणीं एका शेतकऱ्यानें अमक्या एका
ा जमिनीवर अमक्या एका धान्याचें शेत करून
माल अमक्या एका सावकारास देण्याचा करार
तो करार त्याच्या मनांत प्रथम पुरा करावयाचा
परंतु, पुढें पैशाच्या लोभानें ह्मणा किंवा हट्टादाव्यानें
त्यानें त्याप्रमाणें करार पुरा केला नाहीं, आणखी
याला असें ठाऊक होतें कीं, आपण करार मोडल्यानें
राचें फार नुकसान होईल, तरी, त्यानें शेताचा
दुसऱ्या कोणास दिला, किंवा मालाचा पैसा घेऊन
ळून गेला, आणि जमीनही दुसऱ्याकडे गाहाण
शी, तर अशा अपराधास शिक्षा पाहिजे. ती कायद्यांत
सांगितली नाहीं, ह्मणून हा कायदा पाहिजे आहे,
आमचें मत आहे." ह्यावरून त्या मसुद्याचा हेतु
र येण्यास अडचण पडावयाची नाहीं. ह्या विषयावर
जे दिनकरराव ह्यांनीं आपलें मत असें दिलें कीं,
ह्यांला असें वाटतें कीं, अशा प्रकारचा वेगळा कायदा
याचें मुळींच प्रयोजन नाहीं. कां कीं, आपलें नुकसान
नये, अशा माणसाशीं करार करणें किंवा अशाविषयीं
ागिरी ठेवणें हें मनुष्याचें कर्तव्य आहे. इतकें करून-

ही जर त्यांत कोणीं लबाडी केली, तर त्यास शिक्षा करण्यास आणि त्याजकडून नुकसान भरून घेण्यास इ० स० १८५९ चा आठवा आक्ट आहेच; अथवा पिनलकोडच्या ४१९ कलमाप्रमाणें त्यास शिक्षा करितां येण्यासारखी आहे." ह्मणजे, ह्या मतावरून असें दिसतें कीं, कायदे उगाच पुष्कळ करून ठेवणें हें बरें नाहीं, असें त्यांस वाटत होतें. आणि तेंच बरोबर आहे. होईल तितका निर्वाह सध्या असलेल्या कायद्यांनीं करावा: आणि त्यांत निर्वाह न होईल, तेवढ्यापुरता नवा कायदा करावा, हें उत्तम आहे. शिवाय, ह्या कायद्याचा मुख्य रोंख निळीच्या आणि कापसाच्या पिकाशीं होता, आणि त्यांत युरोपियन व्यापाऱ्यांचें बरेंच अंग असल्यामुळें हा विशेष आग्रह चालला होता, हें त्यांच्या लक्षांत येऊन चुकलें होतें.

ह्यानंतर फेब्रुआरीच्या २६ व्या तारखेस कौन्सिलाची सभा भरली होती. त्या वेळीं इतर मसुद्यांबरोबर अपराध्यांस फटके मारण्याच्या शिक्षेबद्दलच्या कायद्याच्या मसुद्यावर वादविवाद झाला. त्या प्रसंगी नामदार कौइ ह्यांचें भाषण फार चांगलें झालें. ते ह्मणाले, "मला असें वाटतें कीं, सरकारानें अपराध्यांस जी शिक्षा करावयाची, ती नुसती शिक्षा नसावी, तर तीबरोबर त्याची सुधारणा होण्याचाही हेतु असावा. आणखी चांगला प्रौढ जो अपराधी आहे, तो

नें कधीं नीट व्हावयाचा नाहीं. ह्मणून
क्षा जी आहे, ती लहान मुलें एकदां चोरींत
ुनः चोरीत सांपडलीं तर त्यांस मात्र द्यावी,
देऊं नये, असें माझें मत आहे. ह्यावर
आक्षेप असा आहे कीं, कितीएक माणसें अशीं
ांस माराशिवाय दुसरी शिक्षा, शिक्षाच वाटत
र उत्तरपक्ष असा आहे कीं, मनुष्य हा जर
ा आढळला, तर त्याला पशूप्रमाणें वागविणें
;, हें जें मत आहे, तें अर्वाचीन विचारास
' ह्मणजे मनुष्य हा जर पशु झाला आहे,
ानुष्य करण्याचा उद्योग कायद्याच्या आधारानें
, असा त्यांचा आशय दिसतो. ह्या विष-
दिनकरराव ह्यांनीं आपलें मत असें दिलें कीं,
राध्यांस देहदंडनाची शिक्षा देणें हें आह्मांस
नाहीं. चोरीबद्दल एकदा शिक्षा झाली असून
धांत जर पुनः सांपडला, तर मात्र त्याला
क्षा करावी. आणखी ती देखील, न्याया-
असें दिसून आलें कीं, चोरी करणें किंवा
हें एक उपजीविकेचें साधन आहे, असें
मनानें घेतलें आहे, तर मात्र करावी, एरव्हीं
आणखी, अशा अपराध्यांस देखील, कैदेची

शिक्षा पुरी झाल्यावर, सोडून देतांनाही शिक्षा करावी." ह्या मतावरून असें स्पष्ट दिसतें कीं, शिक्षा देण्याचे जे दोन हेतु साधारणपणें चांगले लोक समजतात—ह्मणजे अपराध्यास शासन होणें आणि इतरांस दहशत बसणें—हे दोन्ही हेतु ह्यांत साधावे, असा त्यांचा हेतु होता.

पुढें मार्च महिन्याच्या ९ व्या तारखेस कौन्सिलाची कचेरी भरली. तेव्हां, नाण्यांच्या संबंधाचे अपराध होतात, त्या संबंधानें पिनलकोडाची सुधारणा करावी, असा विषय होता. तो मसुदा पुष्कळांस आवडला नाहीं. कां कीं, त्या वेळीं पिनलकोड नुकताच अमलांत आला होता, आणि त्याचा अंमल सगळ्या अपराधांस पुरतो कीं नाहीं, तो अनुभव यावयाचा होता. त्या संबंधानें रावराजे दिनकरराव ह्मणाले—"ह्या मसुद्यांत जे अपराध ह्मणून सांगितले आहेत, त्यांची शाबिदी अपराध्यांवर होणें हें फार कठिण आहे. ह्मणून हा कायदा लोकांस अतिशयित त्रासदायक होईल. पिनलकोडांत ह्या विषयाचा विचार झाला आहे. आणि तो कायदा अमलांत आल्यास अवघे दोनच महिने झाले आहेत." कायद्यांनीं अपराध्यांचा बंदोबस्त होतो, हें खरें आहे. परंतु, नव्या कायद्यांत नवे अपराध जर सांगितले, तर ते अपराध लोकांस सुचविल्यासारखे होतात. ह्मणून होतां होई तों तसें करूं नये. अपराधांचें निवारण करण्यापुरतेच कायदे करावे.

ह्यानंतर मार्च महिन्याच्या १० व्या तारखेस कौंसिलाची सभा भरली होती. तेव्हां जे विषय बाहेर पडले, त्यांत स्थावर मालाच्या वांटणीविषयींच्या कायद्याचा विषय होता. त्या संबंधानें रावराजे दिनकरराव ह्मणाले,—"ज्या लोकांशीं ह्या कायद्याचा संबंध आहे, त्या लोकांस ह्यांतलें तत्व विशेष महत्वाचें आहे. ह्यांत जी थोडी सुधारणा पाहिजे आहे, ती सिलेक्ट कमिटींत होईल. परंतु २९ व्या कलमांत जें ह्मटलें आहे कीं, सरकारधाऱ्याच्या फेडीकरितां स्थावर मिळकत विकावी, तें रद्द केलें पाहिजे. कारण तें आह्मांस अगदीं पसंत नाहीं. सरकारसाऱ्याचा वसूल करण्यास ह्या गोष्टीची आवश्यकता नव्हती. परंतु, ही वहिवाट चालू असल्यामुळें रयतलोकांस सरकारावर पुष्कळ तक्रारी करण्यास जागा सांपडली, आणि पुष्कळ लोकांचे स्थावर मिळकतीवरचे हक्क विनाकारण गेले. हिंदुस्थानांतल्या लोकांची आसक्ति त्यांच्या स्थावर मिळकतीवर आणि तिच्यासंबंधाच्या इतर गोष्टींवर किती असते, हें चांगलें ठाऊक झालें आहे. ह्मणून आह्मांला असें वाटतें कीं, रयतलोकांचे हक्क कायम राखण्यास सरकारानें ही वहिवाट अगदीं बंद करावी, हें आवश्यक आहे." ह्यावरून एक गोष्ट स्पष्ट दिसून येईल कीं, रावराजे दिनकरराव हे, रयतेच्या जमिनीवरच्या हक्कांस फार जपत असत. हें त्यांचें तत्व, त्यांनीं जे कायदे ग्वाल्हेर

संस्थानाकरितां केले आहेत, त्यांत तर अगदीं फारच स्पष्ट झालें आहे. हें तत्व फार चांगलें आहे. आणखी हें कांहीं आजकालचें नाहीं, फार प्राचीन आहे. भारतांत देखील ह्याचा उल्लेख केलेला आढळतो. मोरोपंतांनीं एका ठिकाणीं ह्मटलें आहे:—

आर्यार्ध.

करिति जतन वतन पतन
मत न मल्याला तथापि तें वरिती.

त्याप्रमाणें हिंदुस्थानच्या लोकांची ही विशेष आसक्ति महाराणी व्हिक्टोरिआ ह्यांच्या मोठ्या जाहीरनाम्यांतही कबूल केली आहे. ती अशी:-"वडिलांपासून चालत आलेल्या जमिनीवर हिंदुस्थानांतील लोकांची आसक्ति आहे ती आह्मांस माहीत असून आमच्या लक्षांत आहे. सरकारचें वाजवी घेणें असेल तें घेऊन लोकांचे जमिनीसंबंधीं जे जे हक्क असतील, ते ते त्यांजकडे सुरक्षित ठेवावे व हरएक बाबतींत कायदे ठरवितांना व ते अमलांत आणतांना, हिंदुस्थानांत जे प्राचीन हक्क व वहिवाटी, व रिवाज चालत आले असतील, त्यांवर योग्य नजर द्यावी, अशी आमची इच्छा आहे." असो.

त्याच कचेरींत रंगून येथील म्युनिसिपालिटीच्या करांच्या संबंधाच्या कायद्याचा मसुदा बाहेर आला. त्यावर वादविवाद झाला. त्यांत रावराजे दिनकरराव ह्मणाले:-"हा

ायदा रंगून शहराच्या संरक्षणाकरितां आणि सुधारणेक-
तां व्हावयाचा आहे, तरी असे कायदे मुळीं ज्या हेतूंनीं
रितात, ते हेतु चांगले सिद्धीस जात नाहींत, आणि
ा कायद्यांनीं लोकांवर नव्या जकाती आणि नवे कर
रतात, ते कायदे जसे त्यांस अप्रिय वाटतात, तसे
शा प्रकारचे कायदेही अप्रिय वाटतात. ह्या मसुद्याच्या
ाठव्या कलमाप्रमाणें लोकांस आपल्या घरांवर आणि
ारतींवर दाहा आण्यांपासून साडेसाहा रुपयांपर्यंत घरांच्या
ाणि इमारतींच्या किफायतींच्या मानानें दरसाल कर द्यावा
ागावयाचा आहे. ह्मणजे दर घरास सरासरीनें अडीच
ाये बसतात. ह्याशिवाय त्यांजवर प्राप्तीवरील कर आहे,
ापील कागदाचा कर आहे, मालावरच्या जकाती आहेत.
ावरून त्यांस एकंदर किती कर द्यावे लागतात, हें सहज
सून येईल. प्राचीन काळीं मोठमोठीं घरें बांधिलेलीं
ाहेत. त्यांत पुष्कळ माणसें राहातात. त्यांस विपत्ति
ालेली आहे. त्यांस आपला निर्वाह चालविण्याची पंचा-
ा पडली आहे. तरी, त्यांजवर त्यांच्या घरांच्या किम-
च्या मानानें कर बसविले आहेत. त्यांच्या उत्पन्नाचा
चार मुळींच केलेला नाहीं. अशी जर खरी गोष्ट आहे,
, असे लोक, शहरचे रस्ते स्वच्छ राखण्यास किंवा शह-
त दिवे लावण्यास पैसा कोठून देतील? ह्याशिवाय

त्यांस गाड्यांवर आणि जनावरांवर कर द्यावा लागतो. घरांतलें प्रत्येक जनावर सरकारांत नोंदलेलें पाहिजे, आणि त्यावर दरसाल चार आणे कर दिला पाहिजे. जनावर नोंदण्याचें राहिल्यास दाहा रुपये दंड द्यावा लागतो. मग त्या जनावराची किंमत दाहा असो कीं दाहांहून कमी असो..... बैल आणि गाडी ह्यांबद्दल दरसाल बारा रुपये द्यावे लागतात. त्याच्या गाडीपासून त्याला कांहीं उत्पन्न होवो कीं न होवो, त्यानें बारा रुपये दिलेच पाहिजेत. हाच प्रकार दुसऱ्या जनावरांचा आहे. अशा प्रकारें म्युनिसिपालिटीचें जें उत्पन्न होतें, त्यांतले पैसे सरकार पोलिसाच्या खर्चाकरितां घेतें. आतां, स्वसंरक्षणाबद्दल रयतेनें सरकारास पैसे द्यावे, हें अगदीं वाजवी आहे. परंतु, सरकार जमिनीचा सारा घेतें, आणि दुसरे कर घेतें, त्याच्या पैशांतून हा पोलिसाचा खर्च करावा. मला असें वाटतें, हा जो कायदा होऊं पाहात आहे, ह्यासारखा कायदा कोणत्याही देशांतल्या लोकांस आवडावयाचा नाहीं. ज्या शहरांत म्युनिसिपालिट्या आहेत, तीं शहरें ह्मणजे अगदीं स्वच्छ असतात असें नाहीं. त्याप्रमाणेंच, ज्या शहरांत म्युनिसिपालिट्या नाहीत, तीं ह्मणजे अगदीं घाण असतात, असेंही नाहीं. लोक आपापलीं गांवें आणि शहरें स्वच्छ ठेवितात. लग्नाकार्याच्या वेळेस लोक रस्ते

ो घरें चांगलीं स्वच्छ करितात. गांवें आणि शहरें स्वच्छ ठेवणें हें सगळया लोकांच्या हिताचें आहे. ह्मणून रयतलोकांनीं निर्मळ ठेवावीं, आणि त्या कामांत ा सरकारानें मदत करावी. परंतु, सरकारी कामदा- ं लोकांकडून त्यांच्या जागा स्वच्छ ठेववाव्या हें आवश्यक ं. ह्याच्या योगानें, मक्तेदार लोक जो पैसा मध्यें ावितात, त्याचा भार लोकांवर पडावयाचा नाही, आणि ा प्रकारच्या कायद्यांपासून त्यांस त्रास सोसावा लागा- चा नाहीं." ह्या भाषणावरून रंगुनाकडची माहिति ळ कळते. आणि म्युनिसिपाल करांविषयीं रावराजे चें साधारण मत काय आहे, तें समजतें. म्युनिसि- लट्या प्रथम स्थापित होतात, तेव्हां त्यांचे जे हेतु अस- ा, ते पुढें पुढें सुटत जातात, आणि दुसरे खर्च त्यांवर न लोकांस ओझें होतें. तें होऊं नये, असा रावराजे वा अभिप्राय असावा, असें दिसतें. तें बरोबर आहे. लेसाचा खर्च म्युनिसिपालिट्यांवर कां? म्युनिसिपालिट्या ह्ल्या तेव्हां पोलिसाचा खर्च कोठून चालला होता? ेनीचा सारा घेतात, त्यांतून पोलिसाचा खर्च कां होऊं ? असे अनेक प्रश्न ह्या भाषणावरून मनांत उभे ातात. त्यांची चर्चा करण्याचें ठिकाण हें नव्हे. असो. पुढें नोवेंबरच्या २६ व्या तारखेस कौन्सिलाची जी सभा

भरली होती, तींत, इतर प्रकरणांत, सार्वजनिक उपयोगाकरितां लोकांची जमीन घेण्याच्या कायद्यांचा मसुदा निघाला होता. त्याविषयींच्या वादाच्या वेळीं रावराजे दिनकरराव ह्मणाले, "अशी जमीन जर इनाम असेल, किंवा वंशपरंपरेनें वाहलेली असेल, आणि मालकाच्या मनांत जर तिची किंमत ध्यावयाची नसेल, तर, त्या प्रकारची नवी जमीन त्यास दुसरीकडे द्यावी, आणि त्या जमिनींत इमारती वगैरे असल्यास त्यांची किंमत त्यास वेगळी द्यावी. घर द्यावें लागत असलें, तर त्या घरास लागली आहे तितकी जमीन त्यास देऊन, शिवाय घराची किंमत त्यास द्यावी. ह्या कायद्यांत असेंही घालून ठेवावें कीं, सरकारी कामदारांनीं धर्मसंबंधीं इमारतींकडे विशेष लक्ष पुरवावें."

तारीख १७ दिसेंबर १८६२ रोजीं कौन्सिल भरलें होतें, त्यांत ख्रिस्ती लोकांच्या लग्नसंबंधीं कायद्यांचा मसुदा निघाला होता; त्याविषयींही रावराजे दिनकरराव ह्यांनीं भाषण केलें. त्यांत मुख्य विचार असा सुचविला होता कीं, त्यांच्या लग्नामध्यें संशयित संबंध असा कांहीं-एक राहूं नये. ह्मणजे, त्यांचीं लग्नें चुकभुलीनें किंवा कोणत्याही प्रकारच्या भ्रमाखालीं होऊं नयेत, ह्याविषयीं खबरदारी ठेवावी.

ह्याप्रमाणें रावराजे दिनकरराव ह्यांची कौन्सिलदारीची

हिर्दं झाली. त्यांचा स्वभावच असा होता कीं, जें को-
काम करावयाचें तें अगदीं मनापासून करावयाचें,
उपेक्षा ह्मणून तिळभरही करावयाची नाहीं, त्याप्रमाणें
ां हें आपलें कौन्सिलदारीचें काम बजाविलें. तें नाम-
व्हाइसराय साहेबांस पसंत पडलें. त्यांनीं, त्यांची दोन
नी मुदत सरल्याबद्दल जें पत्र त्यांस लिहिलें आहे, त्यांत
ह्मटलें आहे कीं, "कौन्सिलामध्यें आपण आपल्या
ारीच्या कौन्सिलदारांस नानाप्रकारच्या विषयांवर आपलें
मोकळेपणानें देऊन पुष्कळ साह्य केलें, ह्याबद्दल आपले
ार मानिले पाहिजेत. आणि ह्याबद्दलचा लेख सरका-
ा दप्तरांत लिहून ठेविला आहे."

येथें हेंही सांगितलें पाहिजे कीं, हिंदुस्थानाकरितां का-
करणें हें काम अतिशयित कठिण आहे. त्याप्रमाणेंच
ांबंधानें मत देणें हें कठिण आहे. कां कीं, सांप्रत-
ीं त्यांत "निश्चितत्व" अगदीं थोडें आहे. त्याचें
हरण लाॅर्ड मेकाले ह्यांनीं आपल्या भाषणांत दिलें
. ते ह्मणाले, "मीं हिंदुस्थानांतल्या एका मोठ्या
ारी कामगारास विचारिलें कीं, एकादी कलावंतीण जर
ल्या यजमानापासून पळून गेली असली, तर तिजविषयीं
हिंदुस्थानांत कसा करतील? त्यानें उत्तर दिलें कीं,
ी न्यायाधीश तिला परत यजमानाच्या घरीं जाण्यास

भाग पाडतील, आणि कांहीं न्यायाधीश तिला मोकळी सोडून देतील. शुद्ध लहरीची गोष्ट आहे." ह्मणजे, हिंदुस्थानांतल्या वहिवाटीप्रमाणें ह्मटलें ह्मणजे तिला परत यजमानाकडे जावयास लावणें हें न्याय्य आहे, आणि इंग्लिश कायद्याप्रमाणें तिला तिच्या इच्छेनुरूप वागण्यास मोकळी सोडणें हें न्याय्य आहे. ह्यांतलें धरावें कोणतें आणि सोडावें कोणतें, ही मर्जीची गोष्ट होते. ह्यामुळें हिंदुस्थानाकरितां कायदे करण्याचें काम अतिशयित बिकट होतें.

असें असतांही अशा प्रकारें रावराजे दिनकरराव ह्यांची कौन्सिलदारीची कारकीर्द फार चांगल्या रीतीची झाली. वास्तविक पाहिलें असतां, सध्याच्या स्थितींत आमच्या राष्ट्राच्या सुखार्थ अनेक प्रकारचे नवे कायदे व्हावयास पाहिजे आहेत. परंतु, राज्यकर्ते परके आहेत, त्यांचे विचार वेगळ्या प्रकारचे आहेत, त्यांच्या आणि प्रजेच्या हिताचे संबंध एकमेकांत गुरफटलेले आहेत, ते कधीं कधीं इतके कीं, त्यांविषयीं मोकळ्या मनानें बोलणें हें देखील एतद्देशीय गृहस्थांस फार कठिण वाटतें. अशा स्थितीमध्यें कायदे करण्यासारख्या विषयावर भाषणें करणें हें कांहीं सोपें नाहीं. त्याला पुष्कळ चातुर्य लागतें. तें काम रावराजे दिनकरराव ह्यांनीं फार चांगल्या रीतीनें केलें, हें त्यांस भूषणावह आहे. शिवाय एतद्देशीय लोक कौन्सिलांत घेण्याची वेळ ती अ-

ग्यास कोणकोणत्या मोकळिकी आहेत, तें वहिवाटीनें
ऽ नव्हतें. हें मनांत आणलें ह्मणजे ह्यांच्या कामाची
ाष वाखाणणी करावीशी वाटते. बाकी एवढें खचीत
हे कीं, ह्यांच्या एकंदर भाषणामध्यें दोन तत्वें अगदीं
ष्ट दिसतात. त्यांतलें एक हें कीं, कायदे करवतील ति-
; थोडे करावयाचे, आणि दुसरें हें कीं, एतद्देशीय लो-
चें हित साधवेल तितकें साधावयाचें, ह्यांत कौन्सिलदा-
रें सगळें कर्तव्य असतें, असें आह्मांस वाटतें. आणखी,
ंदर पृथ्वींतल्या सगळ्या कायद्यांचा मुख्य हेतु अगदीं
रंभापासून हा दिसतो कीं, पुष्कळ लोकांचें पुष्कळ हित
धावें, असे कायदे करावयाचे. तें तत्व स्वराज्य असतें
ां उत्तम प्रकारें साधतें. आणि स्वराजत्व ज्या ज्या मा-
नें कमजास्त असतें, त्या त्या मानानें हें कमजास्त होतें.
सर्वत्र गृहीत आहे. आणि ह्याकरितांच इंग्लिश सरका-
रें आमचे लोक कायदेकौन्सिलांत घेण्याचें मोठ्या श-
णपणानें ठरविलें आहे. इ० स० १८९२ ह्या वर्षी का-
दकौन्सिलच्या सुधारणेचा नवा कायदा झाला. त्यांत
सें ठरलें कीं, हिंदुस्थान सरकारचे कौन्सिलांत सभास-
ची संख्या दाहांपेक्षां कमी व सोळांपेक्षां जास्त असूं नये.
ड्यींच्या नियमांप्रमाणें कायदेकौन्सिलांत सोळा जास्त स-

भासद असावे. त्यांत साहा सरकारी नौकर व दाहा सरकारी नौकरींत नसलेले सभासद असावे. आणि त्यांत कांहीं लोकांनीं—ह्मणजे रयतेनें व म्युनिसिपालिट्यांनीं व लोकलबोर्डांनीं निवडिलेले असावे, असें ठरून त्याप्रमाणें काम चाललें आहे. ही वृत्ति अशीच वाढत गेली, तर कालेंकरून आमच्या देशाचीं कायदेकौंसिलें आह्मांस जशीं पाहिजे आहेत, तशीं होण्याची आशा आहे. आणखी, आमच्या राज्यकर्त्यांचें खरें थोरपण काय तें त्यांतच आहे. असें आह्मी आत्मस्वार्थाकरितां ह्मणतों असें नव्हे. तर, लॉर्ड मेकालेसारख्या गृहस्थांनीं तीस चाळीस वर्षांमागें पार्लमेंटांत तें ह्मणून ठेविलें आहे. ह्मणजे, त्यांनीं हिंदुस्थानाविषयीं भाषण करतांना असें सांगितलें कीं, आमच्या राज्याच्या योगानें हिंदुस्थानांतले लोक आमच्याइतके शाहाणे होऊन जर त्यांनीं आमच्या हातचा हिंदुस्थानाचा राज्यकारभार घेतला, तर, असा दिवस इंग्लंडाच्या इतिहासांत जडावाच्या अक्षरांनीं लिहिण्यासारखा अभिनंदनीय होईल. त्यांच्या मागून, इंग्लंडांतले नामांकित राजनीतिज्ञ पुरुष जान ब्रैट ह्यांनींही पार्लमेंटांत असे उद्गार काढिले कीं, आमच्या शिक्षणाच्या योगानें ज्या चांगल्या इच्छा हिंदुस्थानांतल्या लोकांच्या ठायीं उत्पन्न होत आहेत, त्या इच्छा पर्यायेंकरून आह्मींच उत्पन्न केल्या आहेत, ह्मणून त्या तृप्त करणें हें आमचें कर्तव्य आहे. ह्मणजे हा

। यावा, असा त्यांचा आशय आहे. आणखी, असा ।, आह्मी ह्मणतों कीं, हिंदुस्थानाच्या इतिहासांतही गच्या अक्षरांनीं लिहिण्यासारखा परमभूषणप्रद होईल. खी, असा दिवस जवळ आणण्याचीं जीं साधनें आहेत, दोन मुख्य आहेत. त्यांतलें पहिलें हें कीं कायदेकौं-त घेण्यासारखीं शाहाणीं माणसें आमच्यामध्यें तयार ं पाहिजेत. आणि दुसरें साधन हें कीं, अशा माणसांस देकौन्सिलांत घेण्याविषयीं आमच्या राज्यकर्त्यांस इच्छा । पाहिजे. हीं दोन्हीं साधनें आमच्या सुदैवेंकरून सिद्ध आहेत. शिक्षणाच्या प्रसारानें, राजा ह्मणजे काय, ह्मणजे काय, त्यांचे परस्पर संबंध काय, आणि त्यांच्या ाचे कायदे कसे असावे, हें उत्तम प्रकारें जाणणारीं सें तयार होत आहेत. आणि, कोणत्याही राष्ट्रावर ाधिकार चालवायास आणि तो चिरस्थायी करण्यास, राष्ट्रांतल्या शाहाण्या माणसांस राज्यकारभारांत घेणें हें त आवश्यक आहे, आणि आपल्या उदार चरितास ावह आहे, ही गोष्ट, विद्याचारसंपन्नतेच्या संस्कारानें, च्या राज्यकर्त्यांच्या मनांत अधिकाधिक भरत चालली . हें जसें आमच्या राष्ट्राचें मोठें भाग्य आहे, तसें डाचेंही मोठें भाग्य आहे. ह्या भाग्यदायक कार्यास भ चांगल्या रीतीनें झाला आहे. देव करो, हा क्रम

असाच चालो, आमच्या लोकांच्या हातीं आमच्या देशासाठीं कायदे करण्याचा अधिकार पुष्कळ येवो, त्याचा सद्व्यय त्यांच्या हातून होऊन, त्यांच्या द्वारें चांगले कायदे आमच्या राष्ट्रास मिळोत. त्या कायद्यांच्या योगानें आमच्या देश-बांधवांच्या दुःखाचा परिहार होऊन सुखाची वृद्धि होवो. जें हिंदुस्थानाचें हित, तेंच इंग्लंडाचें हित आहे, असें उभयपक्षांच्या अंतःकरणांत बिंबो. आणि जो दिवस वर वर्णिला आहे, तो लवकर प्राप्त होवो, असें आह्मी मनापासून इच्छितों.

भाग आठवा.

धोळपुर, रीवा आणि देवास येथील राज्यव्यवस्था.

ओंवी.

दुःख दुसऱ्याचें जाणावें
ऐकोनि तरी वांटून घ्यावें
बरें वाईट सोसावें
समुदायाचें.

रामदास.

जिहीं आपुल्या सर्व प्रयत्नें
पराचे क्लेश परिहरणें
श्रमोनि पुढल्या सुख दावणें
तो एक धन्य संसारीं.

मुक्तेश्वर.

रत्न आपण होऊन कधीं कोणास आपली प्रतिष्ठा सांगत नसतें. तरी त्याच्या आंगचे गुण जाणून लोक आपोआप त्यास कोंदणांत बसवितात, आणि त्यापासून आपला लाभ साधितात. त्याप्रमाणें गुणी पुरुषांस कोणी स्वस्थ राहूं देत नाहींत. त्यांस त्यांच्या गुणांवरून लोक यथायोग्य कार्यास लावितात,

आणि सत्कार्यें करून घेतात. तसा कांहीं प्रकार रावराजे दिनकरराव ह्यांच्या संबंधानें झालेला आहे. त्याचें वर्णन ह्या भागांत करायाचें आहे.

रावराजे दिनकरराव ह्यांनीं, शिंदेशाहीशिवाय आणखी दोन तीन एतद्देशीय संस्थानांची व्यवस्था उत्तम प्रकारें लावून दिली. आणि तेणेंकरून त्या संस्थानांत त्यांचें नांव अजरामर होऊन, त्यावरून इंग्रज सरकारांत त्यांची मोठी प्रशंसा झाली. तीं तीन संस्थानें ह्मटलीं ह्मणजे धोळपुर, रीवा आणि देवास हीं होत. ह्या संस्थानांत त्यांनीं काय काय काम केलें, तें येथें थोडक्यांत यथानुक्रमें सांगतों.

धोळपुर.

हें संस्थान रजपुतस्थानांत आहे. येथें पोलिटिकल एजंट असतो. ह्या संस्थानाचें क्षेत्रफळ १२०० चौरस मैल आहे. ह्याच्या उत्तरेस आग्रा जिल्हा आहे; पश्चिमेस करोली आणि भरतपुर हीं संस्थानें आहेत; आणि दक्षिणेस चंबळा नदी आहे. ही ग्वाल्हेर संस्थानाच्या आणि ह्याच्यामध्यें सरहद्द आहे. एकंदरीनें सुमारें अर्ध्या जमिनीवर लागवड होते. हवा चांगली आहे. लोकसंख्या सुमारें अडीच लाख आहे. हिंदु लोक सुमारें सवादोन लाख आहेत; आणि मुसलमान वीस हजार आहेत. जमिनीचा वसूल सुमारें सवासात लाख

आणि संस्थानाचा खर्च सुमारें दाहा लाखांचा आहे.
ळपुर हें नांव राजा धोलन देव ह्या राजाच्या
सून निघालें आहे. ह्या राजाचें राज्य इ० स०
च्या सुमारास चंबळा आणि बाणगंगा ह्या नद्यांच्या
शांत होतें. धोळपुरच्या राजांनीं बाबरास कांहीं
ठें नाहीं; परंतु पुढें अकबरानें त्यांस जेरीस आणिलें,
देसतें. इ० स० १६५८ ह्या वर्षीं औरंगजेब आणि
ह्यांची लढाई धोळपुरानजीक होऊन, औरंगजेबाचा
ला. औरंगजेबाच्या मागून अजीम आणि मोअजीम
लढाई धोळपुरास झाली. तींत अजीम हा प्राणास
. ह्या वेळेस राजा कल्याणशिंग बहादुर्या ह्यानें धो-
घेतलें. हे बहादुर्या वंशाचे राजे ह्या प्रांतावर इ०स०
१ पर्यंत राज्य करीत होते. पण, त्या वर्षीं त्या प्रां-
भरतपुरचा राजा सुरजमल्ल ह्यानें स्वारी केली, आणि
लें. पुढें इ० स० १७७५ ह्या वर्षीं मिर्झानजीबखान
भरतपुर आणि त्याच्या ताब्यांतले प्रांत घेतले. तेव्हां
धोळपुर त्यांत गेलें. हा मिर्झा मेल्यावर धोळपुर
ीं घेतलें. इ० स० १८०३ ह्या वर्षी तें इंग्लिशांनीं
परंतु पुढें सर्जेअंजिनगांवच्या तहावरून शिंद्यांस
देलें. इ० स० १८०५ ह्या वर्षीं तें पुनः इंग्लि-

शांनीं घेतलें. आणि इ० स० १८०६ ह्या वर्षी, धोळपुर, बारी, राजाखेडा, आणि मथुरा हे प्रांत एकत्र करून, ते महाराणा किसनशिग–ह्मणजे गोहदचा राजा–ह्यांस दिले; आणि गोहद शिंद्यांस दिलें. हेच किसनशिंग सध्याच्या राजवंशाचे मूळपुरुष होत. हे जाटजातीचे आहेत. ह्यांच्या एका पूर्वजानें गोहद हा प्रांत इ० स० १५०५ ह्या वर्षी मिळविला, आणि मग त्यांचे वंशज पेशव्यांस मिळाले; आणि इ० स० १७६१ ह्या वर्षी राणा भीमशिंग ह्यानें ग्वाल्हेरचा किल्ला घेतला. इ० स० १७७७ ह्या वर्षी शिंद्यांनीं ग्वाल्हेर परत घेतली. इ० स० १७७९ राणा आणि वारन हेस्टिग्ज ह्यांनीं ग्वाल्हेर परत घेतली. इ० स० १७८१ त तह होऊन गोहदच्या राण्याच्या मुलखावर आह्मीं दखलगिरी ठेवणार नाहीं, असें शिंद्यांनीं कबूल केलें. पण, सालप्याच्या तहानंतर, इंग्लिशांनीं राण्याचा पक्ष सोडल्यामुळें शिंद्यांनीं ग्वाल्हेर आणि गोहद घेतलें. पुढें धोळपुरचा राणा देशोधडीस लागला होता. परंतु, वर सांगितल्याप्रमाणें इंग्लिशांनीं मराठ्यांशीं विरुद्ध होऊन, धोळपुर पुनः राण्यास दिलें. ह्या किसनशिंगांच्या मागें भगवंतशिंग हे गादीवर बसले. ते इ० स० १८५७ ह्या वर्षीच्या बंडाच्या वेळीं इंग्लिश सरकाराशीं राजनिष्ठेनें वागले. त्यावरून त्यांस जी. सी. एस. ऐ. ही पदवी दिली.

रकारांत गेला. तेव्हां राणासाहेबांस पोलिटिकल

भगवतशिंग.

एजंटांकडून असें लिहून आलें कीं, ह्या सगळ्या बखेड्याचा बंदोबस्त लवकर झाला नाहीं तर संस्थानाची वहिवाट इंग्लिश सरकारास आपले हातीं ध्यावी लागेल. त्यावरून राणासाहेबांनीं आपल्या दरबारी मंडळीची आणि आप्तांची सल्लामसलत संवत १९२० च्या श्रावण महिन्यांत, लाला व उमरावसिंग ह्या दोघां वकिलांस, खरीता रावराजे दिनकरराव ह्यांजकडे ग्वाल्हेरीस पाठविलें, अशी विनंति केली कीं, अशा संकटसमयीं आपण रून मला साह्य करून जर माझ्या राज्याची चांगली

व्यवस्था लावून द्याल, तर मजवर व परंपरया ह्या गादीवर माझ्या मागें जे कोणी बसतील, त्यांजवर आपले फार मोठे उपकार होतील. तें वकिलांचें बोलणें ऐकून रावराजे दिनकरराव हे आपले बंधु नानासाहेब ह्यांस ह्मणाले कीं, "आपल्या साह्यानें एकादी नाव जर तरण्यासारखी आहे, तर तिला साह्य करणें हें आपलें कर्तव्य आहे. ह्याकरितां आह्मी उद्यां भरतपुरास जातों, पोलिटिकल एजंट वाल्टर साहेब ह्यांस भेटतों, आणि हें धोळपुरच्या राज्याच्या व्यवस्थेचें काम मला करायास सांगतात कीं काय हें विचारितों. त्यांनीं जर तें करा ह्मटलें, तर, त्यांस असें सांगतों कीं, तें आह्मी आपल्या बंधूंच्या हातून बरोबर करवितों. तें त्यांनीं कबूल केलें, तर आपण उभयतां तेथें जाऊं, आणि आह्मी तुह्मांस सगळ्या कामाची व्यवस्था लावून तुमच्या हातीं देऊं, आणि आह्मी परत येऊं, ह्मणजे झालें." त्यावर नानासाहेब ह्मणाले कीं, "चंबळा नदी भरून चालली आहे, ती तरून जाण्यास नावेंत बसावें लागेल, आणि नाव कोणीकडे लागेल ह्याचा नेम नाहीं. ह्याकरितां सध्या इतकी त्वरा करणें बरें नाहीं." त्यावर रावराजांनीं उत्तर दिलें कीं, "दुसऱ्याचे प्राण रक्षण्याचा निश्चय केला असतां त्यांत देव साह्य करितो. उद्यां आह्मी भरतपुरास जाणार." इतकें बोलणें झाल्यावर, झालेली हकीकत राणासाहेबांस कळवावी,

ां त्या वकिलांस सांगून, त्यांस धोळपुरास जाण्याचा नि- दिला. विदुरनीतींत ह्मटलें आहे:—

ओंवी.

आपलें महत्कार्य सोडून परोपकारीं घाली मन
परपीडा नावडे चित्तांतून तरी तो ईश्वर ह्मणावा.

श्रीधर.

ची आह्मांस येथें आठवण होते.

दुसऱ्या दिवशीं पावसापाण्यांतून रावराजे भरतपुरास ऊन पोलिटिकल एजंटांस भेटले. ते त्यांस ह्मणाले कीं, वाल्हेरसारख्या मोठ्या राज्याची आपण चांगली व्यवस्था विली आहे, तेव्हां धोळपुरासारख्या एवढ्याशा राज्याची वस्था लावणें ह्मणजे आपणांस कांहींच नाहीं. धोळपुर गजे ग्वाल्हेरराज्याचा एक परगणा देखील नाहीं. ह्या ज्याची व्यवस्था लावण्याचा विचार आपण मनांत आ- ला आहे, हें पाहून मला फार संतोष झाला आहे. मला वाईट वाटत होतें, तें एवढ्याचकरितां कीं, हें राज्य ालसात करण्याचें अपेश आपले माथीं येतें कीं काय, अशी ति मला पडली होती. कारण, एतद्देशीय राज्य खालसात रणें हें मी मोठें लांछन समजतों." तें भाषण ऐकून वराजे ह्यांस फार संतोष झाला, आणि त्यांच्या तोंडांतून से उद्गार निघाले कीं, "पोलिटिकल खात्यांत आपल्या- ारखीं माणसें फार थोडीं असतील."

हीं भाषणें झाल्यावर पोलिटिकल एजंटांनीं सरकारांत अशी शिफारस केली कीं, रावराजे दिनकरराव राजवाडे ह्यांस धोळपुर संस्थानाचे सुपरिंटेंडंट नेमावे, ह्मणजे ते राज्याची व्यवस्था उत्तम लावून देतील. त्याप्रमाणें मंजुरी मिळाल्यावर पोलिटिकल एजंटांनीं लागलेंच राणासाहेबांस लिहिलें कीं, आपल्या संस्थानाचे व्यवस्थेकरितां रावराजे दिनकरराव राजवाडे ह्यांस सुपरिंटेंडंट नेमिलें आहे, त्यांस आपण साह्य करावें.

ह्या ठरावाची प्रत रावराजे दिनकरराव ह्यांसही गेली. तेव्हां ते लागलेच ऐन पावसांत धोळपुरास गेले, आणि राणासाहेब भगवंतशिग ह्यांस भेटले; तेव्हां त्यांस परम संतोष झाला. तो इतका कीं, त्या दिवशीं राणासाहेब आपले ऐषआराम देखील विसरले. लगेच तिसऱ्या प्रहरीं दरबार भरला. त्यास सगळे मानकरी, सरदार आणि आप्त बोलाविले होते. प्रथम तेथें पोलिटिकल एजंटांकडचा खरीता वाचून दाखविला, आणि शेवटीं राणासाहेबांनीं असें सांगितलें कीं, "रावराजेसाहेब आजपासून माझे वडील बंधूप्रमाणें, माझ्या राज्याचे मालक मुखत्यार आहेत. आपण सर्वांनीं त्यांच्या आज्ञेंत वागावें, आणि ह्या आपल्या संस्थानांत स्वस्थपणें राहावें, ह्यासारखें दुसरें सुख नाही. रावराजांचा संतोष सर्वांनीं ठेवावा, असें आमचें सर्वांस

सांगणें आहे." त्यावर रावराजे ह्मणाले, "मीं येथें राहून राज्याची व्यवस्था लावावी, अशी राणासाहेबांची इच्छा आहे. परंतु, माझा सबंध ग्वाल्हेरच्या राज्याशीं विशेष महत्वाचा आहे. त्यामुळें मला नेहमीं येथें राहातां यावयाचें नाहीं. ह्याकरितां आमचे कनिष्ठ बंधु गंगाधरराव ह्यांस येथें ठेवून त्यांच्या हातानें आपल्या सगळ्या राज्याचा बंदोबस्त आपल्या लोकांच्या मदतीनें करवीन. तेणेंकरून सगळ्या राज्यांत शांतता होऊन आपणां सर्वांस सुख होईल." इतकें झाल्यावर, रावराजे ह्यांस सात वस्त्रें, खिलत, कंठी, शिरपेंच इत्यादि बहुमानाचीं भूषणें दिलीं, आणि मग दरबार बरखास्त झाला.

नंतर दुसरे दिवशीं रावराजांची स्वारी लष्कर ग्वाल्हेर येथें परत गेली, आणि त्यांनीं शिंदेमहाराजांस धोळपुरचें सगळें वर्तमान सांगितलें. आणखी लागलेच गंगाधररावांस, ह्मणजे हे तेव्हां शिंदे सरकाराच्या शिकरवारी जिल्ह्याचे सुभे होते त्यांस—तिकडे कसें काय काम चालवावयाचें तें सांगून, धोळपुरास पाठविलें. आणि त्यांस असें सांगितलें कीं, ह्या साहा प्रकरणांची माहिती बरोबर काढून तयार ठेवावी:—

१. राज्याचें क्षेत्रफळ किती?

२. राज्यांत गांव किती व त्यांची जमाबंदी किती किती?

३. कुळजमा ऐनमालशिवाय बाबींसह किती?

४. खासगी फौज किती, महालांनिहाय किती?

५. सालगुदस्त उत्पन्नांत खर्च वजा जाऊन शिलक किती? अथवा फाजील खर्च किती?

६. कर्ज किती?

हे कागद, आह्मी आठ दिवसांनीं येतों तों तयार ठेवावे, असें नानासाहेबांस रावराजांनीं सांगितलें होतें. त्याप्रमाणें ते आठ दिवसांनीं जाऊन पाहूं लागले तों:—

१. कागदपत्र व्यवस्थेशीर नाहींत.

२. राज्यांत गांव ३०० आहेत.

३. उत्पन्न सुमारें साडेसात लक्षांचें आहे.

४. जमेपेक्षां खर्च अधिक असल्यामुळें पांच लाख रुपये कर्ज आहे.

अशी माहिती त्यांच्या दृष्टीस पडली. तेणेंकरून त्यांस वाईट वाटलें. त्यांनीं लागलेच सगळे कामगार बोलावून आणून त्यांजकडून सरासरी दाहा वर्षांच्या वसुलाचा तक्ता तयार करविला. आणि त्यावरून, सरासरीनें, एका वर्षाचें मान काढून त्याप्रमाणें पांच पांच वर्षांचे पट्टे सर्वांस करून दिले. हें काम करण्यास गांवोगांवचे लोक बोलावून आणिले होते; त्यांच्या सल्ल्यानें हें सगळें केलें. तरी, उत्पन्नाचें मान

डेआठ लाखपर्यंत गेलें. ह्मणजे एक लाख रुपये उत्पन्न धेक झालें.

नंतर, राज्यव्यवस्थेकरितां तीनशें गांवांचे चार परगणे े. आणि तेथें कामदार नेमून त्यांनीं वसूल कसा ावा, व न्यायाचा वगैरे बंदोबस्त कसा करावा, ही सगळी ावीज लावून दिली. मक्तयाच्या मामलती पूर्वी असत, ामुळें रयतेवर हवा तसा जुलूम करायास सरकारी मगारांस सांपडे, तो आतां बंद झाला. प्रत्येक परगण्यास तहशीलदार, त्याच्या हाताखालीं १ नायब तहशीलदार, जमाखर्चनवीस, १ वासलबाकीनवीस, २ मदतगार, जमादार, आणि ५० शिपाई, असे कामदार ठेविले, ाणि त्यांचीं कामें नेमून टाकिलीं.

फौजदारी कामाचा बंदोबस्त पूर्वी फार ढिला होता. ाच्या योगानें शिपाईलोक रयतेवर हवा तसा जुलूम रून, खटले करून, पैसा काढीत असत. त्याचें निवारण ावें ह्मणून, १ ठाणेदार, १ मोहरीर, १ जमादार, आणि शिपाई अशीं माणसें नेमून, त्यांजकडून दररोज धोळपु-स कामाची हकीकत कळावी, आणि खटल्यांची सुनावणी ाळपुरास वेळच्यावेळीं व्हावी, असें केलें.

दिवाणीचे मुकदमे परगण्यांत तहशीलदारांकडे होऊन, ांवर अपील धोलपुरच्या अधिकाऱ्यांकडे व्हावें, असें केलें.

मालाचे कामाकरितां एक दिवाणांचा महकमा सदरेस कायम केला.

शेवटचें अपील महाराणासाहेब ह्यांनीं पहावें, असें ठरविलें.

कर्जदारांचें देणें देऊन टाकण्याकरितां एक सावकार केला. त्याजकडून एक रकम काढून लष्कराचें वगैरे दोन तीन वर्षांचें देणें राहिलें होतें, तें देऊन टाकिलें, त्यास दोन लाख रुपये लागले. आणि किरकोळ सावकारांचे पैसे किस्तीनें मिळावे, असें करून टाकिलें.

ह्याप्रमाणें व्यवस्था करून, ह्या सगळ्या कारखान्यांतून, उत्पन्नांतले एक लाख रुपये शिल्लक राहत असें केलें. आणि ते एक लाख रुपये नव्या सावकाराच्या कर्जाच्या फेडीस देत जावें, असें करून ठेविलें.

ही सगळी व्यवस्था रावराजे ह्यांनीं आपल्या बंधूंच्या हस्तें दोन महिन्यांत लावविली, आणि त्याप्रमाणें राणा-साहेबांकडून, पोलिटिकल एजंटच्या द्वारें सरकारांत रपोटही झाला. तिकडून असें लिहून आलें कीं, तुमच्या राज्याची व्यवस्था एवढ्याशा थोड्या वेळांत रावराजे ह्यांनीं इतकी उत्तम लावून दिली आहे, हें ऐकून आह्मांस फार संतोष झाला आहे, आणि त्याबद्दल रावराजे ह्यांची स्तुति करावी तेवढी थोडीच वाटते.

ारीता राणासाहेबांनीं धोळपुरास दरबारांत वाचून
ा. आणखी असें ह्मटलें कीं, "रावराजे दिनकरराव
ृपेनें आपल्या राज्यास हा आनंदाचा दिवस प्राप्त
ाहे. ह्याबद्दल त्यांचे उपकार मींच नव्हे, तर आ-
ाज्यांतल्या सगळ्या लोकांनीं फार फार मानिले
आणखी त्यांत विशेष हें आहे कीं, जाण्याचा
सगळा खर्च आपल्या पदरचा करून ही कामगिरी
ली आहे. तेव्हां, आजपासून त्यांस आह्मीं आपले
धु समजून, त्यांची सेवा केली पाहिजे."
ारबार झाल्यावर राणासाहेबांनीं रावराजांस लाला
ह्यांजबरोबर विनंतिपूर्वक असें सांगून पाठविलें कीं,
मला संकटांतून पार पाडिलें, ह्याबद्दल मी आपले
ा आभार मानितों. आपलें वास्तव्य नेहमीं आमच्या
व्हावें, अशी आमची फार इच्छा आहे. पण आमचें
ीब कोठें आहे? तरी, कृपा करून, आह्मांस आपले
धु मानून आपण आमचा नित्य परामर्ष घेत असावें,
र्थना आहे. शिवाय, कधीं कधीं स्वारींनीं समक्षही
ावें. त्यास खर्च लागणार, त्याची तजवीज जाहागीर
ारावी, अशी माझी फार इच्छा आहे. ती जाहागीर
ारांहून कमी नसावी. ही जाहागीर आपल्या उप-
मानानें कांहींच नाहीं. पण फूल ना फुलाची

त्यास रावराजे ह्यांनी असें उत्तर कळावण्यास सांगितलें कीं, "राणासाहेबांस ह्मणावें, हा आपण मजवर एवढा लोभ करितां, हाच पुष्कळ आहे. आतां आपलें तितकेंच ह्मणणें आहे, त्यापक्षीं आपणांस वाटेल त्याप्रमाणें श्रीरामजींस आणि आमच्या बंधूंस कांहीं जाहागीर द्यावी." हें उत्तर वकिलांनीं राणासाहेबांस कळविलें.

त्याप्रमाणें राजखेडा परगण्यांपैकीं गणेधी, मिठावली आणि खेरिया हे गांव जाहागीर देऊन, सदरहूपैकीं एक गांव खेरिया हा आग्रा जिल्ह्यांत ४००० वसुलाचा इंग्रजसरकाराकडे देऊन, त्याच्या मोबदला बनारस जिल्ह्यांत भेसाडी व पनेरवा हे दोन गांव रामजींकरितां माफी हमेशा करून सरकाराकडून देवविले. त्याविषयीं इंग्रज सरकारानें सनदही दिली.

हें सगळें काम आटोपल्यावर, नानासाहेब ह्यांच्या प्रकृतीस बरें वाटेनासें झालें, ह्मणून, ते, आपल्या कामाचा राजीनामा देऊन, राणासाहेबांचा निरोप घेऊन आग्र्यास आले. अशा प्रकारें रावराजे दिनकरराव ह्यांच्या देखरेखीखालीं धोळपुर संस्थानाचा बरोबर बंदोबस्त झाला.

रीवा.

हे संस्थान मध्यहिंदुस्थानामध्यें बघेलखंडांत पोलिटि-
एजंटाच्या देखरेखीखालीं आहे. ह्याच्या उत्तरेस
, अलाहाबाद आणि मिरझापुर हे प्रांत, पूर्वेस मिरझा-
आणि छोटा नागपुर, दक्षिणेस छत्तीसगड, मांढला
। जबलपुर, पश्चिमेस मह्यार, नागोड, सोहावल आणि
; अशा ह्याच्या मर्यादा आहेत.

ग्राचा पश्चिम भाग आणि वायव्य भाग हे डोंगराळ
त. हे डोंगर समुद्राच्या पृष्ठभागापासून ९०० पासून
०० फूट पर्यंत उंच आहेत. ह्यांत नानाप्रकारचे दगड
ळ आहेत. शिवाय इतर खनिजेंही त्यांत पुष्कळ आ-
इ० स० १८८३ ह्या वर्षी त्या भागांत कोळशांची
। सांपडली आहे. तींतला कोळसा फार चांगला आहे.
देशांत गहूं फार चांगला पिकतो. चांगलें पीक ये-
ारखी पुष्कळ जमीन पड राहिली आहे. लोक पाटबं-
बांधतील, तर त्या जमिनींत पुष्कळ धान्य उत्पन्न
ल. जंगल पूर्वी फार होतें. तें आतां तोडून तोडून
झालें आहे. तरी, तेथें जंगलाचें उत्पन्न चांगलें आहे.
या लाखेचा मक्ता ६०००० चा असतो.

ह्या संस्थानाच्या मूळ स्थापकाचें नांव बियागदेव असें
, असें दंतकथांवरून कळतें. हा पुरुष मूळचा गुजराथ

प्रांतांत राहणारा असावा. आणि तो बाह्यात्कारें महायात्रेकरितां, परंतु, खरा ह्मटला ह्मणजे पड राहिलेला प्रदेश स्वाधीन करून घेऊन संस्थानिक होण्याकरितां त्या प्रांतीं आला असावा. त्यानें प्रथमतः मर्फा हा किल्ला आणि काल्पीपासून चांडालगडपर्यंत मुलूख हे स्वाधीन करून घेतले असावे. आणि मग त्यानें पिरावन येथील राजाच्या मुलीशीं आपलें लग्न लाविलें. हीं वर्तमानें इ० स० ५८० च्या सुमारास घडलीं असावीं. पुढें त्याचा मुलगा करुणदेव हा त्याच्या गादीवर इ० स० ६१५ ह्या वर्षी बसला. आणि सध्या रीवा प्रांतांत जो मुलूख मोडत आहे, तो त्यानेंच जिंकून त्यास जोडिला. त्यानें मांढलाच्या राजाच्या मुलीशीं लग्न केलें. त्यांत त्याला बांडोरचा किल्ला आंदण मिळाला. तेथेंच त्यानें आपली राजधानी केली. ह्यानंतर ह्या राजांची अशीच परंपरा चालून एकुणिसावा राजा बरभनराव हा इ० स० १६०१ ह्या वर्षी गादीवर बसला. तो राज्य करीत असतां, शिरशाहानें हुमायुन बादशाहास दिल्लीच्या बादशाही पदावरून हांकून दिलें; त्यास ह्या राजाच्या मुलुखांत आश्रय मिळाला.

पुढें इ० स० १६१८ ह्या वर्षी विक्रमादित्य ह्या नांवाचा एक राजा ह्या गादीवर बसला. त्यानेंच रीवा हें शहर आणि तेथला किल्ला बांधून, ती आपल्या राजधानीची

ष्टी. सत्ताविसावा राजा अवदत्तशिंग, बाप निवर्त-
साहा महिन्यांचा असतां, गादीचा मालक झाला.
पाहून, बुंदेलखंडांतला संस्थानिक हर्दीशा ह्यानें
स्वारी करून तें घेतलें. तेव्हां ती बिचारी त्या
ची मातुश्री, आपल्या मुलास घेऊन, प्रतापगडास
ली. परंतु, पुढें दिल्लीच्या बादशाहाच्या आश्रयानें
ुलास रीव्याची गादी परत मिळाली. अवदत्तशिंगाचे
जेतशिंग राजा झाला, आणि त्याच्या नंतर, इ०
०९ ह्या वर्षी जयशिंगदेव हा राजा झाला. हा
दीवर असतांच इंग्लिश सरकारचा संबंध बघेल-
आला. आणि इ० स० १८१२ ह्या वर्षी त्या
आणि इंग्लिश सरकाराचा तह झाला.
· वर्षी कांहीं पेंढारी लोकांनीं रीवा प्रांतांतून येऊन
सरकारच्या मुलुखास त्रास दिला. त्यांस राजाचें
ावें असें दिसलें. तेव्हां इंग्लिश सरकारानें त्या-
शेष सक्ती करून, पहिल्यापेक्षां विशेष बंधनांचा
ून घेतला. त्यावरून असें झालें कीं, रीव्याच्या रा-
जाण्यास किंवा राज्यांत छावणी करण्यास इंग्लिश-
मोकळीक असावी, आणि सरहद्दीवरच्या कोणा
काशीं वाद पडल्यास त्यांत इंग्लिश सरकार सांगेल
ान्य व्हावें. पण, त्याप्रमाणें वागणें त्या राजाकडून

झालें नाहीं. त्याच्या राज्यांत एका ठिकाणीं इंग्लिश-सैन्य ठेविलें होतें, तेथें त्यास उपासमार पाडून ठार मारण्याचा प्रयत्न त्यानें केला होता, तो फुकट गेला. नंतर इ० स० १८१३ ह्या वर्षी नवा तह ठरवून, उभयपक्षांचे संबंध अगदीं नक्की ठरले. त्यांत राजास पुष्कळ पारतंत्र्य पतकरावें लागलें.

जयदेवशिंगानें आपली गादी स्वसंतोषानें सोडून दिली, आणि तिजवर त्यानें आपले चिरंजीव विश्वनाथशिंग ह्यांस इ० स० १८३४ ह्या वर्षी बसविलें. हे महाराज फार चांगले होते. ह्यांनीं आपल्या राज्यांत, इ० स० १८४७ ह्या वर्षी सती बंद केली. ह्यांच्या मागें रघुराजशिंग हे राजे झाले. त्यांनीं इ० स० १८५७ च्या

रघुराजशिंग.

शिपायांच्या बंडाच्या धामधुमीच्या वेळेस इंग्लिश सरकारास

चांगलें साह्य केलें. त्यावरून त्यांस इंग्लिश सर-
सोहागपुर आणि अमरकंटक ह्या प्रांतांतला बराच
दिला, नैट ग्रांड कमांडर आफ् धि स्टार आफ्
ह्या किताब दिला, प्रसंग पडल्यास दत्तक घेण्याची
गी दिली, आणि १९ तोफांची सलामी दिली. हे
ज गादीवर असतांच दिनकरराव ह्यांचा संबंध ह्या
शीं आला, त्याचा प्रकार आतां सांगावयाचा.
ण तो चांगला समजायास तेथला थोडासा राज्यव्यव-
कार विशेष आहे, तो सांगितला पाहिजे. रीव्याचे राजे
ज्य आहेत खरे, परंतु, त्यांच्या ताब्यांतल्या मुलुखांतले
ठ प्रांत त्यांच्याच भाईबंदांकडे, कांहीं कांही कामगिऱ्या
लावून दिलेले आहेत. ते भाईबंद आपणांस राजेच
ीत नाहींत, परंतु, जवळचे भाईबंद असल्यामुळें, मान-
त, आपणांस त्यांच्या बरोबरीचे समजतात. त्यांजकडून
स कांहीं नियमित करभार दरसाल यावयाचा असतो.
असतां, ह्या महाराजांच्या अमलाच्या ढिलाईमुळें ह्मणा
त्या भाईबंदांच्या शिरजोरपणामुळें ह्मणा, राज्यांत
शयित बखेडे झाले. त्या लोकांकडची खंडणी बरोबर
, आणि तेणेंकरून राज्याचें उत्पन्न राज्याच्या खर्चास
. शिवाय, ते लोक अतिशयित दांडगाईनें वागूं लागले.
ळें राज्यांत रघुराजशिंगजी ह्यांचें वजन कमी होत

चाललें. तेव्हां त्यांस मोठा विचार पडला कीं, आतां पुढें काय करावें? पुष्कळ लोकांस राज्यप्राप्ति ही एक मोठी ईश्वरी देणगी वाटत असते. परंतु, असा प्रसंग आला ह्मणजे त्यांत काय सौख्य असतें, तें राजांस विचारिलें पाहिजे. रघुराजशिंगजींस रात्रंदिवस चैन पडेनासें झालें. आणि इकडचे कांहीं बोभाट इंग्लिश सरकाराकडे गेल्यामुळें चांगली व्यवस्था ठेवण्याविषयीं त्यांचा तगादा महाराजांच्या मागें होता. ह्मणून, राज्याची व्यवस्था कशी लावावी, ह्याचा विचार त्यांच्या मनांत निरंतर घोळत असे. मोरोपंतांनीं जें ह्मटलें आहे कीं,

कोण ज्ञाता राज्य-
स्वीकार करील आधि ज्यामाजी.

त्याची प्रतीति थोडीशी नव्हे, तर पूर्णपणें, महाराजांस आली होती. कां कीं, त्यांस राज्य स्वीकारायाचें नव्हतें, तर त्यांच्या गळ्यांत पडलें होतें तें चालवायाचें होतें. असो.

ह्या वेळाच्या थोडे आधींच दिनकरराव राजवाडे हे ग्वाल्हेरच्या दिवाणगिरीचें काम उत्तम प्रकारें करून, आणि धोळपुरच्या राज्याची नीट व्यवस्था लावून देऊन, नुकतेच मोकळे होऊन स्वस्थ बसले होते. आणि राज्याची व्यवस्था लावण्याच्या कामीं त्यांचा हातखंडा आहे—त्यांच्यासारखा राजकारणी पुरुष नाहीं—असा त्यांचा

लौकिक सगळ्या हिंदुस्थानांत, आणि त्यांतही विशेषेंकरून राजेरजवाड्यांत गाजत होता. अशा स्थितीमध्यें एके दिवशीं रघुराजशिंगजी हे आपल्या खासगत दरबारांत बसले असतां सहज ह्मणाले कीं, "आपले दिवाण दीनबंधु हे परजातीचे आहेत, तरी ह्यांचा दाब येथील लोकांवर बसावा तसा बसत नाहीं. ह्याकरितां त्यांजला सांगावें कीं, तुह्मीं आपले कामाचा राजीनामा दाखल करावा, आणि त्यांचे जागीं इंग्रज सरकाराकडून कोणी वाकबगार मनुष्य आणवावा." हे शब्द महाराजांच्या तोंडांतून निघतांच तेथें छापखान्याचे मालक बाबू भोलानाथ व व्यवस्थापक पंडित गोपीनाथ व हंसलाल मुनशी बसले होते, त्यांनीं महाराजांस नम्रपणें ह्मटलें कीं, " रावराजे दिनकररावसाहेब रियासतीचे बंदोबस्त करण्याचे कामांत फार प्रवीण, सत्यवचनी, न्यायी, अत्यंत निर्लोभ, दूरदृष्टि आहेत. त्यांजला विचारावें; आणि त्यांनीं राज्यव्यवस्था लावून देण्याचें पतकरिल्यास ते रियासतीचा बंदोबस्त उत्तम प्रकारें करतील. आज्ञा होईल तर आह्मी त्यांजपाशीं जाऊन विनंति करितों. " त्यांस महाराज "ठीक आहे " ह्मणाले.

नंतर लागलेच बाबू भोलानाथ, मुनशी हंसलाल आणि गोपीनाथ पंडित हे, रावराजे दिनकरराव रामदर्शनास काशी-क्षेत्रीं गेले होते, तेथें जाऊन त्यांस भेटले, आणि रीवा येथें

महाराजांच्या कचेरींत झालेलें सगळें बोलणें त्यांनीं त्यांस कळविलें. त्यावर प्रथम त्यांनीं असें उत्तर दिलें कीं, "रीवा येथील हवा खराब आहे. दोन चार दिवस देखील राहाण्याची सोय नाहीं. आणि कांहीं दिवस तेथें मुक्काम केल्याशिवाय राज्याची व्यवस्था लावितां यावयाची नाहीं. शिवाय पोलिटिकल एजंटांच्या मार्फत ह्याविषयीं आह्मांस लिहून आल्याशिवाय ह्या कामांत आह्मांस हात घालतां येत नाहीं." त्यावर त्या तिघां गृहस्थांनीं असें उत्तर दिलें कीं, "रीवा येथील हवा कांहीं इतकी खराब नाहीं. शिवाय आपली स्वारी शहरांत राहण्याचें कारण नाहीं. शहराच्या बाहेर महाराजसाहेबांचा बाग आहे, त्यांत त्यांचा एक चांगला बंगला आहे, त्यांत स्वारीची उतरण्याची सोय होईल. आणि आपलें प्रयागचें गंगाजळ व आपले पसंतीचा प्रयागचा सरंजाम भोयांचे डांकेंत दररोज येत जाईल. व जागा उतरण्यास आपल्या मर्जीप्रमाणें तयार राहील. आतां एजंटसाहेबांच्या मार्फत आपणांस सूचना येण्याची तजवीज महाराजांकडून करवितों." त्यावर रावराजे ह्यांनीं "बरें" एवढेंच उत्तर दिलें.

नंतर बाबू भोलानाथ हे लागलेच रीव्यास गेले, आणि काशीस घडलेला सगळा वृत्तांत त्यांनीं महाराजांस कळविला. तो ऐकून त्यांस आनंद झाला. आणि त्यांनीं ला-

च पोलिटिकल एजंटांच्या मार्फत मध्यप्रांतांतल्या गव्ह-
जनरलाच्या एजंटांस असें लिहिलें कीं, "आमचे भाऊबंद
मच्या राज्याची व्यवस्था बरोबर चालूं देत नाहींत. धां-
करितात. त्यांजवर आमच्या सध्याच्या दिवाणांचा
क मुळींच नाहीं. ह्याकरितां त्यांस रजा देऊन ह्या रा-
ाच्या व्यवस्थेकरितां रावराजे दिनकरराव, माजी दिवाण
रबत रियासत ग्वाल्हेर ह्यांस नेमावें. हे गृहस्थ हिंदु-
ानांत मोठे राजकारणी असून महाराणी व्हिक्टोरिया
चे राज्याचे मोठे भक्त आहेत. ते उत्तम प्रतीचा बंदो-
त करतील, असें आह्मांस वाटतें. ह्मणून त्यांस आपण
रबानी करून ह्या माझ्या राज्याची व्यवस्था लावून दे-
ाविषयीं कृपा करून, ल्याहावें. ह्मणजे मी आपला फार
र आभारी होईन. एवढेंच केवळ नव्हे; तर, बेबंदीमुळें
राज्यांत ज्या लोकांस पीडा होत आहे, तेही आपणांस
ा देतील."

हा खलीता गेल्यावर इंदुराहून, एजंट, जनरल डेली
जकडून रावराजे दिनकरराव ह्यांस अशी तार आली कीं,
रीवा संस्थानाचे महाराजांची इच्छा अशी आहे कीं, त्या
त्रा संस्थानाच्या राज्याची सगळी व्यवस्था आपण लावून
वी. हें महाराजांचें ह्मणणें आपण कबूल केल्यास मला
र संतोष होईल. आणखी ह्या कामास जी मदत मज-

कडून होण्यासारखी आहे, ती करण्यास मी तयार आहें. आपली मर्जी कशी आहे ती कळली ह्मणजे त्याप्रमाणें मी रीव्याच्या महाराजांस कळवीन." ह्याचें उत्तर रावराजे दि- नकरराव ह्यांनीं तारेनेंच असें पाठविलें कीं, "हा महाराजांचा विचार मला खासगत द्वारें कळला होता. परंतु, ह्याविषयीं आपलें ह्मणणें काय आहे, आणि महाराजांचें ह्मणणें काय आहे, तें समक्ष भेटीनें कळल्यावांचून कांहींच ठरवितां या- वयाचें नाहीं. आणखी मला अशी आशा आहे कीं, आतां थोडक्याच दिवसांनीं अलाहाबाद येथें प्रदर्शनाच्या प्रसंगीं गांठ पडावयाची आहे. तेथें रीव्याचे महाराजही येणार आहेत. ह्या भेटी झाल्यावर मग काय तें उत्तर कळवीन." हें उत्तर एजंटसाहेबांनीं महाराजांस कळविलें.

नंतर बाबू भोलानाथ रीव्याहून आले, आणि त्यांनीं स- गळी हकीकत रावराजे ह्यांस कळविली. आणखी महारा- जांचें ह्मणणें असें कळविलें कीं, "माझ्या राज्याची व्यवस्था करण्याच्या कामीं रावराजे ह्यांस एवढा संदेह कां येतो, कोण जाणे." त्यावर त्यांनीं उत्तर दिलें कीं, "बाबूसाहेब, संदेह इतकाच कीं, बघेलखंडचे लोक धार्मिक व समंजस आहेत. तशांत रीव्याचे लोक तर मोठे देवभक्त आणि स- दाचरणी आहेत. असें असतां महाराजांस त्या लोकां- कडून अशी तसदी कां झाली कीं तिच्या योगानें त्यांस

तजवीज करावी लागत आहे. तेव्हां आह्मांस असें
कीं, महाराजांचे अभिवचनांत फेरबदल झाल्याशिवाय
गोष्ट राज्याचें अभीष्टचिंतन करणाऱ्या लोकांकडून
ी घडावयाची नाहीं. आणि जर वचनामुळें अशी
आहे, तर, मला तरी राज्याची व्यवस्था कशी ला-
येईल, एवढीच शंका." तें ऐकून बाबूसाहेब रीव्यास
गेले.

तर प्रदर्शनाच्या समारंभांत मध्यहिंदुस्थानचे एजंट
5 डेली ह्यांची आणि रावराजे दिनकरराव ह्यांची गांठ
ाबादेस पडली. तेव्हां, रीव्याबद्दल आपला काय वि-
आहे, असें साहेबांनीं रावराजे ह्यांस विचारिलें. त्यावर
जांनीं उत्तर दिलें कीं, "रीव्याचे महाराज मला भेटले
त्यांच्या बोलण्यावरून असें कळलें कीं, भाऊबंद राज्य
ेण्यांत धांदल करितात, वसूल देण्यास अनेक प्रका-
तक्रारी करितात, त्याचा बंदोबस्त झाला पाहिजे. पण
भाऊबंदांचें ह्मणणें काय आहे तें ऐकून घेतल्यावांचून
कांहीं सांगतां यावयाचें नाहीं. तें बोलणें एक दिवस
ाऊन ऐकेन, आणि मग काय तें कळवीन. आणि मग
बंदोबस्त करीन. पण त्यास आपलें साह्य पाहिजे."
डेलीसाहेब ह्मणाले कीं, "ह्या कामास आपणांस मदत
र मी आपला एक असिस्टंट देईन, किंवा आपण

ह्मणाल तर मी स्वतः येईन. तयारी आहे. परंतु, आपणां-सारख्या न्यायी, सत्यवचनी, दूरदर्शी आणि निर्लोभी पुरुषांस मदतीची मुळींच गरज लागणार नाहीं, अशी माझी खातरी आहे."

लगेच दुसरे दिवशीं डेलीसाहेबांनीं रीव्याच्या महाराजांस एक खासगी चिटी लिहिली. तींत त्यांस कळविलें कीं:—

१. रावराजे ह्यांचें आगतस्वागत उत्तम व्हावें.

२. रावराजे ह्यांस आपला हेतु स्पष्ट कळवावा.

३. भाऊबंदांनीं राजेसाहेबांच्या सांगण्यास मान द्यावा, असें करावें.

४. कागदपत्र लागतील ते सगळे त्यांस द्यावे.

५. त्यांजकडे हजर राहणेविषयीं कामदार लोकांस ताकीद द्यावी.

६. ते जी व्यवस्था करतील तींत फेरफार करूं नये.

त्याप्रमाणें महाराजांनीं आपल्या सगळया लोकांस अशी ताकीद दिली कीं, रावराजे हे येथील राज्याची व्यवस्था लावण्याकरितां येथें येणार आहेत, त्यांच्या आज्ञेंत सर्वांनीं वागावें; अवज्ञा करील त्यास राज्यांतून हांकून देऊं.

नंतर महाराजांनीं बाबू भोलानाथ आणि हंसलाल छाप-खान्याचे मालक ह्यांस, प्रयागास रावराजे ह्यांस आणण्या-

पाठविलें. तेव्हां त्यांनीं आपले दोन भाऊबंदही
ोबर दिले होते. ते त्यांस घेऊन, त्यांच्या लवाज-
सतना स्टेशनावर आले. तेथून रीवा चार कोस
ही स्वारी स्टेशनावर येण्याच्या आधींच स्वार,
सलामी देण्याकरितां पलटणी लोक तेथें आले
त्यांची सलामी वगैरे झाल्यावर, रावराजे ह्यांची
रीवा शहरांत महाराजांच्या बंगल्यांत जाऊन उतरली.
र्व प्रकारची उत्तम सोय आणि सिद्धता करून
होती. स्वारी दाखल झाल्याचें कळल्याबरोबर
जांकडून मेवामिठाईचीं तार्टें वकिलांबरोबर आलीं.
भेटीस केव्हां येऊं, असा महाराजांनीं निरोप पा-
. त्यावर राजेसाहेबांनीं कळविलें कीं, आपण
येऊं नये, मीच चार वाजतां भेटीस येतों.
ाप्रमाणें रावराजे चार वाजतां त्यांच्या भेटीस गेले.
ांस मोठा आनंद झाला. आणि महाराजांनीं त्यांस
ांत सगळ्यांसमक्ष सांगितलें कीं, आपणांस योग्य
तशी व्यवस्था करावी. त्यावर रावराजे त्या मंडळीस
त ह्मणाले, "आपलें बघेल लोकांचें धर्माचरण
राजभक्ति हीं सर्वत्र प्रसिद्ध आहेत. असें असतां,
या महाराजांस आपण राज्यव्यवस्था करण्यांत मदत न
ां, अडथळा करितां, हें ऐकून मला फार खेद वाटतो.

जर आपण त्यांजला सहाय नाहीं, तर माझ्यासारख्या परकी मनुष्यानें काय उमेद करावी?" ह्यावर त्यांतल्या पुढाऱ्यांनीं उत्तर दिलें कीं, "राजा बोले तैसा चाले, तर आह्मीं कां न वंदावीं त्याचीं पाउलें. राजा अगर कोणी असो, वचनांत पक्केपणा नाहीं, तर सर्वांतच कच्चेपणा राहणार आहे. तेव्हां ह्या वचनाचा कच्चेपणा काढून टाकून आमच्या दुःखांचा परिहार करणेस्तव ईश्वरानें आपणांस येथें पाठविलें आहे. तर असे दुःखपरिहार करणारे आपण ईश्वराप्रमाणें त्यांच्या सेवेंत राहणार नाहीं, असा अभागी कोण आहे? आपणांस फार गाऱ्हाणीं सांगून आह्मी आपला वेळ घेत नाहीं. तरी, निवडक मोठ्या अडचणी एवढ्याच सांगतों कीं, वसूल होणें त्याजला कांहीं धरबंद नसून मनास येईल तें मागणें, आणि तें न दिलें ह्मणजे सगळेंच उत्पन्न घ्यावयाचें, आणि तें वर्षोंगणती ठेवायाचें, त्याचा निकाल कधीं लावावयाचा नाहीं. जवळच्या चोपदाराच्या हुकुमानें सुद्धां आह्मांवर हवेतसे जुलूम होतात, त्यांची दाद नाहीं. कधीं कधीं कर्जरकम मागतात. अशा अनेक तऱ्हेच्या अडचणी आहेत. त्यांची माहिती आपणांस कागदपत्रांवरून होईल." ह्मणजे, राजाच्या बोलण्यांत आणि कारभारांत कांहीं नेम नसल्यामुळें आपणांस अतिशयित त्रास होतो, आणि त्यामुळें अशी

ें करणें भाग पडतें, असें त्यांच्या सगळया बोलण्याचें होतें.

बोलणें रावराजे दिनकरराव ह्यांनीं ऐकून घेतलें, आणि फुक विशेष न बोलतां मंडळीस निरोप दिला. नंतर गजाधर खासकलम ह्मणजे जमाखर्चाचे दप्तरदार बोलावून आणून, राज्याच्या जमाखर्चाचे कागद त्यांवरून राज्याची एकंदर जमा कागदीं एकूणीस देसली; व खर्चही त्या मानानेंच होता. परंतु वसूल वेळेस येईना, त्यामुळें, खर्चाची पंचाईत पडे; तेव्हां गावें लागे. हें आधीं मिळेना, आणि मिळालें ह्मणजे परत होईना. ह्यामुळें कर्ज बरेंच तुंबलें होतें. हें रावराजे ह्यांनीं त्या सगळ्या भाईबंदांस आणि जमीन- बोलावून विचारिलें कीं, तुमच्या भरण्याच्या एकदां ठरवून दिल्यावर त्याप्रमाणें त्या नेमानें दे- तुमची कांही हरकत आहे कीं काय? त्यावर त्या ह्मणणें असें पडलें कीं, अशा रकमा आह्मांस ठरवून आणि त्यांचे हप्ते बांधून टाकिले, ह्मणजे आमची हरकत नाहीं. नेमाप्रमाणें आपला वसूल देत जाऊं. शी कबूली झाल्यावर रावराजे ह्यांनीं दप्तरावरून, पांच च्या सरासरीवरून, एका सालाचे कागद तयार कर- आणि कबुलायतीप्रमाणें त्यांचे फर्मे भरून घेण्याचें

ठरविलें. आणखी, ते फर्मे स्वारांच्या हातीं गांवोगांव पाठवून सर्वांस असें कळविलें कीं, पांच दिवसांच्या आंत ज्यांच्या कबुलायती होणार नाहींत, त्यांचे गांव खालसात होऊन, त्यांची वहिवाट सरकारांतून होईल. हे फर्मे गांवच्या मालकांच्या हातीं जातांच, ते सगळे, भराभर रीवा येथें मोठ्या संतोषानें आले, आणि त्यांनीं आपापल्या कबुलायती रीतीप्रमाणें भरून दिल्या. त्यांस रावराजे दिनकरराव ह्यांनीं असें सांगितलें कीं, ह्या कबुलायतींप्रमाणें तुह्मीं सर्वांनीं ह्या वर्षीं आपापले हप्ते वेळच्यावेळीं सरकारांत भरले, ह्मणजे असे पांच पांच किंवा दाहा दाहा वर्षांचे पट्टे तुह्मांस देऊं. तें सर्वांस फार पसंत पडलें. हें सगळें काम रावराजे दिनकरराव ह्यांनीं दाहा दिवसांत आटोपलें.

ह्याप्रमाणें पट्टेबंदी होऊन लोक शांत झाल्यावर, देशाच्या बंदोबस्ताकरितां रावराजे ह्यांनीं ८ तहशिली, १२ ठाणीं, २ कोतवाली, ६ डेप्युटीमाजिस्ट्रेटी, १ सदरअदालत, महकमे मुखत्यारआम, आणि अपिलाकरितां १ महकमे हुजूरखास, अशा कचेऱ्यांची स्थापना केली. तहशिलीच्या कामावर रीवा संस्थानांतलेच चांगले चांगले माहीतगार लोक नेमिले. आणि माजिस्ट्रेटी कामाकरितां इंग्रजी अमलांतील कांहीं चांगले वाकबगार लोक नेले. अशा प्रकारें सगळया राज्यांत चांगल्या कामदारांची भरती केली. त्यांनीं

कामें कोणकोणतीं कशीं कशीं करावीं, त्याविषयीं नियम घालून दिले. त्या नियमांचें उल्लंघन करणाऱ्यांस शिक्षा कोणत्या करायाच्या त्या ठरविल्या.

नंतर जमाखर्चाची व्यवस्था लावून दिली. ती अशी:— एकंदर उत्पन्न २०००००० ; पैकीं जहागीरदार भाऊबंद १०००००० चे वजा जातां, बाकी १०००००० राहिले; त्यांतले खासगीकडे ३००००० खर्चावे, फौजेकडे ४००००० खर्चावे, मुलकीकडे २००००० खर्चावे, आणि १००००० रुपये शिलकेस ठेवावे. आणखी ही शिल्लक, राज्यांत तसेंच विशेष अगत्याचें काम निघाल्याशिवाय खर्चावयाची नाहीं, असा नियम ठरवून दिला.

राज्याला कर्ज थोडेंसें होतें. तें, भाऊबंदांकडची बाकी वसूल करून तींतून फेडावें, असें केलें.

खजीन्याच्या कामाची व्यवस्था बरोबर चालण्याकरितां असें केलें कीं, इंदूरचे नामांकित सावकार गणेशदास कृष्णाजी ऊर्फ किबेसाहेब, ह्यांच्या पेढीवर रीवा संस्थानाची फाजील शिल्लक जमा होत जावी, आणि कारणपरत्वें राज्याच्या कामाकरितां कांहीं रकम लागेल तेव्हां, सर्वांत वरिष्ठ कामदाराच्या चिटीनें ती तेथून मिळावी.

इतकी सगळी व्यवस्था लावून देण्यास रावराजे ह्यांस दोन महिने लागले. परंतु, हे दोन महिने ते रीव्यास राहात

नसत. ते बहुतेक प्रयागास असत. आणि कारणपरत्वें मधून मधून रीव्यास येत असत.

ही व्यवस्था चालली असतां डेलीसाहेबांकडून महाराजांस लिहून आलें कीं, आतां रीवा संस्थानाची व्यवस्था कशी काय आहे ती कळवावी. तेव्हां महाराजांनीं, बाबू महेंद्रनाथ सेक्रटरी ह्यांजकडून थोडक्यांत सगळ्या हकीकतीचा रिपोर्ट इंग्रजींत तयार करविला, आणि तो ऐकून, त्यांस सांगितलें कीं, हा रिपोर्ट रावराजे ह्यांस वाचून दाखवून मग एजंटांकडे रवाना करावा. त्याप्रमाणें तो रिपोर्ट दाखविण्यास बाबूसाहेब प्रयागास रावराजे दिनकरराव ह्यांजकडे गेले, आणि तो त्यांनीं त्यांस वाचून दाखविला. तो ऐकून ते ह्मणाले, "मीं केलेल्या व्यवस्थेपासून, महाराजांस जें काय बरें वाईट वाटलें असेल, तें रिपोर्टांत लिहिणें हें महाराजांच्या मर्जीवर अवलंबून आहे. त्याप्रमाणें त्यांनीं लिहिलें असेल. त्यांत मला कमजास्त करावयाचें नाहीं." हें उत्तर सेक्रटरींनीं महाराजांस जाऊन कळविलें. तेव्हां ते ह्मणाले, "रावराजे दिनकरराव साहेब खुद्द पसंत नसून, आपली स्तुति करणें त्यांजला आवडत नाही. त्यांची निर्लोभता, त्यांचा न्यायीपणा, त्यांची निस्पृहता, त्यांची दूरदृष्टि, आणि राज्यव्यवस्था करण्याची त्यांची उत्तम पद्धति, हीं सर्वत्र प्रसिद्ध आहेत. परंतु, हा रिपोर्ट त्यांजला वाचून

चून इंदुरास पाठविणें मला बरें वाटलें नाहीं.''

ं इंदुरास डेलीसाहेबांकडे पोंचल्यानंतर त्यांज-
ाजांस खरीता आला कीं, '' आतां आपल्या
थति पहिल्यापेक्षां पुष्कळ चांगली आहे, ह्याचा
ोष वाटतो. जो मार्ग रावराजे दिनकरराव
ा दिला आहे, त्या मार्गानें चालण्याचें जर
सराल, तर इंग्रजसरकारच्या ताब्यांतल्या इ-
स्थितीप्रमाणें तुमच्या राज्याची स्थिति लवकर
ल. ''

ता महाराजांनीं रीवा येथें मोठा दरबार भरून
ं दाखविला, आणि शेवटीं असें ह्मटलें कीं,
ं, एजंटसाहेबांची अशी खातरी झाली आहे कीं,
व्या राज्याची सुधारणा झाली आहे, हें सगळें
ं दिनकरराव ह्यांच्या मेहेरबानीचें आहे. ह्याबद्दल
ा आभार मानावे तितके थोडे आहेत. त्यांच्या
उतराई आपल्यानें व्हावयाची नाहीं. आज
रबारांत असते, तर मलाच काय पण आपणां
ग्रा आनंद झाला असता. आतां त्यांजला
ग्रा उत्सवाबद्दल खिलत, कंठी, शिरपेंच, ही
हिजेत. आणखी जेव्हां जेव्हां ते आपल्य
ेल, तेव्हां तेव्हां त्यांचा उत्तम आदरसत्का

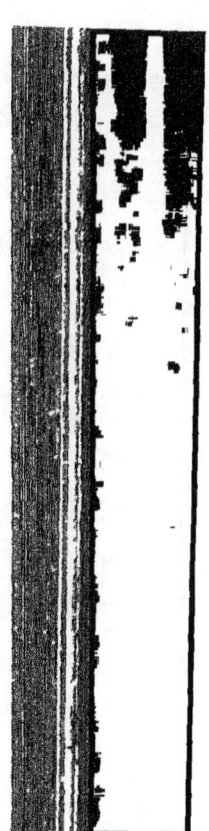

करून त्यांस पांच तोफांची सलामी द्यावी, असा ठराव आह्मी करितों." त्याप्रमाणें लगेच दुसरे दिवशीं मुखत्यार रन्दमंदशिग ह्यांजबरोबर सात वस्त्रांची खिलत, कंठी, शिरपेंच, सोनेरी तलवार, दुनाली विलायती बंदूक, आणि एक मोठा घोडा इतका सरंजाम सन्मानार्थ प्रयागास रावराजे दिनकरराव ह्यांजकडे पाठवून दिला.

ते हा सरंजाम घेऊन रावराजांच्या वाड्यांत गेले, आणि त्याविषयीं महाराजांचा निरोप सांगून विनंति करूं लागले. तेव्हां रावराजे ह्मणाले कीं, "ह्या बक्षिसाचें कांहीं कारण नव्हतें. स्नेहसंबंधानें एका माणसानें दुसऱ्यास साह्य करावें, त्या बुद्धीनें मी आपलें कर्तव्य केलें. ह्याच्या पलीकडे कांहीं नाही." तेव्हां रन्दमंदशिंग ह्मणाले कीं, "सरंजाम माघारा नेला तर महाराजांचा अपमान होईल. घरचे पदार्थ घरांतच राहिले पाहिजेत." हें भाषण चाललें असतां, रावराजांस महाराजांची तार आली कीं, आह्मी उदईक आपणांस भेटावयास येणार आहों. त्याप्रमाणें दुसरे दिवशीं महाराजांची स्वारी रावराजांच्या भेटीस आली. तेव्हां उभयतांस मोठा आनंद झाला. रीतीप्रमाणें अत्तरगुलाब पानसुपारी झाल्यावर, महाराज जायास निघाले, तेव्हां ते रावराजांस ह्मणाले कीं, "माझ्या राज्याची व्यवस्था लावण्याच्या कामीं आपण जे परिश्रम केले आहेत, त्यांबद्दल

आपला उतराई माझ्यानें ह्या जन्मांत तर होववणार नाहीं. परंतु, संकटसमयीं आपलें साह्य मला मिळावें एवढेंच मागणें आहे." त्यावर रावराजे ह्मणाले कीं, "महाराज स्मरण करतील तेव्हां माझें साह्य आहे." पुढें महाराज जरा बाहेर आले तेव्हां त्यांस कळलें कीं, रावराजे ह्यांच्या तैनातीस जे लष्करी लोक, कारभार पाहात होते तेव्हांपासून दिले होते, त्यांस रीव्यास परत जाण्याविषयीं त्यांचा हुकूम झाला आहे. तें ऐकून महाराजांस वाईट वाटलें. ते ह्मणाले, "आतां जरी काम झालें आहे, तरी, माझें स्मरण ह्मणून एवढे शिपाई आपण जेथें असाल तेथें पाहाऱ्यास असावे, अशी माझी फार इच्छा आहे. आपण ना ह्मणूं नये." त्यांस रावराजे ह्मणाले, "मला सध्यां कांहीं कारण नाही, आणि शिवाय मी आतां आग्र्यास राहायास जाणार आहें. मला गरज लागेल तेव्हां आपणांकडून माणसें मागवीन." त्यावर महाराज ह्मणाले कीं, "ह्या माणसांकडून जर कामगिरी बरोबर होत नसेल, तर इतकीं माणसें आपल्या खातरीचीं आपण ठेवावीं, त्यांची तैनाती नेमणूक आह्मी पाठवूं. ना ह्मणूं नये." त्यावर रावराजे कांहीं बोलले नाहींत; आणखी महाराज गाडींत बसून आपल्या बिऱ्हाडीं गेले. आणि त्यांनीं लागलेच दरमहा सव्वाशें रुपयेप्रमाणें साहा महिन्यांचे नेमणुकीचे रुपये आणि सोळा बंदुका ही लागलींच रावराजांकडे पाठवून दिलीं.

ह्या सगळ्या हकीकतीवरून रावराजे दिनकरराव ह्यांच्या स्वभावाचा एक मोठा गुण दिसून येतो. तो हा कीं, ते अत्यंत निस्पृह आणि निर्लोभ होते, आणि कशी व्यवस्था केली ह्मणजे राज्यांतले प्रजाजन संतुष्ट राहतात, हें त्यांस चांगलें कळत होतें. असे पुरुष आमच्या देशामध्यें, इतर राष्ट्रांप्रमाणेंच, उत्पन्न होत असतील. परंतु, त्यांच्या गुणाची पारख होण्यास प्रसंगच आतांच्या काळीं नाहीं, तेव्हां, रावराजे दिनकरराव हे, नामदार ग्ल्याडस्टन साहेबांसारखे, अथवा नामदार प्रिन्स बिस्मार्कासारखे किंवा लॉर्ड सालिसबरीसारखे, मोठमोठीं राज्यें चालविण्यास समर्थ होते, हें कशावरून प्रत्ययास यावयाचें? तरी, एका शितावरून हंड्याची परीक्षा होते, त्या न्यायानें ह्मटलें तर, रावराजे दिनकरराव हे अत्युत्तम राजकारस्थानी पुरुष होऊन गेले, असें ह्मणण्यास आह्मांस कांहींएक शंका वाटत नाहीं.

देवास.

मध्यहिंदुस्थानांत देवास ह्या नांवाचें एक लहानसें संस्थान आहे. ह्याचे धनी पवार आहेत. ह्यांस हा प्रांत दुसऱ्या बाजीराव पेशव्यांनीं दिला. पुढें इ० स० १८१८ ह्या वर्षी पेशवाई बुडाल्यावर हें संस्थान इंग्लिश सरकारच्या आश्रयाखालीं आलें. नंतर त्यांच्या मालकांत कलह उत्पन्न होऊन, त्यांत दोन पात्या

ह्या आहेत. त्यांतल्या मोठ्या पातीचे मालक श्रीमंत

कृष्णरावसाहेब पवार.

ष्णरावसाहेब पवार हे आहेत. ह्यांस ८७ स्वार, ५००

पायदळ आणि १० तोफा ठेवण्याचा अधिकार आहे. त्यांचा विवाह कैलासवासी महाराज जयाजीराव शिंदे ह्यांच्या वडील कन्या श्रीमंत सौभाग्यवती ताराराजासाहेब ह्यांच्याशीं झाला होता. ह्या मोठ्या पातींत अव्यवस्था फार होती. कर्ज मनस्वी झालें. आणि बंदोबस्त नाहींसा झाला. तेव्हां इंग्रज सरकारांनीं, त्या पातीचा कारभार पाहाण्यास, पांडुरंगराव तात्यासाहेब गोरे सी. ऐ. ई, ह्यांस सुपरिंटेंडेंट नेमिलें. त्यानंतर साहा वर्षांनीं ह्मणजे इ० स० १८८१ ह्या वर्षी पवारसाहेबांस राज्याच्या कारभाराची मुखत्यारी मिळाली. परंतु, त्यांच्या एकट्यांच्या हातून संस्थानाचें काम बरोबर चालेल कीं नाहीं, ही शंका उत्पन्न होऊन, तेव्हांच असा ठराव झाला कीं, पांडुरंगराव तात्यासाहेबांस दिवाण नेमावें, आणि पवारसाहेबांनीं संस्थानाचा सगळा कारभार त्यांच्या सल्ल्यानें चालवावा. त्याप्रमाणें तें काम कांहीं दिवस बरें चाललें. पण, पुढें पवारसाहेबांचें आणि दिवाणांचें जमेना. तेढ येऊं लागली. गोरे ह्यांजवर पवारसाहेबांची मर्जी खफा झाली. तेव्हां त्यांनीं, गव्हरनरजनरलांचे एजंट, सर लिपेल ग्रिफिन, ह्यांस त्या प्रकरणीं एक पत्र लिहिलें, आणि त्यांत दिवाण गोरे ह्यांची पुष्कळ नालस्ती लिहून असें दाखविलें कीं, त्यांच्या हातून संस्थानाची मोठी हानि झाली आहे. पण, तें पत्र एजंट साहेबांस न पटल्यामुळें त्याचें उत्तर चां-

सें आलें नाहीं. तेव्हां पवारसाहेबांस अर्थातच फार
ट वाटलें, आणि त्यांच्या मनांत असें आलें कीं, अशा
त्या पत्रव्यवहारानें हा कार्यभाग व्हावयाचा नाहीं, ह्यास्तव
त कांहीं तरी विशेष युक्तीची योजना केली पाहिजे. ह्या-
यीं चर्चा आणि विचार करीत असतां, त्यांस असें कळलें
रावराजे दिनकरराव राजवाडे ह्यांचें वजन एजंटसाहेबां-
: फार चांगलें आहे, त्यांच्या मध्यस्थीचा उपयोग करून
ावा. ह्मणून, त्यांनीं लागलाच त्यांशीं पत्रव्यवहार चालू
ग. त्यांत सगळी आपली हकीकत कळविली, आणि
पणांस काय पाहिजे होतें तेंही सुचविलें. ही पत्रें राव-
ांस आलीं तेव्हां ते गंगातीरीं स्वस्थ राहिले होते. आणि
पुढें अशा प्रकरणांत पडण्याची त्यांस मुळीच इच्छा
हती. कां कीं ह्या संबंधाची त्यांची सगळी हौस पुरली
ी. तरी, ह्या प्रकरणांत त्यांस पडणें भाग आलें. त्याचा
ार चमत्कारिक आहे. तो असाः—

महाराज जयाजीराव ह्यांचें कुटुंब श्रीमंत सौभाग्यवती
मणाराजासाहेब ह्यांजवर एके समयीं फार भयंकर प्रसंग
ला होता. तो एवढा कीं, त्यांतून जीव वांचतो कीं कसें,
सें त्यांस झालें होतें. त्या वेळीं रावराजे हे दिवाण नव्हते,
ो त्यांनीं, मोठ्या शाहाणपणानें आणि युक्तीनें त्यांचा
ाव केला. तेव्हांपासून राणीसाहेब त्यांस बंधु मानूं

लागल्या आणि दादा ह्मणूं लागल्या, आणि अर्थांतच त्यांच्या उभयतां कन्या श्रीमंत सौभाग्यवती ताराराजासाहेब आणि श्रीमंत सौभाग्यवती गुणवंतराजासाहेब ह्या त्यांस मामा ह्मणूं लागल्या. आणखी, देवासचे पवारसाहेब हे श्रीमंत सौभाग्यवती ताराराजासाहेब ह्यांचे यजमान पडले. त्यांस कोणत्याही प्रकारचें दुःख होऊं नये असें रावराजे साहेबांच्या मनांत साहजिक रीतीनें आलें, आणि तेणेंकरून, आपण स्वतः इंदुरास जाऊन पवारसाहेबांच्या वतीनें एजंटसाहेबांपाशीं कांहीं बोलावें, असा त्यांनीं निश्चय केला. त्याप्रमाणें ते सर लिपेल ग्रिफिन ह्यांस भेटले, आणि देवास संस्थानाविषयींचा आपला हेतु त्यांनीं त्यांस कळविला. त्यावर सर लिपेल ग्रिफिन ह्यांनी असें सांगितलें कीं, पवारसाहेबांच्या हातून संस्थानाचा कारभार चालावयाचा नाहीं, आणि शेवटीं बखेडा होईल. तरी, रावराजे दिनकरराव ह्यांचा विशेष आग्रह दिसल्यावरून, आणि त्यांचें ह्मणणें त्यांस ना ह्मणतां येईना ह्मणून, त्यांचें बोलणें कबूल करून, पांडुरंगरावसाहेब गोरे ह्यांस दिवाणगिरीवरून काढून त्यांच्या जागीं पंडित स्वरूप नारायणसाहेब ह्यांस दिवाण नेमिलें. तेव्हां रावराजे दिनकरराव ह्यांस फार संतोष झाला, आणि अशी आशा लागली कीं, देवासचा कारभार सुरळीतपणें चालून पवारसाहेबांस आणि त्यांच्या कुटुंबांस

यसांनीं पवारसाहेब आणि स्वरूप नारायण ह्यांचें बनेनासें
लें. तेव्हां पुनः पवारसाहेबांनीं रावराजे दिनकरराव
स सगळी हकीकत कळविली, आणि कांहीं दुसरी व्य-
था करावी, अशी विनंति केली. परंतु ह्या वेळेस प्रथम
राजे दिनकरराव ह्यांनीं त्याजकडे मुळींच लक्ष पुरविलें
हीं. त्यांजकडून उत्तर आलें नाहीं, तेव्हां पवारसाहेबांस
तें वाटलें कीं ह्या वेळीं ताराराजासाहेब ह्यांस मध्यस्थीस
लून पाहावें. त्याप्रमाणें सगळें ठरून, ताराराजासाहेब
नीं रावराजे दिनकरराव ह्यांस पत्र लिहिलें. तें असें:—

श्री.

तीर्थस्वरूप राजमान्य राजेश्री रावराजे दिनकररावजी-
साहेब मुक्काम प्रयाग, वडिलांचे सेवेशीं.

ळकें श्रीमंत सकळ सौभाग्यादि संपन्न वज्रचुडेमंडित
भाग्यवती ताराराजासाहेब पवार संस्थान देवास ह्यांनीं
काल चरणीं मस्तक ठेवून शिरसाष्टांग दंडवत विज्ञापना
गाईत माहे मार्गशीर्ष वद्य ७ तारीख २० माहे डिसेंबर
न १८८३ इसवी पावेतों मुक्काम मजकुरीं कुशलरूप असों
शेष. वडिलसाहेबांस माझेकडून हात जोडून विज्ञप्ति
रतें कीं, मातोश्रीसाहेब देवलोक होण्याचे पूर्वीं मजला हेंच

सांगितलें कीं, तुह्मांस सर्वपरी मामासाहेब आहेत. जें कांहीं तुह्मांस सांगणें सवरणें झाल्यास त्यांजला दुःखाचा पर्याय सांगितल्यास ते दूर करतील. त्याप्रमाणें मीही त्याचप्रमाणें बतोर वडिलांचे समजून गुजारिष करितें कीं, ह्या समयीं सर्वपरी दुःखाचा सागर मजवर आहे. त्या अंतीं आपण तेथें भोजन करीत असल्यास हात धुण्यास येथें येऊन मजला भेट द्यावी, हीच इच्छा लागून, कंठीं प्राण राहिला आहे. हें पत्र पावतांच लेंकरावर कृपा करून दर्शन द्यावें हेंच लिहिणें आहे. त्या अंतीं वर जरूर येऊन जावें. तोंपावेतों सर्व लक्ष तुमचेकडे लागून आहे. ज्या वेळेस समक्ष दर्शन होईल, त्या समयीं अन्नपाणी गोड लागून तबियत दुरुस्त राहील. आह्मास सर्वपरी आपलेशिवाय दुसरे कोणाचा आधार नाही. त्यास अति सत्वर पत्र पावतांच येणेचें करतील आणि सदरहू पत्र रामू लेंडे हुजऱ्ये घेऊन आले तें अवलोकनांत येऊन त्यांतील मजकूर समजून त्याला जबानी-उत्तर सांगून रवाना करावें, आणि आपण निघोन यावें. वरतीं ईश्वर व खालतीं आपण आहांत जाणोन थोडें लिहिलें, हें बहुत समजून अति सत्वर निघोन यावें. कळावें सेवेशीं श्रुत होय हे विज्ञापना.

ंडवत विनंति उपरी येथून घरांतील पत्र आपणांकडे वेलें आहे. तरी आपण सत्वर येण्याचें करतील. ज्यादा लिहूं, फक्त कळावें, लोभ असावा हे विनंति.

कृष्णराव पवार.

तारारा जासाहेब ह्यांचे ठायीं रावराजे दिनकरराव ह्यांचें फारच होतें. त्यामुळें हें पत्र पाहून रावराजे ह्यांस शयित वाईट वाटलें. आणखी ह्या कामांत आपण प- असतां यश येईल किंवा नाही ह्याविषयीं जरी त्यांस संशय होता, तरी, ताराराजासाहेबांस साह्य करण्याचा णखी एकदा प्रयत्न करून पाहावा, असें त्यांच्या मनांत न, ते लागलेच इंदुरास गेले, आणि, सर लिपेल ग्रि- ह्यांस, एकंदर सगळी हकीकत त्यांनीं सांगितली. तींत, राजासाहेबांवर आपलें इतकें प्रेम कोणत्या नात्यानें लें आहे हेंही सांगितलें. तेव्हां सर लिपेल ग्रिफिन ह्यांस आश्चर्य वाटलें. कां कीं, मोठे मानी पुरुष देखील च्या योगानें, यशाविषयीं संशय असलेल्या कामांत पड- , असें हें एक उदाहरण त्यांच्या दृष्टीस पडलें. राव- ांनीं साहेबांस असें सांगितलें कीं, पवारसाहेबांच्या मर्जी- णें व्यवस्था लागल्यास मला फार सुख होईल. ह्या ण्यास सर लिपेल ह्यांच्यानें ना ह्मणवेना. कां कीं, राव-

राजे ह्यांविषयीं त्यांचा अभिप्राय फार उत्तम असून, ह्या सगळ्या प्रकरणांत सदय प्रेम आणि परोपकार ह्यांवांचून दुसऱ्या कशाचा लेशही नव्हता. तरी त्यांच्या मनांत येई कीं, रावराजे ह्मणतात, तशी व्यवस्था देवासच्या संस्थानांत चालावयाची नाहीं. तेव्हां, त्यांनीं अशी युक्ति काढिली कीं, तिच्या योगानें रावराजांचें आपण ऐकिलें असें व्हावें, आणि संस्थानाची व्यवस्था तर आहे तशीच राहावी. ती युक्ति ही कीं, त्यांनीं रावराजांस असें ह्मटलें कीं, पवारसाहेबांविषयीं आह्मांस मुळींच आशा नाहीं, ह्याकरितां त्यांच्या संस्थानाच्या बंदोबस्ताची जबाबदारी आपण स्वतः जर घेत असाल तर तशी व्यवस्था करण्यास कांही हरकत नाहीं. ह्यांतला आशय एवढाच होता कीं, ह्या विचारास रावराजे ह्यांनीं नाहीं ह्मणावें ह्मणजे झालें. कां कीं, त्यांस आतां कामें करकरून कंटाळा आला होता, आणि त्यांचे मनांत गंगातीरीं स्वस्थ राहावयाचें होतें, हें त्यांस ठाऊक होतें. परंतु, ती युक्ति साधली नाहीं. ताराराजासाहेबांच्या प्रेमाच्या योगानें रावराजे ह्यांनीं सर लिपेल ह्यांची सूचना मान्य केली. तेव्हां, देवासच्या मोठ्या पातीची व्यवस्था सर लिपेल ग्रिफिन ह्यांस रावराजे दिनकरराव ह्यांजवर सोंपविणें भाग पडलें. त्याप्रमाणें रावराजे ह्यांनी त्या

ानाचा कारभार चालविण्यास आपल्या वतीनें एक
दार नेमिला, त्यास काय करें चालवावें, हें बरोबर
ातलें, आणि तसेंच कांहीं बिकट प्रकरण असल्यास
ाांस विचारून त्याची व्यवस्था लावावी, असें ठरवून
ालें. इतकी व्यवस्था लावून ते प्रयागास निघून गेले.
्यवस्था कांहीं दिवस चालली. परंतु, पुढें पवारसाहेब हे
ाजांचेंही ऐकेनातसे झाले. तेव्हां त्यांनीं ताराराजासा-
स सांगून पाठविलें कीं, आतां मजकडे कांहीं शब्द
ीं, तुह्मीं रागावूं नये, आणि तिकडचा संबंध तोडल्याविषयीं
च सर लिपेल ग्रिफिन ह्यांस लिहून कळविलें. असें केव्हां
होणार होतें हें त्यांस आधीं कळलेंच होतें. देवास
ानाच्या व्यवस्थेंतून रावराजे ह्यांनीं आपलें आंग काढून
ल्याबरोबर, त्यावर, सरकारांनीं, रावसाहेब कुंटे ह्यांस
रिंटेंडेंट नेमिलें. ते सध्यां त्या संस्थानाचा कारभार
लवीत आहेत. तो ठीक चालला आहे.

ह्या तिन्ही प्रकरणांवरून एवढेंच स्पष्ट दिसून येतें कीं,
राज्यें चालविण्याचें विशेष सामर्थ्य रावराजे दिनकरराव
च्या ठायीं चांगलें होतें, आणि त्यांवर इंग्लिश सरकाराचा
श्वास फार होता. ही गोष्ट रावराजे ह्यांच्या चरित्रास
त्यंत भूषणावह आहे. किंबहुना आह्मांला तर असें

वाटतें कीं, अशीं माणसें आलीकडे आपणांत नाहींतशीं झालीं, ह्मणूनच आपलीं स्वराज्यें लयास गेलीं. नाना फडनवीस जीवंत होते, तोंपर्यंत परकीय बलिष्ठ राज्यधुरंधरांनीं मराठीशाहीकडे कधीं पाहिलें देखील नाहीं. कां कीं, त्यापासून कांहीं लाभ व्हावयाचा नाहीं, हें त्यांस ठाऊक होतें. आणखी कितीएक इंग्लिश ग्रंथकारांनीं स्पष्ट ह्मटलें देखील आहे कीं, नानाफडनविसांबरोबर मराठ्यांतलें शाहाणपण लयास गेलें. तें कांहीं खोटें नव्हे.

भाग नववा.

बडोद्याचें विषप्रयोगप्रकरण.

ओंबी.

उदंडांचें उदंड ऐकावें

परी तें प्रत्ययें पाहावें

खरें खोटें निवडावें

अंतर्यामीं.

रामदास.

गद्य.

...प्रापणांस लोकांनीं खरोखर सज्जन आणि न्यायवर्तिन् असें मा-

...अशी ज्यांची इच्छा असेल, त्यांनीं श्रम पडोत, कष्ट भोगावे

...त, किंवा प्राणसंकट येवो, न्यायपथ धरून राहावें. कशाच्याही

...नें प्रतिष्ठावह कृत्यापासून पराङ्मुख होऊं नये; आणि कशा-

...ो लोभांत गुंतून नीच कृत्यास प्रवर्तूं नये.

सेनिका.

...ष्ठामध्यें मनुष्यास जीं काय कामें करावीं

...लागतात, त्यांत कितीएक अशीं आहेत कीं, तीं

...कधीं शिकून येत नाहींत. तीं स्वयंभु स्वभाव-

...सिद्धच यावीं लागतात. त्यांतलेंच एक काम न्याय

...ीं हें आहे. वास्तविक पाहिलें असतां न्याय करणें हें

इतकें कठिण नाहीं.   जीं काय प्रमाणें आणि आधार पुढें
येतात, त्यांचा सारासार विचार करून, जें काय यथातथ्य
वाटतें, तें सांगावयाचें, एवढेंच काय तें त्यामध्यें आहे.
परंतु, ह्या मानसिक व्यापारामध्यें मन विकारवश होतें,
आणि त्याच्या नादानें, मनुष्य यथातथ्यता एकीकडे ठेवून,
भलतेंच सिद्ध करण्यास प्रवृत्त होतें, हें जें मोठें लचांड
आहे, तें टाळणें, त्यास जवळ न येऊं देणें, त्याची छाया
आपल्या विचारवृत्तीवर न पडूं देणें, हेंच काय तें फार
कठिण आहे.   अपराधी हा कदाचित आपला मुलगा
असेल, असा संशय आल्यावरून सुलतान महमुदानें, दिवे
विझविले, आणि वाद्यांच्या गोंगाटांत त्यास शिक्षा केली,
ती हें साधण्याकरितां केली, ही गोष्ट सर्वांस ठाऊक आहेच.
तसें कांहीं करावें लागत नाहीं, कांहीं दृष्टीस सांपडलें
किंवा कांहीं कानीं आलें, तरी नीतिन्यायावरून मन ढळत
नाहीं, अशीं माणसें फार थोडीं असतात.   लाखांत एक
नाहीं, कोटींत एक सांपडावयाचें नाहीं.   पेशवाईंत एक
रामशास्त्रीबुवा होते. आणखी, न्यायाचें काम जितकें
जितकें विशेष जोखमाचें असतें, तितके तितके न्यायाधीश
अधिक चांगले पाहिजेत असतात.   असे न्यायाधीश
राजांवरच्या आरोपांच्या चौकशीस निवडून नेमण्याचा प्रसंग
हिंदुस्थानांतल्या इंग्लिश सरकारास आला होता. त्या वेळीं

त रावराजे दिनकरराव ह्यांची निवड झाली होती. त्या रणाची हकीकत अशी:—

ह्या प्रसंगीं आधीं अशी एक शंका निघाली होती कीं, ा प्रकारच्या संशयावरून मांडलिक राजांची चौकशी ण्यास सार्वभौमांस अधिकार आहे कीं नाहीं. त्याचा ाच विचार झाला. त्यांत असें सिद्ध झालें कीं, अशा ारची चौकशी करण्यास सार्वभौमांस अधिकार आहे. ाचें एक उदाहरण असें सांगितलें कीं, रोममध्यें जुलियस झर हा सार्वभौम राजा असतां, गलेशियाचा राजा दयोतेरस नें त्यास आपल्या येथें पाहुणचारास बोलावून नेऊन, ला जीवें मारण्याचा बेत केला होता, असा आरोप होता. ाची चौकशी करण्याचें काम सीझरानें स्वतः आरंभिलें, ाणि सिसरो हा त्या राजाचा वकील झाला होता. ही कशी पुरी होण्याच्या आधींच ब्रूटस ह्यानें सीझराचा वध ला, ही गोष्ट वेगळी. परंतु, अशी चौकशी करण्याचा रेपाठ जगांत बहुत दिवसांपासून चालू आहे, एवढें ह्या ष्टीवरून स्थापित झालें. असो. आतां बडोद्याची कीकत सांगतों.

महाराज खंडेराव गायकवाड इ० स० १८७० ह्या वर्षी रण पावले, आणि वंशपरंपरेच्या अधिकाराच्या नात्यानें हाराज मल्हारराव गायकवाड हे त्यांच्या गादीवर बसले.

ते स्वभावतःच साधेभोळे आणि गरीब होते. त्यांचे ठायीं छकेपंजे मुळींच नव्हते. आणखी, कोणी कांहीं सांगितलें कीं तेंच खरें वाटावें, अशी त्यांची वृत्ति असे. अशी वृत्ति राजकार्यधुरंधरांस फार घातुक असते. कां कीं, त्यांस नेहमीं नानाप्रकारच्या लोकांस वागविण्याचा प्रसंग येतो. त्यांत केवळ स्वार्थसाधु—दुसऱ्याचें घर जळालें तरी चिंता नाहीं पण आपलें वांगें भाजलें ह्मणजे झालें, असे वागणारे—कांही लोक असतात. त्यांस दुसऱ्यांस मोहपाशांत घालण्याची कला फार चांगली साध्य असते. तिच्या योगानें ते लोकांस खाड्यांत ढकलून आपला स्वार्थ साधितात. तशा कांहीं माणसांशीं महाराज मल्हारराव ह्यांची गांठ पडली. तेव्हां राज्यांत अव्यवस्था होऊन, तिजविषयींचा बोभाट, नुकतेच नेमिलेले रेसिडेंट कर्नल फेर साहेब ह्यांनीं इंग्लिश सरकारच्या कानावर घातला. तो बोभाट किती खरा आहे, हें पाहून कळविण्याकरितां गव्हरनर जनरल लार्ड नार्थब्रूक ह्यांनीं एक कमिशन इ० स० १८७३ ह्या वर्षी नेमिलें. त्याचे अध्यक्ष सर रिचर्ड मीड हे असून, जयपुरच्या महाराजांचे मुख्य प्रधान नबाब फैजअल्लीखान, आणि मुंबई इलाख्यापैकीं राव्हिनस्काफ्ट आणि कर्नल एथरिज् हे दोन गृहस्थ, असे तीन सभासद नेमिले. ह्यांनीं चौकशी करून हकीकत सरकारांत

विली. तीवरून, अव्यवस्था पुष्कळ आहे, अशी सरकारची
नरी होऊन, त्यांनीं महाराज मल्हारराव ह्यांस, आपल्या
ग्राची सुधारणा करण्यास अठरा महिन्यांची मुदत दिली,
णे असें सुचविलें कीं, जवळच्या हलकट लोकांस
दम रजा देऊन, कोणी चांगला माणूस मुख्य प्रधान
न, त्याच्या साह्यानें राज्यकारभार चालवावा. त्याप्रमाणें
राज मल्हारराव ह्यांनीं शेट दादाभाई नौरोजी ह्यांस
मले मुख्य प्रधान नेमिलें. परंतु, महाराज मल्हारराव
णि कर्नल फेर ह्यांचें कांहीं जमेना. कर्नल फेर ह्यांचेंही
प्रकरणीं वागणें जसें असायास पाहिजे होतें तसें नव्हतें,
i स्वतः हिंदुस्थानसरकारानें कबूल केलें आहे. तरी,
आढी शेवटीं विकोपास गेली. उभय पक्षांची फारच
गून राहिली. त्यांत महाराज मल्हारराव ह्यांचा काळ
ल्यासारखा अथवा त्यांजवर ईश्वरक्षोभ झाल्यासारखा
रूं लागला. ह्मटलें आहे:—

ओंव्या.

वैरियांकरीं सांपडे वर्म आळस येऊनि बुडे धर्म
विशेष वाढे क्रोध काम तरी देव क्षोभला जाणिजे. १.
आपले जे का शत्रु पूर्ण त्यांस आपण पीडिलें दारुण
अडल्या धरणें त्याचे चरण तरी देव क्षोभला जाणिजे. २.
ठेविला ठेवा न सापडे नसतीच व्याधी आंगीं जडे
सदा भय वाटे चोहींकडे तरी देव क्षोभला जाणिजे. ३.

श्रीधर.

असें दिसूं लागलें. अथवा—

आर्या.

दुर्दैव दुर्विपाका ह्याया जतूस जे उभें राहे
त्याचा हात धराया सृष्टींत समर्थ कोण हो आहे.

परशुरामपंत तात्या.

असें जरी झालें होतें तरी, त्याच्या निवारणार्थ इ० स० १८७४ च्या नोवेंबरच्या दुसऱ्या तारखेस महाराज मल्हारराव ह्यांनीं इंग्लिश सरकारास लिहिलें कीं, कर्नल फेर ह्यांस बडोद्याहून बदलावें. त्याप्रमाणें तजवीज झाली. कर्नल फेर ह्यांच्या जागीं सर लुई पेली ह्यांस बडोद्याचे रेसिडेंट नेमिलें; इतक्यांत विषप्रयोगाचें प्रकरण उद्भवलें. त्याची हकीकत अशी:—

इ० स० १८७४ च्या नोवेंबर महिन्याच्या नवव्या तारखेस कर्नल फेर हे नित्याप्रमाणें प्रातःकाळीं बाहेरून फिरून सुमारें सात वाजतां आपल्या बंगल्यांत आले. आणि, सरबताचा पेला मेजावर नेहमींप्रमाणें ठेविलेला होता, त्यांतले दोन तीन घोट प्याले. नंतर ते लिहावयास बसले. आणखी त्यानंतर सुमारें अर्ध्या तासानें त्यांस मळमळूं लागलें, आणि कसेंसेंच वाटूं लागलें. तेव्हां त्यांनीं बाकीचें सरबत न पितां तें बंगल्याच्या पडवींत फेंकून दिलें. आणखी तो पेला ते परत मेजावर ठेवूं लागले तों,

ांत जें काय अवशिष्ट राहिलें होतें, आणि कांठास चिकटलें ोतें, त्याच्या रंगाकडे त्यांचें लक्ष गेलें. तो रंग त्यांस ाळा दिसला. आणि एकदम त्यांच्या मनांत असें आलें ीं, आपणांस विषप्रयोग करण्याचा प्रयत्न झाला आहे. यांनीं लागलेंच डाक्टर सिवर्ड ह्यांस बोलावून आणून तो ेला त्यांच्या हवालीं केला, आणि झालेली हकीकत त्यांस ांगितली. त्या वेळीं त्या पेल्यामध्यें, कर्नल फेरच्या सांग-ण्यावरून, दोन चमचे सरबत शिल्लक होतें, आणि डाक्टर सिवर्डच्या ह्मणण्याप्रमाणें पाहिलें तर एक चमचा होतें. त्यांतल्या कांहीं सरबताचें पृथक्करण डाक्टर सिवर्ड ह्यांनीं स्वतः तेथें आपल्या बंगल्यांत केलें, आणि बाकीचें सरबत त्यांनीं मुंबईस, डाक्टर ग्रे, सरकारचे केमिकल अनलैझर, ह्यांजकडे पृथक्करणार्थ पाठविलें. ह्या दोघांच्याही प्रयोगां-वरून असें स्थापित झालें कीं, त्या सरबतामध्यें विष घातलेलें होतें. तें कोणकोणत्या प्रकारचें होतें, तें सगळें वर्णन त्यांच्या जबान्यांत आहे. त्याचा तपशील येथें देण्यास अवकाश नाहीं. परंतु, कर्नल फेर ह्यांस विषप्र-योग झाला होता, एवढें त्यांनीं सिद्ध करून दाखविलें. तेव्हां अर्थात् त्याविषयीं बारकाईनें शोध चालला. आणखी कर्नल फेर ह्यांचें आणि महाराज मल्हारराव गायकवाड ह्यांचें वैमनस्य पूर्वीच येऊन तें गाजलें होतें. तेव्हां, त्या

प्रकरणांत महाराज मल्हारराव ह्यांचें आंग आहे कीं काय, असा संशय उत्पन्न झाला. आणि त्याविषयीं चौकशी चालली. तेव्हां असा कांहीं पुरावा पुढें आला कीं, त्यावरून असें वाटलें कीं, त्या विषप्रयोगाच्या कामांत महाराज मल्हारराव गायकवाड ह्यांचें अंग अवश्य असलेंच पाहिजे. ह्या संबंधाचा पुरावा फार चमत्कारिक आहे. तो सरकाराला मात्र खरा वाटला, लोकांना खरा वाटला नाहीं. कां कीं, त्यांत असंभाव्य आणि विलक्षण अशा गोष्टी पुष्कळ होत्या. तें असो. त्याविषयीं येथें चर्चा करावयाची नाहीं. परंतु, विषप्रयोगाच्या कामांत महाराज मल्हारराव गायकवाड ह्यांचें अंग होतें, अशी सरकाराची खातरी झाली नाहीं, पण संशय बळकट आला. तेव्हां ह्या संबंधानें त्यांची चौकशी करावयाचें ठरलें. त्याविषयीं पुष्कळ वाटाघाट चालली. आणखी पुण्याच्या लोकांनीं सगळ्या महाराष्ट्राच्या वतीनें एक मोठी सभा भरून, नामदार व्हाइसराय साहेब ह्यांस असा अर्ज केला कीं, बरोबर न्याय व्हावा, अन्याय होऊं नये, ह्याकरितां, कमिशनामध्यें जितके युरोपियन गृहस्थ नेमायाचे असतील, तितकेच एतद्देशीय गृहस्थ नेमलेले असावे, आणि ते राजारजवाड्यांपैकीं, ह्मणजे महाराज मल्हारराव ह्यांच्यावरच्या आरोपांची चौकशी करण्यास योग्य असे नेमावे. तें ह्मणणें नामदारसाहेबांनीं मान्य करून शेवटीं,

दुस्थानसरकारानें, ह्या चौकशीकरितां हायकमिशन नेमिलें. असें होतें:—

१. नामदार सर रिचर्ड कौच, कलकत्त्याच्या हैकोर्टाचे ाफ जस्टिस.—**अध्यक्ष.**

२. श्रीमंत महाराज जयाजीराव शिंदे, सेनाखासखेल मशेरबहादर, जी. सी. एस. ऐ. **सभासद.**

३. श्रीमंत महाराज, धिरजसवाई रामसिंगबहादुर, जय-रचे महाराज. **सभासद.**

४. कर्नल सर रिचर्ड मीड, के. सी. एस. ऐ. ह्मैसुरचे ाणि कुर्गचे चीफ कमिशनर. **सभासद.**

५. रावराजे सर दिनकरराव रघुनाथराव राजवाडे, के. ी. एस. ऐ. **सभासद.**

६. मे० फिलिप स्यांडेज मेलव्हिल, बंगालचे सिव्हिल र्व्हिस, पंजाबचे कमिशनर. **सभासद.**

ह्याप्रमाणें महाराज मल्हारराव गायकवाड ह्यांची चौकशी रण्याकरितां कमिशन नामदार व्हाइसराय लार्ड नार्थब्रूक ांनीं नेमल्याचा जाहीरनामा इ० स० १८७५ च्या फेब्रु-ारीच्या १९ व्या तारखेच्या हिंदुस्थान सरकारच्या ग्याझे-ात प्रसिद्ध झाला. आणि त्यांतच कोणकोणत्या मुद्यांवर ौकशी करावयाची तें प्रसिद्ध झालें. ते मुद्दे चार होते. । हे:—

१. कर्नेल फेर ह्यांपाशीं रेसिडेन्सीमध्यें जे चाकर नौकर होते, त्यांशीं महाराज मल्हारराव गायकवाड ह्यांनीं गुप्त विचारमसलती करण्याचा कांहीं संबंध ठेविला होता कीं काय?

२. महाराज मल्हारराव गायकवाड ह्यांनीं त्या रेसिडेन्सींतल्या नौकरांपैकीं कितीएकांस लांच देण्याचा किंवा देवविण्याचा प्रयत्न केला होता कीं काय?

३. अशा नौकरांस जवळ करून आणि लांच देऊन, त्यांच्या द्वारें रेसिडेन्सींतल्या गुप्त बातम्या काढाव्या, आणि कर्नेल फेर ह्यांस पीडा द्यावी, आणि त्यांस विषप्रयोग त्यांजकडून करवावा, असा हेतु महाराज मल्हारराव ह्यांचा होता कीं काय?

४. आणखी अशा प्रकारें आपलेसे करून घेतलेल्या नौकरांकडून महाराज मल्हाररावांनीं कर्नेल फेर ह्यांस विषप्रयोग करविण्याचा प्रयत्न केला कीं काय?

ह्या कमिशनाचे सेक्रेटरीचे कामावर मुंबई इलाख्यांतले जार्डिन साहेब नेमिले होते. आणि खटल्याची तयारी करण्याकरितां मुंबई शहरचे पोलीस कमिशनर सौटरसाहेब ह्यांस नेमिलें होतें. आणखी, आपल्या वतीनें काम चालविण्याकरितां महाराज मल्हारराव गायकवाड ह्यांनीं सार्जेंट ब्यालंटैन ह्या नांवाचे प्रसिद्ध ब्यारिष्टर बुद्धया विलायतेहून

णविले होते. त्यांस उक्के पन्नास हजार रुपये कामाबद्दल
ूल करून, शिवाय खर्चास दरमहा दाहा हजार रुपये
ं केले. शिवाय ह्यांच्या मदतीस मुंबईचे प्रसिद्ध
यकोर्टवकील शांताराम नारायण ह्यांस दिलें होतें. शिवाय
ाराजांचा 'डिफेन्स' तयार करण्यास जफरसन व पेन
स पाऊणलाख रुपये दिले. आणखी सरकारतर्फें
ाव्याचें काम चालविण्यास सरकारचे आडव्होकेट जनरल
ोबलसाहेब नेमिले होते.

हें कमिशन केवळ चौकशीपुरतें मात्र नेमिलें होतें. ह्मणजे
ंतल्या गृहस्थांनीं ह्या प्रकरणांतले साक्षीदार वगैरे घेऊन
ाणि इतर पुरावा पाहून, त्या संबंधानें आपलें मत द्यावें,
ढेंच काय तें ह्यांचें काम होतें. आणि ह्या प्रकरणाचा
काल सांगावयाचा अधिकार नामदार व्हाइसराय साहे-
नीं आपले हातीं ठेविला होता.

ह्या चौकशीस आरंभ इ० स० १८७५ च्या फेब्रुआरी
हिन्याच्या तेविसाव्या तारखेस बडोदें येथें लष्करामध्यें
का मोठ्या इमारतींत झाला. आणि तिची समाप्ति मार्च
हिन्याच्या ३१ व्या तारखेस झाली. ह्या चौकशीमध्यें अनेक
ोकांच्या साक्षी झाल्या. त्यांत कांहीं माणसें रेसिडेन्सीं-
लीं होतीं, कांहीं महाराजांच्या तैनातींतलीं होतीं, आणि
ांहीं इतर होतीं. त्या वेळीं लोकांचीं मनें प्रचलित झालीं

होतीं. महाराज मल्हारराव गायकवाडांवर उगाच भलते आरोप येऊं नयेत, आणि त्यांच्या शत्रूंचे प्रयत्न सफल होऊं नयेत, ह्मणून, चांगलीं चांगलीं वर्तमानपत्रें नानाप्रकारचे लेख लिहीत होतीं, आणि आमच्यांतलीं पुढारी माणसें नानाप्रकारचे उद्योग करीत होतीं. आणखी त्या वेळीं आमच्या राष्ट्रांतल्या लोकांस असें कळून आलें कीं, आपल्या राजेरजवाड्यांच्या संबंधानें आपलें सर्व लोकांचें कांहीं कर्तव्य ह्मणून आहे, आणि तें आपणांस केलें पाहिजे. हें कर्तव्य त्यांस पूर्वी कळलेलें नव्हतें. कां कीं, असा प्रसंगच पूर्वीं कधीं आला नव्हता. बंगाल्यांत, कर्नाटकांत आणि मध्यप्रांतांत इंग्लिश सरकारास कितीएक राजे कांहीं कांहीं कारणांवरून अपराधी वाटले होते. पण, त्यांनीं त्यांची चौकशी करण्याचा प्रसंग आणिला नाहीं. त्यांस एकदम पदच्युत करून त्यांस शासनें केलीं. आणखी अशा थाटानें राजाची चौकशी करण्याचा प्रसंग काय तो हाच पहिला आला. तेव्हां लोक आपल्या कर्तव्याविषयीं जागृत झाले, ह्यांत कांहीं नवल नाहीं.

ह्या जागृतीचें एक मोठें प्रमाण मागें सांगितलें आहे. तें कोणतें तर निमे युरोपियन आणि निमे एतद्देशीय असे सभासद कमिशनांत नेमण्याविषयीं पुण्याच्या लोकांनीं व्हाइसराय साहेबांस अर्ज केला, तें होय. तसें त्याहीपेक्षां

शेष वर्णनीय असें प्रमाण चौकशी चालू असतां घडून
ले. तें असेंः—महाराजांच्या चौकशीच्या संबंधाचा
र्च मनस्वी होऊं लागला, असें पाहून बडोदें संस्थानावर
लअखत्यार नेमलेले नवे रेसिडेंट सर लुई पेली ह्यांनीं म-
राजांस असें कळविलें की, आपल्या वकिलांस वगैरे देण्यास
स्थानांतून दोन लक्षांहून अधिक रकम मिळावयाची नाहीं.
व्हां, ब्यारिस्टर, वकील, इत्यादि पैशानें विकत घेतलेलीं
ाणसें आपापल्या जागीं कुरकुरूं लागलीं, आणि तीं त्याक-
रतां आंगचोरपणा करतील कीं काय, असें भय पडलें.
व्हां बडोद्याची रयत, सावकार, राजेरजवाडे आणि मुंबई-
ले कितीएक लोक ह्यांनीं वर्गणीनें पैसा जमा करण्याचा
वेचार ठरविला. आणखी, पुण्याच्या सार्वजनिक सभेचे चि-
टणीस, प्रसिद्ध कैलासवासी गणेश वासुदेव जोशी ह्यांनीं ज-
फरसन व पेन ह्यांस असें अभिवचन दिलें कीं, महाराज म-
ल्हारराव ह्यांच्या खटल्याची चौकशी करण्याकरितां जितकें
द्रव्य लागेल, तितकें पुरविण्यास आह्मी तयार आहों. आ-
णखी असें सांगतात कीं ह्याविषयीं त्यांस खात्री येण्याक-
रितां गणपतरावांनीं एका मोठ्या पेढीवर लाख रुपये अमा-
नत नेऊन ठेविले देखील.

पस्तीस छत्तीस दिवस चौकशीचें काम चाललें. त्यांत
नानाप्रकारच्या गोष्टी बाहेर पडल्या. त्या सगळ्या सांगण्यास

एक वेगळा ग्रंथ लिहिला पाहिजे. परंतु, त्याविषयीं लोकांत आणि कमिशनाच्या मंडळींत फार मतभेद झाला. महाराज मल्हारराव ह्यांजवरचे आरोप शाबीद करण्यास जो पुरावा कमिशनापुढें आला, तो पोलिसानें जरी मोठ्या चतुराईनें जमविला होता, तरी साधारणपणें बहुतेक सर्व लोकांस अगदीं बनावट वाटला. आणखी त्याप्रमाणें लोकध्वनि दशदिशांत दुमदुमला, त्याचा कांहीं उपयोग झाला नाहीं. तें असो. पण त्याप्रमाणेंच कमिशनापैकीं सर रिचर्ड कौच, सर रिचर्ड मीड, आणि मि० मेलव्हिल ह्या तिघांस असें वाटलें कीं, महाराज मल्हारराव ह्यांजवर चारी आरोपांची चांगली शाबिदी झाली आहे. महाराज जयाजीराव शिंदे आणि रावराजे दिनकरराव रघुनाथ राजवाडे ह्यांस असें वाटलें कीं, ह्या आरोपांतले मुख्य मुख्य आरोप तर मल्हारराव महाराजांवर मुळींच शाबीद झाले नाहींत, आणखी जयपुरच्या महाराजांस असें वाटलें कीं, महाराज मल्हारराव ह्यांजवर कोणता एक देखील आरोप शाबीद झाला नाहीं. रेसिडेन्सींतले नौकर लोक आणि मल्हारराव महाराज ह्यांची जी विशेष सलगी ह्या पुराव्यांत दिसून आली, तिजविषयीं महाराज जयाजीराव शिंदे, रावराजे दिनकरराव राजवाडे आणि जयपुरचे महाराज ह्यांस मुळींच कांहीं विशेष वाटलें नाहीं. कां कीं, सध्याच्या सगळ्या एतद्देशीय संस्थानांतल्या चाली

शाच आहेत, आणि त्यांत विशेष विचार करण्यासारखें हीं नाहीं, हें त्यांस स्वतःच्या अनुभवावरून ठाऊक होतें.

सर रिचर्ड कौच, सर रिचर्ड मीड, आणि मि. मेलव्हिल नीं तिघांनीं आपलीं मतें एकत्र लिहिलीं आहेत. यांचीं ८ कलमें आहेत. त्यांत आधीं पुराव्याची पुष्कळ चर्चा रून, आपलें मत ह्मणून शेवटीं असें दिलें आहे कीं,

१. ज्या माणसांनीं कर्नल फेर ह्यांस विष घालण्याचा यत्न केला, त्यांस तसें करण्याची प्रेरणा महाराज मल्हार-व ह्यांनीं केली होती.

२. महाराज मल्हारराव हे स्वतः आणि आपल्या नौक-च्या द्वारें, कर्नल फेर ह्यांच्या आणि रेसिडेन्सींतल्या नौक-शीं गुप्त खलबतें करीत होते.

३. महाराज मल्हारराव ह्यांनीं त्या नौकरलोकांस पैसा ला ह्मणा कीं देवविला ह्मणा.

४. अशीं खलबतें करणें आणि पैसा देणें ह्याचे तु दोन होते. रेसिडेंटांकडच्या सगळ्या बारीक बा-म्या आपणांस कळाव्या हा एक, आणि कर्नल फेर ह्यांस षप्रयोग करून उपद्रव द्यावा हा दुसरा.

महाराज जयाजीराव शिंदे ह्यांचा अभिप्राय थोडक्यांत ह्याच कलमांत दाखल केला आहे. त्यांत त्यांनीं प्रथ-च ह्मटलें आहे कीं, विषप्रयोगाचा आरोप मुळींच शाबीद

झाला नाहीं. विष विकत घेण्यांत महाराज मल्हारराव ह्यांचें संमत असल्याबद्दल दामोदरपंतांच्या सांगण्याशिवाय दुसरा कोणताही पुरावा नाहीं. आणखी विषप्रयोगासारख्या प्रकरणाची वाटाघाट इतके दिवस आणि इतकी उघडपणें चालावी, हें अशक्य आहे. अशा कितीएक गोष्टी लिहून त्यांनीं महाराज मल्हारराव निर्दोषी असल्याविषयीं आपलें मत प्रगट केलें.

जयपुरचे महाराज रामसिंग ह्यांचें मत बरेंच लांब लिहिलें आहे. त्यांत त्यांनीं शेवटीं असें झटलें आहे कीं, कर्नल फेर ह्यांच्या पेल्यांत विष सांपडलें ही गोष्ट जरी खरी आहे, तरी रावजी, नरसू आणि दामोदरपंत ह्यांच्या साक्षीस दुसरा कोणताच पुरावा नसल्यामुळें, आह्मांस असें वाटतें कीं, महाराज मल्हाररावांवर जे आरोप केले आहेत, ते अगदीं निराधार आहेत.

आतां रावराजे दिनकरराव ह्यांचें मत सांगावयाचें राहिलें. तें थोडें तपशीलवार सांगावयास पाहिजे. त्यांनीं झटलें आहेः—"आह्मांपुढें जो पुरावा आला, त्यावरून विचार करून पाहतां आमच्या बुद्धीस असें वाटतें कीं, विषप्रयोग करण्याविषयींचा जो आरोप आहे, तो मुळींच लागू होत नाहीं. महाराजांस त्यांचे खासगी चिटणीस जरी विरुद्ध झाले होते, तरी विष खरेदी करण्याच्या कामांत, किवा

र करण्याच्या कामांत, महाराजांच्या हातचा लेख मु-
ा मिळाला नाहीं, किंवा एक रुपया देखील खर्च झा-
ा दिसला नाहीं. अनेक साक्षीदारांपैकीं ह्या आरोपा-
यीं तिघांनीं साक्षी दिल्या आहेत; रावजी, नरसू आणि
ोदरपंत. पण ह्या तिघांच्या जबान्यांत मुळींच मेळ नाहीं.
ग्रांच्या खरेदीविषयीं दामोदरपंतांनीं आपल्या जबानींत
सांगितलें आहे, तें हेमचंद आणि आत्माराम ह्यांच्या
ान्यांवरून शाबीद झालें आहे. दामोदरपंतांनीं जबानी
ी आहे कीं, हिरे आणि सोमल पाहण्यास मीं पुड्या
ाडल्या नाहींत. दामोदरपंतांचें नांव रावजीनें घेतलें
ीं, आणि नरसूनेंही घेतलें नाहीं. दामोदरपंतांनीं लिहून
ें आहे कीं, सोजरांच्या पाहऱ्यांत सोळा दिवस मी
ाों, तेथें मला मनस्वी त्रास भोगावा लागत होता, तो
स कोणीकडून तरी चुकविण्याकरितां मीं तें कांहीं तरी
हून दिलें आहे. विष घातलेल्या तारखेविषयीं कर्नल
आणि रावजी ह्यांच्या सांगण्यांत फरक आहे. रावजी
ागतो कीं, ती कुपी मला महाराजांनीं दिली, आणि
मोदरपंत ह्मणाला कीं ती मीं सालम ह्याजपाशीं दिली.
ा: रावजी ह्मणतो कीं पुड्या मीं आपल्या पट्टयांत ठे-
ल्या, आणि दामोदरपंत जबानी देतात कीं त्या पुड्या
ळण्याकरितां सालम रावजीच्या घरीं गेला. आणि
ावजी तेथें त्याच्या मागून गेला. रावजी आणखी असें

ह्मणतो कीं, पुड्या महाराजांनीं पेद्रोला, मला आणि दुसऱ्या माणसांस दिल्या; आणि पेद्रो ह्मणतो कीं, पुड्या मजपाशीं मुळींच दिल्या नाहींत. हीं 'दुसरीं' माणसें कोण होतीं आणि किती होतीं? रावजी ह्मणतो प्रत्येकाला लाख लाख रुपये देण्याविषयीं महाराजांनीं वचन दिलें होतें; नरसू हें अगदीं नाकबूल करितो. रावजीच्या जबानीवरून दिसतें कीं ती कुपी नोवेंबरच्या नवव्या तारखेच्या आधीं महिना दीड महिना त्याला मिळाली होती. नरसूच्या सांगण्यावरून असें दिसतें कीं, त्या तारखेच्या आधीं कांहीं दिवस त्यांस मिळाली होती. नरसू ह्मणतो कीं फैजूचें नांव इतर साक्षीदारांनीं घेतलें ह्मणून मीं घेतलें; बाकी तें खोटें होतें, हें मला ठाऊक होतें. तीन साक्षीदार आपल्या यजमानावर उलटले आहेत, आणि त्यांतल्या एकाला माफी दिली आहे, तेव्हां त्यांच्या जबान्या खऱ्या कशा मानाव्या. पेद्रो ह्मणजे बुटलेर आणि अबरला ह्मणजे तो सरबत करणारा, ह्यांच्या जबान्या आणि सालम, येशवंतराव खानविलकर, गुजाबा, नोरादीन बोहरी, आणि हकीम ह्यांस साक्षी देण्यास मुळींच पुढें आणिलें नाहीं. हेही आरोपितास अनुकूळ आहेत. आणखी विषप्रयोगाची मसलत इतके दिवस आणि अशा उघड रीतीनें चालावी, ह्यावर मुळींच विश्वास बसत नाहीं. असें कृत्य एका दोघां अगदीं मोठ्या विश्वासाच्या माणसांकडून व्हावयाचें, आ-

णखी, एकदा एवढेंसें विष घातलें कीं, माणसाचा प्राण जावयाचा, तेथें तें इतकेदां कशासाठीं घालावें. अशा पुष्कळ गोष्टी चौकशींत बाहेर आल्या आहेत, आणि ह्या-विषयीं सार्जेंट बालंटैन ह्यांचा कोटिक्रम लक्षांत ठेवण्यासारखा आहे. ”

“नौकर लोकांशीं रात्रंदिवस संबंध ठेवणें आणि गोष्टी करणें ही गोष्ट मुळींच महत्वाची नाहीं. सणावारीं किंवा लग्नाकार्यांत जाऊन बक्षिसें मागणें, रेसिडेंटांची मर्जी संपादणें, आणि रेसिडेंट आणि महाराज ह्यांजकडील बातम्या परस्परांनीं मिळविणें ह्या गोष्टी एतद्देशीय संस्थानांत अगदीं साधारण आणि नेहमींच्या आहेत; त्यांत कांहीं विशेष नाहीं.”

“ह्मणून शेवटीं मला एवढेंच सांगावयाचें आहे कीं, मुख्य मुद्दे ह्मटले ह्मणजे दोन. विष घालणें आणि नौकर लोकांशीं संबंध ठेवणें; ह्यांच्या संबंधानें माझें मत मीं जें वर सांगितलें आहे, तेंच खरें आहे.”

ह्या चौकशीच्या प्रकरणांत कशीं काय मतें पडतात, इकडे सगळ्या लोकांचे डोळे लागून राहिले होते. पण चमत्कार असा झाला कीं, जसें व्हावें असें लोकांस फार वाटत होतें, तसेंच, निदान, आमच्या एतद्देशीय सभासदांच्या पक्षीं तरी झालें. ह्मणजे, जे आरोप महाराज मल्हारराव ह्यांजवर घातले होते, ते त्यांजवर बिलकूल शाबीद झाले नाहींत, असें त्यांचें मत पडलें. हें फार चांगलें झालें. ह्यांत आमच्या

एतद्देशीय सभासदांचें न्याय करण्याचें सामर्थ्य आणि, कोणत्याही प्रकारच्या मोहास वश न होतां, स्वतंत्रपणें आपलें खरें मत प्रगट करण्याची मोठी योग्यता, हीं उत्तम प्रकारें दृश्यमान झालीं. ही गोष्ट आमच्या राष्ट्रांतल्या लोकांच्या इतिहासांत खरोखर वर्णनीय आहे. त्यांतल्या त्यांत रावराजे दिनकरराव ह्यांच्याविषयीं तर ती विशेष वर्णनीय वाटते. कां कीं, राजे नाहींत, भूपति नाहींत, तर नौकरीच्या पेशानें मोठ्या पदास चढलेले, असे गृहस्थ त्यांत काय ते एवढेच होते, तेव्हां ह्यांस श्रेष्ठांच्या तोंडाकडे किंवा मर्जीकडे पाहून तसा अभिप्राय देण्याविषयीं मोह पडावयाची भीति फार होती. परंतु तसें कांहीं झालें नाहीं. त्यांनीं आपलें विचारस्वातंत्र्य अगदीं भूपतींच्या-राजांच्या बरोबरीनें दाखविलें, हें त्यांस अत्यंत भूषणास्पद आहे. बाकी, ह्या प्रसंगीं त्यांचें मन इंग्लिश अधिकाऱ्यांच्या मताप्रमाणें वळणें हें अगदीं साहजिक होतें. इतर साधारण जनांची काय कथा? हा मोह भीष्माचार्यांस आणि कृपाचार्यांस चुकवितां आला नाहीं. धर्मराज त्यांस आपणांकडे युद्धास पाचारण करण्याकरितां गेले. आणखी त्यांस ठाऊक होतें कीं आपला सत्पक्ष आहे, आपला सारथी कृष्ण परमात्मा आहे, तेव्हां ते ना ह्मणावयाचे नाहींत. परंतु, त्यांनीं, सगळ्या गोष्टी जाणून समजून उमजून एकच उत्तर दिलें:—

आर्या.

अर्थाचा दास पुरुष
अर्थ नव्हे पुरुषदास बापा हें
सत्य मज कौरवानीं
केलें अर्थेंचि बद्ध बा पाहें.

मोरोपंत.

अशा मोठ्या महात्म्यांस देखील अर्थदास व्हावें लागलें. मल्हारराव महाराज गायकवाड ह्यांचा खरा इतिहास ह्या पुस्तकांत ह्या प्रसंगाच्या संबंधानें रावराजे दिनकरराव ह्यांविषयीं असें लिहिलें आहें कीं, "शिंद्यांची दिवाणगिरी सोडिल्यानंतर ते कोणत्याही राज्याच्या राजकारभारांत पडले नाहींत. इतके ते निस्पृह असून, देशी राज्यांचा त्यांस किती अभिमान आहे, हें ह्याच कमिशनाच्या कामांत त्यांनीं जो आपल्या मनाचा स्वतंत्रपणा दाखविला, त्यावरून आपणांस कळेल. खरोखर दिनकरराव ह्यांनीं मल्हारराव महाराज ह्यांस अपराधी ठरविलें असतें, तर बडोद्याची दिवाणगिरी सर टींच्या वांट्यास आली नसती, असा कितीएक सुज्ञ लोकांचा दृढ समज आहे. ह्या कमिशनरांतील देशी गृहस्थांत मुत्सद्दी काय ते तेच होते." ह्मणजे हा प्रसंग मोठा बिकट होता. परंतु मोठा मोहपाश ह्या प्रसंगीं रावराजे दिनकरराव ह्यांनीं मोठ्या धैर्यानें चुकविला. ही गोष्ट फार अभिनंदनीय होय.

ह्या प्रकरणांत साहा कमिशनरांचीं मतें अशीं पडलीं. त्यावरून, ज्या आरोपांविषयीं चौकशी झाली, त्या आरोपांची शाबिदी महाराज मल्हारराव ह्यांजवर झाली नाहीं, हें उघड आहे. आणखी शेवटीं विलायतसरकाराचें मत हेंच झालें. त्या वेळेस सेक्रटरीऑफस्टेट फार इंडिया ह्या जागेवर लॉर्ड सालिसबरी हे होते. त्यांनीं, हिंदुस्थान सरकारास ह्मणजे लार्ड नार्थब्रूक ह्यांस जें शेवटचें पत्र लिहिलें, त्याच्या शेवटच्या कलमांत असें ह्मटलें आहे कीं, " कर्नल फेर ह्यांस विषप्रयोग करविण्याचा आरोप जरी ह्यांजवर आला नसता, तरी ह्यांस ह्या (राज्यांतल्या अव्यवस्थेच्या) कारणावरून पदच्युत करणें भाग पडलें असतें. " त्याच्या आधारानें नामदार व्हाइसराय साहेबांनीं एप्रिलच्या २३ व्या तारखेस जो जाहीरनामा प्रसिद्ध केला, त्यांत स्पष्ट असें ह्मटलें आहे कीं, " कमिशनरांचीं मतें एकसारखीं पडलीं नाहींत, ह्मणून त्यांच्या चौकशीवरून किंवा रिपोर्टावरून सरकारानें निकाल केला नाहीं, आणि त्या चौकशीवरून सदरहू आरोपाची शाबिदी महाराजांवर झाली आहे असें सरकार ह्मणत नाहीं. परंतु, मल्हारराव गायकवाड गादीवर बसल्यापासून आजपर्यंत बडोदेंप्रकरणांत अनेक वाईट गोष्टी झाल्या; त्यांनीं अगदीं दुर्वर्तन केलें; राज्यकारभार वाईट रीतीनें चालविला; इत्यादि कारणांवरून महाराणी

रकारानें असा निकाल केला आहे कीं, मल्हारराव महाराजांस
डोदें संस्थानाच्या राज्यपदावरून काढावें व तत्संबंधीं जे अ-
रकार, सन्मान व हक्क आहेत ते त्यांस व त्यांच्या वंशजांस
धीं मिळूं देऊं नयेत." ह्याचें पर्यवसान असें कीं, महा-
ाज मल्हारराव ह्यांस जें पदच्युत केलें, तें कांहीं विष-
योगाच्या प्रकरणावरून केलें नाहीं, तर राज्य चालवि-
यास ते असमर्थ होते—त्यांच्या हातून राज्यांत अ-
यवस्था फार झाली, ह्मणून पदच्युत केलें. ह्मणजे, असें
णणें भाग पडलें कीं, तिघां युरोपियन कमिशनरांनीं एकत्र-
णें आपलें जें मत दिलें आहे, तें हिंदुस्थानसरकारास
भाणि विलायतसरकारास मान्य झालें नाहीं; तर रावराजे
देनकरराव प्रभृति इतर कमिशनरांनीं जें वेगळें वेगळें
मत दिलें, तेंच त्यांस मान्य झालें. इतकें लिहिणें ह्यावि-
यीं बस आहे.

महाराज मल्हारराव ह्यांनीं आपणांवरचा विषप्रयोगाचा आरोप उडविला आणि त्यांतून ते मोकळे झाले. परंतु, दैव फिरलें होतें, त्यांतून त्यांच्याने मोकळें होववलें नाहीं. त्यांस दुसरेंच राजकारण लावून सार्वभौमांनीं पदच्युत केलें. हें मनांत आलें ह्मणजे एका अन्योक्तीची आठवण होतेः—

श्लोक

जाळें तोडुनियां बळें हरिण तो टाळोनि दावाग्निला
व्याधाचे चुकवोनि बाणहि महा वेगें पुढें चालिला

तों घाईंत उडी फसोनि पडला आडामधें बापडा
होती सर्वहि यत्न निष्फल जरी होई विधी वांकडा.

कृष्णशास्त्री चिपळूणकर.

महाराज मल्हारराव ह्यांस पदच्युत करून आणि त्यांच्या वंशजांस गादीचे मालक नाहींत असें ठरवून, मद्रासेस नेऊन ठेविलें.

ह्यानंतर महाराणी यमुनाबाईसाहेब ह्यांच्या मांडीवर एक मुलगा दत्तक देऊन, त्यास सयाजीराव महाराज असें नांव देऊन, बडोद्याच्या गादीवर बसविलें, होळकरसरकारांकडून सर टी माधवराव ह्यांस मागून घेऊन, आणि सगळ्या राज्याची कुलमुखत्यारी देऊन दिवाण नेमिलें, इत्यादि गोष्टी झाल्या, त्या सर्वांस श्रुत आहेतच. आणखी त्यांचा संबंध प्रस्तुत विषयाशीं नाहीं, ह्मणून त्यांविषयीं येथें कांहीएक लिहिण्याचें प्रयोजन वाटत नाहीं.

तरी, इष्ट विषयाच्या संबंधानें पूर्वस्थळास यावयाचें ह्मटलें ह्मणजे असें ह्मणावें लागतें कीं, रावराजे दिनकरराव ह्यांची न्यायदृष्टि फार चांगली होती, आणि त्यांचे ठायीं निस्पृहपणा मूर्तिमंत वास करीत होता, ह्या दोन गोष्टी ह्यावरून चांगल्या व्यक्त झाल्या. त्या त्यांच्या चरित्रास भूषणावह आहेत.

भाग दाहावा.

देणग्या आणि मानपान.

श्लोकचरण.

मानोहि महतां धनम्.

एक संस्कृत कवि.

आर्या.

यत्नें कीर्तिच जोडीं
या होय पदार्थ हाचि बहु धन्य
राजे पंडित यांचें
भूषण नाहींच कीर्तिहुनि अन्य.

मोरोपंत.

गद्य.

लोकांस जसें दिसावें अशी आपली इच्छा असते, तसें ोण्याविषयीं प्रयत्न करणें हेंच कीर्तिसंपादनाचें उत्तम सा-

साक्रेटिस.

र्णनीय अशीं ज्यांचीं चरित्रें झालीं आहेत, त्यांच्या आंगच्या इतर गुणांपेक्षां श्रेष्ठ गुण हा दिसतो कीं, मान हेंच काय तें धन आहे, असें ते मानीत होते. जूलियस सीझर हा पराक्रमी

पुरुष नेहमीं ह्मणत असे कीं, "मी मोठ्या अफाट महासा-
गरामध्यें मोठें जहाज होण्यापेक्षां एकाद्या लहानशा नदींत
होडी होईन." तीच वृत्ति रावराजे दिनकरराव ह्यांचे ठायीं
होती. त्यांस इतर सगळ्या वस्तूंपेक्षां मानप्रतिष्ठा फार आ-
वडत असे. कदाचित् ती त्यांस जीव वाटत असे. ह्या
सद्वृत्तीच्या योगानेंच त्यांच्या हातून मोठमोठीं सत्कृत्यें
झालीं, आणि त्यांच्याबरोबर मानपान पाठीस लागत त्यांज-
कडे आले. त्यांतल्या मुख्य मुख्य गोष्टींचें वर्णन ह्या भागांत
करावयाचें आहे.

रावराजे दिनकरराव ह्यांनीं मोठ्या कामगिऱ्या काय त्या
शिंदेशाहींत केल्या. तरी, त्यांचा निकट संबंध इंग्लिश सरका-
राशीं होता. शिवाय धोळपुर, रीवा आणि निजाम हैदराबाद
ह्यांजकडून त्यांस देणग्या मिळाल्या. त्या फार मोलाच्या आहेत.
ह्या सरकारांत ह्यांचें वजन फार होतें, आणि ह्या दोन्ही
सरकारांस असें वाटत होतें असें दिसतें कीं, आपण जितकें
जितकें ह्यांस बक्षीस देऊं तितकें तितकें थोडेंच आहे. ह्या
सरकारांतून त्यांना देणग्या अनेक मिळाल्या आहेत. त्यांत-
ल्या मुख्य मुख्य तेवढ्या येथें सांगतों.

शिंदे सरकारांनीं दिलेल्या.

१. रावराजे मुंतजिम बहादुर ही पदवी.

२. दरबारामध्यें सरकारच्या उजवे बाजूस गादीजवळ
ं.

३. खडी ताजीम.

४. खिलतवस्त्रें सात; कंठी शिरपेंचसह.

५. लगी.

६. हलकारे व जासूद ह्यांच्या चांदीच्या छड्या.

७. अकरा तोफांची सलामी.

८. तलवार.

९. हत्ती.

०. घोडा.

१. पालखी.

२. सोन्याची छडी, भालदाराची.

३. सोन्याच्या दांडीची चौरी.

४. अबदागिरी.

५. छत्री.

६. पागा डंका निशाण—ज्यांस पागा मिळाल्या आहेत, ा स्वतःचे कामाकरितां कांहीं घोडे माफ असून बा-ऱ्या स्वारांस सरकारचाकरी करावी लागते. व त्या सं-ाचा पत्रव्यवहार बराच करावा लागतो. ती दगदग ण्याकरितां दिवाणगिरीचें काम सोडतेवेळीं पागेपैकीं डंका ाण ठेवून घेऊन स्वार परत केले. आणि स्वतःचे नौ-

करीकरितां स्वार माफ होते त्यांचा पगार सरकारांतून मिळावा अशी विनंती केल्यावरून बारा स्वारांचा पगार सरकारांतून मिळेल, असा ठराव महाराजांनीं केला.

१७. जाहागीर व ईस्तमुरार गांवें.

१८. सरकारवाड्यांत स्वारी वर बसून जाण्याची परवानगी.

१९. मनसब सरदारी.

२०. महाराज घरीं येण्याची वहिवाट.

२१. लष्कर व प्रयाग येथें बाग व वाड्याकरितां जागा.

ह्यांशिवाय महाराज जयाजीराव शिंदे ह्यांनीं इ० स० १८६० च्या नोवेंबर महिन्याच्या नवव्या तारखेस व्हाइसराय लार्ड क्यानिंग ह्यांस लिहिलें कीं, "दिवाण दिनकरराव रघुनाथ साहेब ह्यांनीं रियासतीचा इंतजाम चांगला केला, आणि गदराचे वेळीं उत्तम प्रकारें काम केलें. ह्याकरितां दिवाणसाहेब ह्यांचा मर्तबा अधिक वाढविणें योग्य जाणून त्यांस जाहागीर आणि रावराजे मुंतजिम बहादुर ही पदवी दिली जाऊन, आपल्यास कळविलें आहे."

इंग्लिशसरकाराकडून देणग्या मिळाल्या, त्यांतल्या मुख्यमुख्यांचा तपशीलः—

१. इ० स० १८५९ च्या नोवेंबर महिन्याच्या तिसाव्या

रखेस आग्र्यास मोठा दरबार झाला, त्या वेळीं वस्तु मि-
ळाल्या त्याः—

१. पोषाख. अदत ७.

२. मोत्यांची कंठी.

३. शिरपेंच.

४. शालजोडी.

५. रुमालशाल.

६. घोडा, चांदीचे सामानासुद्धां.

७. हत्ती, चांदीचे सामानासुद्धां.

२. "नैट कमांडर ऑफ धि मोस्ट एक्झाल्टेड आर्डर ऑफ
द स्टार ऑफ इंडिया" ही पदवी महाराणी सरकाराकडून मि-
ळाली. हिची सनद ता० १२ एप्रिल सन १८६६ ची आहे.

३. "राजे मशीरखास बहादुर" ही पदवी लार्ड लिटन
व्हाइसराय गव्हरनर जनरल ह्यांनीं इ० स० १८७७ त दिली.

४. प्रिन्स ऑफ वेल्स ह्यांजकडून खडी ताजीम, व
एक मेडल मिळालें. एक पुस्तक त्यांनीं दिलें. त्याजवर
प्रिन्स आफ वेल्स ह्यांनीं स्वतः हातानें "हिज एक्सलेन्सी"
असें लिहिलें आहे.

५. ड्यूक ऑफ एडिनबरो ह्यांजकडून खडीताजीम.

६. तलवार ढाल.

७. "राजा मशीरखास बहादर" ही पदवी तहाहयात

होती, ती इ० स० १८८४ ह्या वर्षीं लॉर्ड रिपन ह्यांनीं वंशपरंपरेची केली.

८. जाहगीर. ईस्तमुरार व जमीनदारी गांव.

९. रावराजे दिनकरराव ह्यांच्या नौकरांपाशीं हत्यारें ठेवण्यास परवान्याचें कारण नाहीं.

१०. रावराजे ह्यांस आपले येथें दोन तोफा ठेवण्याचा अधिकार आहे.

११. गव्हरनर जनरल ह्यांजकडे खडी ताजीम.

१२. प्रायव्हेट एंट्रीचा हक्क.

१३. गार्ड ऑफ आनर.

१४. व्हाइसराय लार्ड नार्थब्रूक, मुंबईचे गव्हरनर, व वायव्यप्रांताचे लेफटेनेंट गव्हरनर भेटीस घरीं आले.

१५. दिल्लीदरबारचें पदक.

१६. दक्षिणेंतील सरदारांच्या पटांत काळया शाईनें नांव.

येथें एक गोष्ट लक्षांत ठेवावयाची आहे. ती ही कीं, दिनकररावांनीं आपल्या शुद्ध वर्तनानें इंग्लिश सरकाराचा पूर्ण विश्वास संपादिला होता. त्यांच्या राजनिष्ठेविषयीं इंग्लिश दरबारामध्यें तिळभरही शंका राहिली नव्हती. ह्मणूनच हत्यारें आणि तोफा बाळगिण्यास त्यांस परवाने घ्यावे लागत नसत.

आतां शिंदेसरकार आणि इंग्लिशसरकार ह्यांजकडून

वराजे सर दिनकरराव ह्यांस जाहगीर, ईस्तमुरार व जमीन-
ारी जीं एकंदर गांवें मिळालीं आहेत, त्यांचा तपशीलः—

५४ जाहागीर गांवें.
७ ईस्तमुरार गांवें.
८ जमीनदारी गांवें.

एकूण ६९

ा सगळ्यांचें मिळून उत्पन्न इ० स० १८९९ ह्या सालच्या
ागदांवरून पाहातां सुमारें एक लक्ष साडेबाराहजार रुपये
शेक्का चांदवड झालें आहे.

धोळपुर संस्थानांतून रावराजे ह्यांस मानपान मिळाले तेः—

१. नजर माफ.

२. बैठक महाराणा साहेब ह्यांचे चिरंजीव ह्यांचे जवळ
उजवीकडे, प्रथम स्थान.

३. श्रीराममंदिराचे खर्चाकरितां गांव.

४. घांसाची रुंद—ह्मणजे कुरण.

५. वाडा एक मजबूत, बागासुद्धां, व कुवा पक्का, व
दुसरे वाड्याकरितां जमीन.

६. दोन बागा, जमिनीसुद्धां.

७. पोषाखाबद्दल रुपये शंभर, आणि ज्या वेळेस रावराजे
साहेब ह्यांची स्वारी धोळपुर मुक्कामीं येत असे, त्या वेळेस मे-
जवानीबद्दल दोनशें रुपये, आणि शेरणी दिली जात असे.

८. अर्दलीबद्दल दोनशें रुपये, व विनायकराव ह्यांचे पगाराबद्दल रुपये ६०, अशी दरमहाची नेमणूक आहे.

९. रिसाल्याचे स्वार व तोफखान्याचे जवान तसेंच गाडी व घोड्यांची जोडी तैनातीस राहावयाचीं.

१०. वाड्यांत चार पहारे नेहमीं असतात.

११. दसऱ्याचे दिवशीं बसण्याकरितां एक हत्ती, तसेंच काम पडेल तेव्हां हत्ती दिला जावा.

रीवा संस्थानांतून रावराजे ह्यांस देणग्या मिळाल्या त्याः—

१. खिलत, सात वस्त्रांची.

१. कंठी.

१. शिरपेंच.

१. सोनेरी तरवार.

१. दुनाली विलायती बंदूक.

१. घोडा.

१. राज्यांत पांच तोफांची सलामी.

ह्याशिवाय, ह्यांच्या येथें संरक्षणार्थ संत्र्यांचा पाहारा ठेवण्याची नेमणूक दरमहा सवाशें रुपये मिळत असे.

निजाम सरकाराकडूनही ह्यांस दरमहा शंभर रुपयांची नेमणूक वंशपरंपरेनें, देवस्थानचे खर्चाकरितां चालत आहे.

हें सगळें चालून, शिवाय, ह्यांशीं एतद्देशीय राजांचा किंवा इंग्रज सरकारचा पत्रव्यवहार जो असे, तो अगदीं

ग्काय योटाचा असे. ह्मणजे, ह्यास जें खरीते यावयाचे
सोन्याच्या कागदावर भरजरीच्या थैल्यांत येत असत.
असो. अशा प्रकारें रावराजे दिनकरराव ह्यांनीं स्वपरा-
ानें मोठमोठीं कामें करून, असे मानपान मिळविले कीं,
मानपान राजेरजवाड्यांस देखील शोभावे. आणखी
गसास मानपान आणि द्रव्य हीं दोन्ही साधत नसतात.
नपानाची इच्छा ज्यांस फार असते, त्यांस द्रव्यलोभास
ोकडे ठेवावें लागतें. तो प्रकार रावराजे दिनकरराव
च्या चरित्रांत चांगला दृश्यमान होतो.

शरीरास अलंकारांनीं शोभा येते, तशी नांवास पदव्यांनीं
भा येते. परंतु, अंगीं गुण असले तरच ते अलंकार शरी-
ा शोभादायक होतात; तशा पदव्या ज्या आहेत, त्या,
क्रम करून मिळविलेल्या असल्या ह्मणजे फार शोभतात.
ाराजे दिनकरराव ह्यांचें, सगळ्या अलंकारभूषणांसह
ा ह्मटलें ह्मणजे असें होईलः—**धि आनरेबल रावराजे
दिनकरराव रघुनाथ राजवाडे, मशिरखास, मुंत-
म बहादुर, के. सी. एस. ऐ.** रत्न एवढेंसें असतें, पण
मिळावयास मोठी किंमत द्यावी लागते. त्याप्रमाणें पदव्या
ः दोन अक्षरांत किंवा दोन तीन शब्दांत असतात, परंतु,
मिळविण्यास पराकाष्ठेचे कष्ट करावे लागतात, जिवाव-
ी संकटें भोगावीं लागतात, लोकापवाद निमूटपणें वा-

हावे लागतात, आणि, मनाच्या उड्या आंवरून, त्यास मुठींत धरून आपल्या स्वाधीन ठेऊन चालावें लागतें. ह्मणजे, ही एका प्रकारची तपश्चर्या आहे. तपश्चर्या एकनिष्ठेनें केल्यावांचून जसें पुण्य प्राप्त होत नाहीं, तशीं चांगलीं आणि मोठमोठीं कामें केल्यावांचून मानपान आणि पदव्या मिळत नाहींत.

ह्या भागाचें मुख्य तात्पर्य एवढेंच ध्यावयाचें आहे कीं, अशा प्रकारचे किंवा ह्याहूनही मोठे मान मिळविण्यासारखीं माणसें, मागच्याप्रमाणें, सध्यांही उत्पन्न होत असतात. परंतु, मागच्या माणसांस प्रराक्रम करण्यास प्रसंग मिळत होते, तसे सध्याच्यांस मिळत नाहींत. ह्मणून सध्याचीं माणसें उदयास येत नाहींत. लढाईचा प्रसंगच जर आला नाहीं, तर माणसाचा शूरपणा कोठें कळावयाचा. अथवा कालिदासासारखा कवि जर, भोजसभेस न येतां, एकाद्या अडाणी लोकांत पडता, तर त्याच्या अप्रतिम कवित्वशक्तीचा गौरव कसा झाला असता. आणखी असे सगळे योग जमवून आणणें हें माणसाच्या हातीं नाही, ईश्वराधीन आहे. जसें हिमालय उत्पन्न करणें माणसाच्या हातीं नाहीं, तसें, पराक्रमाचे प्रसंग जुळवून आणणें हेंही माणसाच्या हातीं नाहीं, ईश्वराधीन आहे.

भाग अकरावा.

त्यांचीं मतें आणि कायदे.

ओंव्या.

विवेक आणि सुविचारू
ईश्वरें नेमूनि दिधले गुरू
त्यांचिया बुद्धि वर्ततां नरू
आघातातें न पाविजे.

मुक्तेश्वर.

धर्म तोचि शुद्ध पंथ
मनु शुद्ध तोचि शुचिष्मंत
विवेकी तोचि पंडित
सर्वभूतीं सम दर्शन.

श्रीधर.

राज्याचा पाया कायदे होत; आणि कायद्यांचीं बीजें मतें होत. कायदे चांगले असले आणि ते यथायोग्य रीतीनें पाळिले, ह्मणजे राष्ट्राचा अभ्युदय होतो. अथवा, असा अभ्युदय व्हावा, हाच सया कायद्यांचा हेतु असतो. अमेरिकेंतलीं तेरा संस्थानें

प्रथम स्वतंत्र झालीं, तेव्हां त्यांनीं आपसांत इ० स० १७८० ह्या वर्षीं सर्व साधारण ठराव केले. त्यांच्या आरंभीं अवतरण असें आहेः—" आमचें सर्वांचें विशेष ऐक्य व्हावें, न्याय स्थापित व्हावा, प्रपंचांत शांतता राहावी, सगळयांचें चांगलें संरक्षण व्हावें, सर्वांचें कल्याण वृद्धि पावावें, आणि स्वातंत्र्यसुख सर्वांस लाभावें, ह्या हेतूंनीं आह्मी ह्या संस्थानांच्या वतीचे लोक सर्वानुमतें हे नियम ठरवितों. " ह्या अवतरणांत एकंदर कायदे करण्याचा सगळा हेतु उत्तम प्रकारें ग्रथित केला आहे. हा हेतु, मुग्ध रीतीनें रावराजे दिनकरराव ह्यांच्या मतांत, नियमांत आणि कायद्यांत गर्भित झाला आहे. त्या मतांचें आधीं थोडेंसें प्रदर्शन करून, मग त्यांच्या कायद्यांतल्या कांहीं गोष्टी केवळ नमुन्याकरितां सांगूं.

मतें.

रावराजे दिनकरराव ह्यांस सर्व प्रकारचा अनुभव पुष्कळ आला होता, आणि त्यावरून त्यांचीं कांहीं मतें अगदीं ठाम झालीं होतीं. तीं ते प्रसंगोपात्त स्पष्ट बोलत असत. इंग्रजसरकारच्या राज्यव्यवस्थेविषयींचीं तर त्यांनीं आपलीं मतें इंग्लिश भाषेच्या द्वारें एका वेगळया पुस्तकांत इ० स० १८७६ ह्या वर्षीं प्रसिद्ध केलीं आहेत. ह्या पुस्तकाच्या प्रती नामदार व्हाइसराय ह्यांस आणि इंग्लिश सरकाराच्या दुस-

ा मोठ्या कामदारांस नजर पाठविल्या. ह्या सगळ्या मतां-
ा समावेश करण्यास येथें जागा नाहीं. परंतु, त्यांतलीं मुख्य
ख्य येथें देतों. त्यांवरून त्यांच्या मतांचा एकंदर ओघ
ळून येईल.

१. आमचे एतद्देशीय राजेरजवाडे देशाचा राज्यकारभार
ध्याच्या इंग्लिश पद्धतीहून अगदीं वेगळ्या पद्धतीनें चालवीत
सत. ते जमिनीचा सारा एकदम ठरवून घेत असत, लो-
ांवरचे कर कमी करीत असत, आणि लोकांतल्या तंट्यांचा
ार्णय करण्यास पंचाइती नेमीत असत. ही पद्धति आलीकडे
तद्देशीय राजेरजवाड्यांच्या अमलांत बरोबर चालत नाहीं.
ाणून त्यांच्या प्रजा आपणावर इंग्रजाचें राज्य असावें अशी
च्छा करितात.

२. एल्फिनस्टन आणि मालकम ह्यांची राज्यव्यवस्था
ोकांस फार पसंत असे. परंतु, आलीकडे लोकांच्या रीति-
ातींविरुद्ध कायदेच कायदे झाल्याकारणानें लोकांत असं-
ुष्टी उत्पन्न झाली आहे. त्या असंतुष्टीनेंच सत्तावन सालचें
ंड झालें. काडतुसांचें कारण त्यास लावितात, तें अगदीं
ोटें आहे. पण त्यांनीं बंड केलें हें वाईट केलें.

३. कायदेकानूंच्या असंतुष्टीनें बंड उद्भवलें. आणि, बंड
ाल्यावर सरकारानें लोकांवर नवा कर बसविला, त्यानें त्या
संतुष्टीस भर पडली. लोक नानाप्रकारच्या करांनीं त्रा-
ले आहेत.

४. इंग्लिशांच्या राज्यांत महसुलाची पद्धति, चोराचिरट्यांचा बंदोबस्त, पाठशाळा, शाळा, आगगाड्या, बंधारे, आणि वचनाप्रमाणें वागण्याचा परिपाठ ह्या गोष्टी अगदीं सर्वप्रिय आहेत. कोट्यवधि रुपये लोकांनीं प्रामिसरी नोटांत टाकून दिले आहेत, ह्यावरून इंग्लिश सरकारावरचा त्यांचा विश्वास व्यक्त होत आहे. रजपुतस्थानांतले सावकार लोक आपला कोट्यवधि रुपयांचा ऐवज स्वतः आपल्या गांवांत न ठेवितां, अजमेर येथें इंग्लिश सरकारच्या ताब्यांतल्या गांवीं ठेवितात. ह्यावरून इंग्लिश राज्यावर लोकांचा विश्वास किती आहे, आणि आमच्या राजेरजवाड्यांवर अविश्वास किती आहे, हें कळून येतें.

५. लोकांकरितां इतक्या चांगल्या गोष्टी इंग्लिश सरकार करीत असतां, त्यांच्या करांच्या ओझ्यानें आणि अनेक प्रकारच्या कडक कायद्यांच्या योगानें, ते तें सगळें विसरून गेले आहेत. आणि आपण एतद्देशीय राजांच्या अमलांत राहून त्यांचा जुलूम सोसावा हें बरें, असें त्यांस वाटूं लागलें आहे. ह्या गोष्टींकडे सरकारानें लक्ष पुरविलें पाहिजे.

६. गांवचे हक्कदार आणि इतर इनामदार लोक ह्यांच्या जमिनींस किंवा उत्पन्नांस धक्का लागूं देऊं नये. कां कीं त्यांवर त्यांची आसक्ति फार असते. त्याप्रमाणेंच त्या संबंधांच्या सनदा त्यांजपासून घेऊं नयेत. त्या सनदा ते लोक जीवाप-

कडे ठेवीत असतात. आणखी साधारणपणें स्थावर
ठकतीवर बारा वर्षें एकसारखी वहिवाट असल्यानें जर
वाटदाराची मालकी कायद्यानें स्थापित होत आहे, तर,
ज पिढ्यानपिढ्या ज्या जमिनी इनामदारांच्या वहिवाटींत
हेत, त्या जमिनींवरचें त्यांचें स्वामित्व कायम धरावें, आणि
त सरकारानें सहसा हात घालूं नये. मुंबई इलाख्यांत
ामदारांच्या सनदा घेऊन तपासण्याचें काम चाललें आहे,
लोकांस अगदीं आवडत नाहीं.

७. रयतेवर कर फार नसावे. प्राप्तीवरचा कर लोक देतात
े; परंतु, तो त्यांस मुळींच आवडत नाहीं. शिवाय त्यांवर
ुनिसिपलकर आहे, छापी कागदांचा कर आहे, चौकीचा
र आहे. हे सगळे कर त्यांस त्रासदायक वाटतात. सर-
ारानें देशामधल्या आंतल्या आंतल्या करांची बंदी केली
ाहे, हें ठीक आहे. कर बसविणें हें जरी आवश्यक आहे,
ी, सहज देतां यावे, आणि तक्रार राहूं नये, असे कर
ततेवर बसवावे, हें सरकारास योग्य आहे. खर्च भागवि-
ाकरितां वारंवार कर बसविणें बरें नाहीं.

८. मिठावरची जकात कमी करणें आवश्यक आहे. दर
नुष्यास दरसाल सुमारें ९ शेर मीठ लागतें. आग्र्यास मीठ
पयास ६ शेर मिळतें. ह्मणजे दर माणसास दरसाल मिठा-
ारितां दीड रुपया खर्चावा लागतो. तेंच मीठ भरतपुर,

करोली इत्यादि एतद्देशीय राज्यांत रुपयाचें १८ शेर मिळतें. तेथें एका माणसास एका वर्षास मिठाकरितां अवघे आठ आणे लागतात. इंग्रजांच्या राज्यांतल्या लोकांस मीठ फार महाग पडतें. तें ठीक नाही.

९. लोकांचीं हत्यारें घेतलीं आहेत, ह्याचें त्यांस फार वाईट वाटत आहे. तें अगदीं साहजिक आहे. हत्यारें घेतांना राजनिष्ठ आणि अराजनिष्ठ ह्यांत कांहीं भेद ठेविला नाहीं. हें कांहीं चांगलें नाहीं. हत्यारें होतीं तेव्हां हिंदुस्थानचे लोक कधीं सरकारावर उठले नाहींत, आणि बंडवाल्या शिपायांसही ते कधीं मिळाले नाहींत. परंतु, ह्या हत्यारांच्या कायद्याच्या बजावणींत पुष्कळ राजनिष्ठ लोकांसही त्रास भोगावा लागला आहे. लोकांस संतुष्ट ठेवण्यास, शांततेच्या वेळीं, त्यांजवळ हत्यारें राहूं दिलीं पाहिजेत. राजनिष्ठ माणसांस, योग्यतानुसार, हत्यारें बाळगण्याची परवानगी असावी. हत्यारें घेऊन सरकारावर उठतील, त्यांचीं हत्यारें घ्यावीं. ह्या गोष्टींकडे सरकारानें लक्ष पुरविलें पाहिजे.

१०. सारा वसूल करण्याकरितां जमिनीचे हक्क विकणें चांगलें नाहीं. साऱ्याची बाकी दुसऱ्या उपायांनीं वसूल करावी, जमिनीचा हक्क विकूं नये.

११. व्याज देण्यास कांहीं मर्यादा असावी. हिंदुस्थानांत एकोत्रा देववितात. फार तर दामदुपट देववितात. धान्य

लें असल्यास तें तिपट देववितात. "दाम दुपट आणि
तिपट" अशी ह्मणच आहे.

१२. जमिनीचा सारा शेतकऱ्यास ठरवून द्याव्या. परंतु,
ळ्या गांवचा एकंदर सारा सरकारांत घेण्याचा तो पाटला-
हातून घ्यावा. एकंदर उत्पन्नाचा शेंकडा साठ ह्या
ाचा हिस्सा सरकारास मिळावा, आणि बाकीचा शेंकडा
ळीस शेतकऱ्यास राहावा, हें बरें. अशीच वहिवाट इंग्रजी
ालांत चालू आहे.

१३. वारंवार कायदे बदलणें किंवा नवे करणें हें चांगलें
हीं. प्रजेच्या हितास बाधक होत असतील, तेवढेच कायदे
लावे. ठोकळ ठोकळ कायदे मात्र सर्व लोकांस ठाऊक
नतात. बारीकसारीक कायदे अज्ञानी लोकांस माहीत
तात. आणि जे नवे कायदे सध्या भराभर अमलांत येत
नतात, त्यांची माहिती तर त्या लोकांस मुळींच नसते.
ून कायदे करण्यास मर्यादा पाहिजे. कायदे फार नसावे.

१४. कायदा चालू झाल्यावर एका वर्षानें, तो कसा पाळ-
ह्याविषयीं सरकारच्या अधिकाऱ्यांनीं कौंसलास रपोट क-
ा. त्याप्रमाणेंच कायद्याचा अमल लोकांत कसा होत
हे, हें प्रत्यक्ष पाहाण्याकरितां कौंसलापैकीं एकाद्या कौंस-
दारास देशांत फिरण्याचा अधिकार असावा.

१५. रयतेचें हित करावें असें सरकारच्या मनांत आहे,

ह्मणून इंग्लंडांतले सगळे कायदे इकडे चालू करावे, असें त्यांस वाटतें. पण, ह्या देशांतल्या लोकांस फार कायदे आवडत नाहींत, हें लक्षांत ठेविलें पाहिजे.

१६. चांगल्या बुद्धिवान् आणि हुशार अशा राजेरजवाड्यांस कायदेकौंसलाचे सभासद करावे. त्याच्या योगानें त्यांस प्रजेच्या कल्याणाविषयींचे सरकारचे हेतु कळतील. आणि त्यांस तसे कायदे आपल्या राज्यांत चालू करण्याविषयीं इच्छा होईल.

१७. कौंसलदाराची दोन वर्षांची मुदत फार थोडी आहे. पहिलें वर्ष तर त्याचें कामकाज शिकण्यांत जातें. आणि दुसऱ्या वर्षांत त्याला घरच्या कामामुळें यावयास बनलें नाहीं, ह्मणजे, त्याचा कौंसलदारपणा व्यर्थ जातो. ही मुदत निदान चार वर्षांची असावी.

१८. कोणताही ठराव स्थानिक सरकारांनीं मुख्य सरकाराच्या मंजुरीवांचून अमलांत आणूं नये.

१९. पंचाइतीची पद्धति वाढववेल तितकी वाढवावी. आणखी जातिसंबंधीं व धर्मसंबंधीं सगळे खटले त्या त्या जातीच्या पंचाइतीनें तोडावे, हें उत्तम आहे. विधवाविवाह किंवा दुसरे धर्मसंबंध ह्यांतल्या खटल्यांत सरकारानें कधीं पडूं नये

२०. दिवाणी कामांत किंवा दुसऱ्या कोणत्याही सरकारी कामांत छापी कागदाची गरज लागूं नये. सध्या छापी का

लागत असल्यामुळें लोकांस फार अडचणी सोसाव्या
ातात. न्याय मिळविण्याचा विचार अगदीं रास्त असतांही
ी कागदाच्या खर्चाच्या भयानें, तो सोडून द्यावा लागतो.

२१. न्याय करण्याकरितां पैसा घेणें सरकारास शोभत
ीं. प्रजेच्या संरक्षणार्थ सरकार जमिनीचा सारा घेतच
हे. आणखी पाहिजे असल्यास दुसरा एकादा कर घ्यावा.

२२. छापी कागद ठेवले नाहींत तर लोक खोटे दस्तैवज
तील, अशी शंका येईल; तर, त्या अपराधास शिक्षा सांगि-
ीच आहे. आणि तितकी आवश्यकता वाटल्यास सर-
री छापाचे कागद इतर साधारण कागदांप्रमाणें विकावे.

२३. कोणी ह्मणतील कीं, छापी कागद नसला तर लोक
ार्टांत फिर्यादीच्या उगाच राशी पाडतील. पण हें लक्षांत
ावें कीं, न्याय करणें हें काम न्यायाधीशाचें आहे. आणि
ावश्यक वाटल्यास ज्याच्या वतीनें फैसला होईल, त्याच्या
सल्याच्या बजावणींतून कांहीं थोडी ठरींव रकम घ्यावी.

२४. फिर्यादीच्या मुदती वाढविल्या पाहिजेत. स्वरा-
ंयांमध्यें त्या मोठ्या आहेत. स्थावरास मुदत तीस वर्षांची
ाहे, आणि जंगमास बारा वर्षांची आहे.

२५. खटले चालवायास वकील नसावे. ते बंद करावे.
कील केले ह्मणजे पक्षकारांस त्यांच्या ह्मणण्याप्रमाणें वागावें
ागतें. तो मोठा त्रास आहे. ह्या वकीलांपासून फायदा काय

तो एवढाच कीं, खटले एकसारखे तयार होतात, आणि न्यायाधीशांस न्याय करण्यास थोडें साह्य होतें.

२६. पक्षकारांचीं बोलणीं स्वतः ऐकिल्यानें खटल्याचें स्वरूप बरोबर कळतें. ह्मणून आपापल्या हकीकती न्यायाच्या कचेऱ्यांत पक्षकारांनीं स्वतः सांगाव्या. एकाद्या पक्षकारास त्या सांगतां येत नसतील, तर मात्र त्यानें तें काम दुसऱ्या-कडून करवावें. अशा प्रसंगीं दुसरा माणूस न्यायाधीशांनीं घेतलाच पाहिजे.

२७. स्मालकाझ कोर्टांच्या ठरावावर अपील करायास सवड ठेवावी. आणि मग त्यांचे अधिकार पाहिजेत तर वाढवावे.

२८. रजिस्टर करण्याची वहिवाट नको आहे. कां कीं, दस्तैवज रजिस्टर केलेला असला ह्मणजे तो अगदीं खरा, निर्दोष, दोन साक्षीदारांइतका कोणी समजत नाहींत. ह्मणून रजिस्टर करणें न करणें मर्जीवर ठेवावें.

२९. कैदी लोकांनीं तुरुंगांत, आपापलें जेवण करून खावें, अशी वहिवाट ठेवावी, हें बरें. ह्यांत कोणाची जातीची तक्रार राहावयाची नाहीं.

३०. दरोड्यासारख्या मोठ्या अपराधांवरून नव्हे, पण साधारण अपराधांवरून ज्यांस कैदेची शिक्षा झालेली असते, त्यांस आजारादिकांच्या योग्य कारणांवरून, कांहीं दंड

घेऊन सोडण्याची वहिवाट असावी. ह्यांत सरकारचें कांहीं नुकसान नाहीं. आणि लोकांस बरें वाटेल.

३१. एतद्देशीय संस्थानांतल्या लोकांच्या साक्षी, कमिशनें पाठवून घ्याव्या. त्यांस कोर्टोकोर्टी हिंडायास भाग पडूं नये.

३२. सांपडतो तेवढा मात्र चोरीचा माल मालकांस परत देतात. सांपडत नाहीं त्याबद्दल त्यास कांही देत नाहींत. तर, सांपडत नाहीं तितक्या किंमतीची चोराची जिनगी जप्त करून मालकांस द्यावी.

३३. तुरुंगाची शिक्षा एकदा भोगून आले आहेत, आणि त्यांस तिचें कांहीं वाटत नाहीं, त्यांस फटक्यांची शिक्षा दिली पाहिजे.

३४. पाणी भरण्याच्या जागा वेगळ्या वेगळ्या जातींस वेगळ्या वेगळ्या असाव्या. अह्मदनगर, पुणें इत्यादि ठिकाणीं एकंकार करतात. तसा करूं देऊं नये.

३५. भंग्यांसारख्या घाणेऱ्या धंद्यांच्या लोकांस, आगगाडींत बसावयाचे डबे वेगळे असावे. त्यांस इतर लोकांत घुसूं देऊं नये. युरोपांत असा कांही भेद आहे ह्मणतात. बायकांचे डबे वेगळे असावे. ह्याप्रमाणेंच न्यायाच्या ठिकाणीं अनेक प्रकारचे लोक जमतात, तेथें जागा वेगळ्या वेगळ्या असाव्या.

३६. प्राणी मारण्याच्या कामीं सरकारानें लक्ष दिलें पा-

हिजे. तें सध्या मुळींच नाहीं. त्याप्रमाणेंच मांस विकायास ठेवण्याविषयीं बंदोबस्त केला पाहिजे. धर्मामुळें असो, कीं दुसऱ्या कोणत्या कारणामुळें असो, लोकांस पाहण्यास कठिण वाटतें तें प्राणिहनन लोकांसमक्ष होऊं देऊं नये.

३७. रयत लोकांच्या गाड्या लष्कराच्या कामास सक्तीनें घेऊं नयेत, आणि त्यांच्या शेतांत लष्करचीं जनावरें चारूं नयेत. त्यानें त्यांस फार त्रास होतो.

३८. रस्ते नीट सरळ करण्यास लोकांस पैसा मोबदला देऊन त्यांचीं घरें पाडितात. तें लोकांस अगदीं आवडत नाही. गुरांस देखील आपला गोठा सोडावासा वाटत नाहीं. इकडे सरकारचें लक्ष असावें.

३९. शाळांत श्रेष्ठ प्रतीच्या लोकांचीं मुलें कनिष्ठ प्रतीच्या लोकांच्या मुलांशीं बसूं देऊं नयेत. चांगल्या मुलांस वाईट गुण लागतात. अशी कांहीं व्यवस्था विलायतेंत आहे.

४०. स्त्रीशिक्षण लोकांस आवडत नाहीं. मुलींस उघडपणें शाळेंत घालणें त्यांस बरें वाटत नाहीं. सरकारानें इकडे लक्ष देऊं नये. तें लोकांचें लोकांवर टाकावें.

४१. जसे आनररी माजिस्त्रेट असतात, तसे आनररी सिव्हिल अमलदारही असावे. त्यांचा उपयोग होईल.

४२. वंशपरंपरेनें जागा देण्याचा पाठ नको आहे. परंतु, मनुष्य सरकारी नौकरींतून मोकळा झाला ह्मणजे, जशी

योग्यता असेल तशी जागा, त्याच्या मुलास किंवा आप्तास द्यावी. येणेंकरून त्या सगळ्या कुटुंबाचें प्रेम सरकारावर राहील, आणि अशीं कुटुंबें, प्रसंगीं, सरकारच्या उपयोगीं पडतील.

४३. कदाचित् प्रथमारंभीं कलकत्ता ही राजधानी ठीक होती, पण आतां ठीक नाहीं. ती कोठें तरी आग्रा, दिल्ली, अशा ठिकाणीं पाहिजे. ह्मणजे ती राजेरजवाड्यांस जवळ पडेल. ते गव्हरनर जनरलांस वारंवार भेटतील. त्यांस सार्वभौमांचे हेतु कळतील. आणि उभयपक्षीं प्रेम आणि ऐक्य वाढेल. त्याप्रमाणेंच दरबार असल्यास तें फार सोईचें होईल.

४४. कामदारांच्या बदल्या वारंवार करूं नयेत. त्यांस, पाहिजे असल्यास, बढत्या जागचेजागीं द्याव्या. कामदारांचें आणि रयतेचें प्रेम वाढलें ह्मणजे काम चांगलें चालतें.

४५. युरोपियन लोकांस हिंदुस्थानांत स्थावर मिळकती विकत घेण्याची परवानगी मिळाली आहे, ती चांगली आहे. तिच्या योगानें युरोपियन लोक आणि एतद्देशीय लोक ह्यांचें सख्य आणि प्रेम वाढतें. तें उभयतांस चांगलें आहे. पण एतद्देशीय लोकांचा जमिनीवरचा वगैरे हक्क तसाच कायम राहूं द्यावा.

४६. श्रावणमासांत दक्षिणा देण्याची जी वहिवाट माजी

राजवटींत चालू होती, ती एल्फिनस्टन मालकम इत्यादि अधिकाऱ्यांनीं तशीच चालू ठेविली होती. आणि ती अद्याप तशीच चालली आहे. ती तशीच राखावी. तींत खर्च ह्मणण्यासारखा नाहीं, पण तेणेंकरून लोक फार संतुष्ट राहातात.

४७. प्रयाग जगन्नाथ इत्यादि ठिकाणीं जो यात्रेकरूंवर कर पूर्वीच्या राजवटींत हिंदूंच्या राज्याच्या वेळीं होता, तो इंग्लिश सरकारानें कमी केल्यामुळें लोक त्यावर फार खूष आहेत, आणि त्यांस दुवा देत आहेत.

४८. इंग्लिश सरकारच्या मुलखाची लोकसंख्या १४०००००००आहे, आणि उत्पन्न ४२०००००००रुपये आहे. ह्मणजे माणशीं तीन रुपये पडले. त्याप्रमाणेंच एतद्देशीय संस्थानांची लोकसंख्या ४८४००००० आहे, आणि उत्पन्न १३००००००० रुपये आहे. ह्मणजे सरासरी तेंच मान पडलें. सरकारचें उत्पन्न वाढत चाललें आहे, तें जमिनीच्या महसुलापासून वाढत नाहीं, तर करांच्या योगानें वाढत आहे. तें नसावें. करांचें ओझें लोकांवरचें करवेल तितकें कमी करावें. हें सरकारास आवश्यक आहे.

४९. खर्च कमी करण्याकडे लक्ष असावें. आणि अशा रीतीनें वांचविलेला पैसा उपयुक्त कामास लावावा. सरकारास लोकांपासून पैसा घेतलाच पाहिजे. आणि कोणापासूनही पैसा घेतला ह्मणजे त्यास वाईट वाटावयाचेंच आहे. पण त्यांत-

त्या त्यांत सरकारानें रयतेपासून पैसा घ्यावा, आणि तिच्या सुखास जपावें हें योग्य आहे.

५०. तंबाकूवर जकात बसवावी. ती लोकांस मिठावरच्या जकातीइतकी जड जाणार नाहीं. कां कीं, लोकांस तंबाकूपेक्षां मिठाची गरज अधिक आहे. आणखी, जे लोक तंबाकू रुपयाचा पांच शेर घेऊन खात आहेत, त्यांस तो चार शेरप्रमाणें घेऊन खाण्यास फारसें वाईट वाटावयाचें नाहीं. तोच प्रकार विड्याच्या पानांस लागू आहे.

५१. सगळे छापी कागद बंद करणें हें जर अशक्यच असेल, तर आतां सांगतों एवढेच ठेवावे:—

अ. हुकूमनाम्यांची बजावणी झाल्यावर रुपयास अर्धा आणा घ्यावा.

ब. खरेदीच्या आणि गाहाणाच्या खताला छापी कागद असावा.

५२. कापसाच्या कापडावर दर रुपयास अर्धा आणा कर घ्यावा, आणि रेशमाच्या व जरीच्या कापडावर दर रुपयास पाऊण आणाप्रमाणें घ्यावा. विलायती कापडावर कर घेऊं नये. कां कीं, त्यावर कस्टमची जकात आधींच बसते.

५३. प्राप्तीवरचा कर अजी कमी करावा. तो लोकांस अगदीं आवडत नाहीं. त्याच्या बंदीनें जी रकम कमी पडेल, ती दुसऱ्या करांच्या द्वारें उभी करावी.

५४. अफूची जकात अशी एकसारखी ठेवितां यावयाची नाहीं. कां कीं, हा पदार्थ चिनी लोकांस फार लागतो. ह्मणून तो ते आपल्या देशांत उत्पन्न करण्याचा प्रयत्न करतील, आणि इकडची अफू तिकडे कमी जाऊं लागून तिच्या जकातीचें उत्पन्न कमी होईल. हें केव्हां तरी होणार आहे.

५५. छापी कागदाचा कर कमी केला पाहिजे. ह्या करानें, ह्मणजे पावलोपावलीं छापी कागद लागूं लागल्यामुळें, लोकांचे व्यवहार फार अडखळतात, हळू चालतात, त्यांत मोकळेपणा राहात नाहीं. आणखी प्रत्येक अल्पस्वल्प व्यवहाराबद्दल रयतेपासून पैसा घेणें हें ठीक नाहीं. न्याय करण्याकरिता सरकारानें रयतेपासून पैसा घ्यावा हें योग्य नाहीं. न्यायाचा मार्ग मोकळा ठेवावा ह्मणजे झालें. ह्या कारणास्तव छापी कागदाचें माहात्म्य करवेल तितकें कमी करावें.

५६. म्युनिसिपालिटीचे आणि चौक्यांचे कर कमी करावे. म्युनिसिपालिटीचे जे कर लोकांस पसंत असतील तेवढेच ठेवावे. म्युनिसिपालिटीच्या कामांत कारण पडल्यास सरकारानें मदत करावी.

आता, राजकीय प्रकरणीं रावराजे ह्यांचीं मतें कशीं काय होतीं, तीं, त्यांच्या हातच्या इंग्रजी लेखावरून कळलीं आहेत. त्यांची छाया येथें थोडीशी देतों. ही मतें, रावराजे

ह्यांनीं एक पत्र लार्ड डफरिन ह्यांस लिहिलें होतें, त्यांत प्रगट केलेलीं आहेत. ह्या पत्राची असल प्रत सांपडती, तर कदाचित् ह्याहीपेक्षां कांहीं विशेष माहिती मिळाली असती. ती असल प्रत मिळत नाहीं, त्यास उपाय नाहीं.

५७. सांप्रत काळीं एतद्देशीय राज्यांची व्यवस्था अशी चालली आहे कीं, तीं, प्रत्यक्षतः नव्हत, पण परंपरया इंग्लिश राज्यव्यवस्थेंत आहेत, असें ह्मटलें तरी चालेल. ह्याचा दोष इंग्लिश सरकाराकडे नाहीं.

५८. एतद्देशीय संस्थानें परंपरया इंग्लिश सरकारच्या ताब्यांत असल्यामुळे इंग्लिश सरकारच्या अधिकाऱ्यांनीं विशेष शाहाणपणानें आपलीं कामें केलीं पाहिजेत.

५९. आमचीं स्वराज्यें स्वतंत्र आहेत, असें आमच्या लोकांस वाटत असावें. परंतु, त्यांचीं सूत्रें अप्रत्यक्ष रीतीनें इंग्लिश सरकाराच्या हातीं असल्यामुळें त्यांचे लाभ त्यांस मिळतात.

६०. लार्ड डालहौसी आणि लार्ड क्यानिंग ह्यांच्या वेळीं जी राज्यरीति आह्मीं ग्वाल्हेर संस्थानांत धरिली होती, ती सगळ्या अधिकाऱ्यांस पसंत वाटली होती. त्यांतच लार्ड नेपियर हे एक होते.

६१. सरकारचा सगळा भरंवसा कायतो त्यांच्या कामदारांच्या रिपोर्टांवर असतो. स्वतः सरकाराला अशी माहिती फार थोडी असते.

६२. ही राज्यरीति अशी असावी कीं, लोकांस असें कधीं वाटूं नये कीं, आपले खरे यजमान आणि राजे गेले आहेत, आणि त्यामुळें आह्मांस विपत्ति प्राप्त झाली आहे.

६३. सगळीं राज्यें, आणि संस्थानें कमजास्त प्रमाणानें इंग्लिश सरकाराच्या हातांत आहेत. त्यांत सरकाराकडे मुख्य काम एवढेंच आहे कीं, त्यांचीं कामें चालविण्यास चांगले कामदार निवडणें. तेवढें ते करितात. पण, त्यास चांगलें शाहाणपण लागतें.

६४. आमच्या राजेरजवाड्यांस औषधपाणी देण्यास इंग्लिश सरकारानें डाक्टर नेमण्याचें प्रयोजन नाहीं. आणखी असे नेमल्याच्या योगानें जे परिणाम होतात, त्यांजकडे लक्ष न देणें हें चांगलें नव्हे.

६५. आमच्या राजेरजवाड्यांस त्यांच्या आयांजवळ त्यांच्या राजधानींतच राहूं द्यावें, हें बरें, असें आह्मांस वाटतें. ह्यांत इंग्लिश सरकारावर कांहीं जोखीम राहणार नाहीं.

६६. राजे जर चांगले निपजले नाहींत, तर सार्वभौमांनीं त्यांच्या जागीं दुसरे राजे योजावे. त्यास भिण्याचें कारण नाहीं.

६७. पंजाबचे लेफटेनेंट गव्हरनर आनरेबल लायल हे नैनीताल येथें आपले बंधु सर आल्फ्रेड लायल, वायव्य प्रांताचे लेफटेनेंट गव्हरनर ह्यांस भेटायास आले होते. तेव्हां तेथें आमच्या राजेरजवाड्यांच्या राज्यकारभारांविषयीं बोलणें

रून आह्मीं असें सांगितलें कीं, सध्याची राज्यस्थिति अशी आहे कीं, पोलिटिकल एजंट आणि रेसिडेंट हेच स्वतः राजे-रजवाडे आणि त्यांचे दिवाण आहेत. ह्मणजे, एतद्देशीय राज्यांचें सर्व कांहीं त्यांच्या हातांत आहे.

ह्यावरून, आमचे राजेरजवाडे आणि इंग्लिश सरकार ह्यांच्या मधल्या संबन्धाविषयीं रावराजे दिनकरराव ह्यांचें मत काय होतें, तें स्थूल मानानें कळण्यासारखें आहे. आह्मांस विश्वसनीय माहितीवरून असें ठाऊक आहे कीं, कै० तुकोजीराव होळकर ह्यांच्या तोंडांतून असे उद्‌गार वारंवार निघत असत. ते ह्मणत कीं, "सध्याच्या काळीं आह्मी हिंदुस्थानांतले राजे हे इंग्लिश सरकाराच्या ताब्यांतल्या कलेक्टरांसारखे--कांहीं प्रांतावरचे कामदार झालों आहों. त्यांत अंतर एवढेंच कीं, कलेक्टरांचे अधिकार वंशपरंपरेचे नाहींत, आणि आमचे वंशपरंपरेचे आहेत." शब्दशः खरें आहे.

कायदे.

रावराजे दिनकरराव ह्यांनीं ग्वाल्हेरच्या राज्याच्या वहिवाटीकरितां कायदे केले, आणि त्यांप्रमाणें राज्यकारभार चालविला. त्याच्या योगानें प्रजेस पुष्कळ सुख झालें, आणि

राज्याचें कल्याण झालें. त्या कायद्यांतलीं मुख्य मुख्य बंधनें, केवळ मासल्याकरितां येथें सांगतों. ह्मणजे, रावराजे दिन- करराव ह्यांचें लक्ष सगळ्या प्रकारच्या कामांकडे किती होतें, तें कळून येईल.

त्यांनीं ह्या कायद्यांच्या साहा बाबी केल्या आहेत; १ सा- मान्य तत्वें, २ महसूल, ३ फौजदारी न्याय, ४ दिवाणी न्याय, ५ किरकोळ नियम, आणि ६ दप्तराची व्यवस्था. ह्या मुख्य मुख्य बाबींतलीं उगाच थोडीं थोडीं कलमें येथें सादर करितों:—

सामान्य तत्वें.

१ सरसुभे आणि सुभे ह्यांनीं आपापल्या ताब्यांतल्या प्रांतांतल्या लोकांस सुख होईल अशा रीतीनें, आपापल्या अधिकारानुरूप, महसूल, न्याय इत्यादिकांचा बंदोबस्त बरो- बर लक्षपूर्वक ठेवावा.

२. सगळ्या कामदारांनीं आपापलीं कामें इमानानें आणि आस्थेनें करावीं.

३. सरकारी कामदारांनीं लांच किंवा नजराणे घेतां कामास नयेत.

४. सरसुभे आणि सुभे ह्यांचे अधिकार, कोर्ट अफ आ- डमिनिस्ट्रेशनच्या आज्ञेनें, सगळे मिळालेले असोत, किंवा कमी असोत, तेवढेच प्रसंगवशात चालवावे.

५. सुभ्याच्या आज्ञेंत आमिल ह्यानें वागावें, आणि आ-
मेल ह्याच्या आज्ञेंत नायब आमिल, पेशकार, सजावल,
[ुमास्ता, फोतेदार, दफेदार, आणि मदतगार ह्यांनी वागावें.

६. पोलीस चौकीचे ठाणेदार आणि चौकीदार ह्यांनीं
[ुभ्याच्या आज्ञेंत वागावें.

७. सुभा आणि सर सुभा ह्यांची बहाली बरतर्फी आणि
नर सुभ्यांची बदली, ह्या गोष्टी सरकाराच्या अधिकारां-
तल्या आहेत.

८. नायब सर सुभा, नायब सुभा, आमिल, नायब आ
मेल, पेशकार सजावल, मुन्शी, गुमास्ता, फोतेदार, शिरस्ते-
दार, नायब शिरस्तेदार, दफेदार, नायब दफेदार, कोतवाल
आणि ठाणेदार ह्यांच्या नेमणुका, बदल्या आणि बाहाल्या
बरतर्फ्या ह्या कोर्ट अफ आडमिनिस्ट्रेशन ह्यांच्या हातीं
आहेत.

९. पोलीस जमादार, दुसरे जमादार, आणि मदतगार ह्यां-
च्या नेमणुका आणि बदल्या ह्या सरसुभ्याच्या अधिकारां-
तल्या आहेत.

१०. आठव्या कलमांत सांगितलेल्या कामदारांस रजा दे-
ण्याचा अधिकार फक्त कोर्ट अफ आडमिनिस्ट्रेशन ह्यास आहे.

११. कामदारांनीं रजेवांचून किंवा तशाच विशेष का-
रणावांचून आपलें ठाणें सोडून जातां कामास नये.

१२. हिंवाळ्यांत आणि प्रसंगवशात इतर वेळींही सरसुभे, सुभे आणि नायब सुभे ह्यांनीं आपापल्या प्रांतांत फिरावें.

१३. आपल्या ताब्यांतल्या सगळ्या गांवांत ठाणेदारांनीं तीन महिन्यांत एकदा तरी फिरायास पाहिजे, आणि जमादारांनीं दरमहा फेरी दिली पाहिजे. शिवाय प्रसंगवशात जावें.

१४. आमिल, सुभे, आणि सरसुभे ह्यांनीं आपल्या दररोजच्या कामाची रोजनिशी नमुना दिला आहे त्याप्रमाणें दररोज वरिष्ठ अधिकाऱ्याकडे पाठविली पाहिजे. तींत सगळ्या विशेष गोष्टींचा समावेश व्हावा.

१५. कोर्ट अफ आडमिनिस्ट्रेशन ह्यांचे हुकूम सुटतात, त्यांचें तात्पर्य मुख्य अमलदारांनीं आपल्या हाताखालच्या कामदारांस सांगत असावें.

१६. फिर्यादी लोकांनीं पायरी पायरीने अर्ज करीत जावें. अवल फिर्यादी कोर्ट अफ आडमिनिस्ट्रेशन ह्यांच्याकडे करूं नयेत. ज्या अधिकाऱ्यांकडे फिर्यादीचे निकाल होतील, त्या अधिकाऱ्यांनीं आपल्या ठरावांच्या नकला फिर्यादींस ताबडतोब दिल्या पाहिजेत. आणखी, अधिकाऱ्यांनी आपल्या अधिकाराबाहेरच्या फिर्यादी घेऊं नयेत. अधिकाऱ्यांच्या दुर्लक्षामुळें फिर्यादीचें नुकसान झाल्यास तें नुकसान प्रसंगीं त्या अधिकाऱ्यांस भरून द्यावें लागेल.

१७. भेटबेगार अगदीं बंद केली पाहिजे. हेलकऱ्यांस

दरकोसास पैसा, भोई, हजाम, ह्यांस गांवच्या गांवांत दररोज दोन दोन आणे, आणि स्वारींत तीन तीन आणे, पुनः मुकामास दोन आणे रोज, घोडें किंवा उंट, बैठी तीन आणे रोज, स्वारींत साहा आणे रोज; दोन बैलांच्या गाडीस चार आणे रोज, फिरते आठ आणे रोज, ह्याप्रमाणें प्रवाशांनी पैसे दिले पाहिजेत. कोणाचें कांहीं फुकट घेतां कामास नये. घेईल त्यास शिक्षा होईल.

१८. सरकारी कामदारांनीं सगळ्या पदार्थांची किंमत बाजारच्या निरखांप्रमाणें दिली पाहिजे. कमी देतां कामास नये.

महसूल.

१. कुळांस पट्टे दिले आहेत, त्यांप्रमाणें महसुलाचा वसूल करावा.

२. कोणत्याही कामदारानें वरिष्ठाच्या परवानगीवांचून, पट्टा दिलेला गांव खालसा व्यवस्थेंत घेतां कामास नये.

३. पट्ट्यांत सांगितलेल्या रकमेपेक्षां कोणत्याही अधिकाऱ्यानें अधिक पैसा मागतां कामास नये; मागितल्यास त्याला शिक्षा होईल.

४. मालगुजार लोक आपल्या कबुलायतींप्रमाणें न वागतील, तर ती गोष्ट मुलकी कामदारांनीं सरसुभ्याच्या द्वारें कोर्ट अफ आडमिनिस्ट्रेशन ह्यांस कळवावी.

५. एका गांवांत पुष्कळ जमीनदार असून कबुलायतींत एकाचेंच नांव असलें, तर तेवढ्यावरून बाकीच्यांचा हक्क कमी होत नाहीं.

६. जमिनीचा सारा वसूल करण्याच्या कामांत एकीपुढें दुसरी अशा सहा तजविजी पायरी पायरीनें योजाव्या. १ शिपायाच्या हातीं नोटिस पाठवावी; तेव्हां शिपायाचा भत्ता कुळावर घालूं नये. २ बोलावून नेण्याचें वारंट काढावें. ३ सक्तीनें मागणी करावी. ४ जामीन घ्यावे. ५ कुळास धरून आणून अटकेंत ठेवावें, तें दोन आठवड्यांहून अधिक नाहीं. ६ त्याचा पट्टा काढून दुसऱ्यास द्यावा.

७. जमिनीचा सारा वसूल करण्याच्या कामीं पूर्वी मारहाण करीत असत, ती अगदीं बंद केली आहे.

८. ज्या जमिनीबद्दल लोकांस पट्टे दिले आहेत, ती जमीन सुभ्याच्या परवानगीवांचून त्यांजकडून काढितां येणार नाहीं. ह्या नियमाच्या योगानें शेतकऱ्यास आपल्या जमिनीची सुधारणा, विहिरी वगैरे खणून करण्यास उत्तेजन यावें, असा हेतु आहे.

९. साऱ्याचा पैसा देण्याकरितां जे पैसे शेतकरी सावकारापासून घेत, त्यांजवर सावकार दरमहा दरशेंकडा चार रुपये घेत असत, आणि पेरणीच्या वेळीं बियांकरितां घेत त्यावर रुपयामागें साहा आणेप्रमाणें घेत असत, तें आतां

बंद केलें आहे. सारा देण्याकरितां घेतलेल्या पैशावर एकोत्रा व्याज मिळावें, आणि बियाच्या पैशावर बारा महिन्यांनंतर एकोत्रा मिळावें, असें ठरविलें आहे. माळव्यांत तर सावकार उभें शेत लावून घेऊन, त्याचें धान्य दर रुपयास अमुक शेर प्रमाणें विकावयाचें, अशा आकारानें पैसा घेत, तें बंद केलें आहे. धान्य शेतकऱ्यानें बाजार निरखाप्रमाणें विकून पैसा करावा, आणि त्याची व्यवस्था मनाप्रमाणें करावी, असें ठरविलें आहे.

१०. पावसाळ्यांत विहिरीच्या वगैरे दुरुस्तीकरितां जमीनदार ह्यांस शंभर रुपयेपर्यंत तगाई द्यावी. हा अधिकार सुभ्यास आहे.

११. इनाम जमिनींच्या उत्पन्नावर शेंकडा एक प्रमाणें रस्तादुरुस्तीबद्दल कर घेतला जाईल.

१२. जमीनदार लोकांस आपल्या जमिनींमध्यें अंबे, निंब इत्यादि झाडें लावावयास सुभ्यांनीं आग्रह करावा.

१३. जमिनीच्या सरहद्दी कायम करण्यास खर्च जमीनदारांनीं शेंकडा आठ आणेप्रमाणें करावा. ह्या कामांत सरकाराचा खर्च फारसा होऊं नये.

फौजदारी काम.

१. प्रतिवादीस बोलावणें करण्याच्या अगोदर पुरावा चांगला आहे कीं नाहीं तें पाहावें.

२. एकंदर गुन्ह्यांचे साहासष्ट प्रकार केले आहेत. ते हे:—

१. उघड बंड.

२. सरकाराविषयीं अप्रीति.

३. सरकारी कामास हरकत.

४. धामधूम करण्याची तयारी.

५. दंगा.

६. पुष्कळ माणसें मिळवून दंगा.

७. हत्यारबंद होऊन जमणें.

८. ठाकूर आणि जमीनदार हे खेड्यांत जमणें.

९. मारामारी.

१०. जखम करणें.

११. बुद्ध्या खून करणें.

१२. मनुष्यवध.

१३. आकस्मिक मनुष्यवध.

१४. आत्महत्येचा प्रयत्न.

१५. विष घालणें.

१६. सती जाणें.

१७. समाध.

१८. दरोडा.

१९. लुटालूट.

२०. ठगी लोकांचे अपराध.

२१. रस्तालूट.
२२. जबरीची चोरी.
२३. कोठारें जाळणें.
२४. घर जाळणें.
२५. घर जाळण्यास सामील होणें.
२६. अपराधाला सामील असणें.
२७. दुसऱ्यांकडून अपराध करविणें.
२८. अपराध्यांस आश्रय देणें.
२९. चोरीचा माल विकत घेणें.
३०. चोरीचा माल जवळ ठेवणें.
३१. घर फोडण्याचा अपराध.
३२. चोरी, सर्व प्रकारची.
३३. गुरें चोरणें.
३४. मुलें चोरणें.
३५. उठाईगिरी.
३६. लांच खाणें.
३७. सरकारचा पैसा खाणें.
३८. अन्यायानें पैसा किंवा माल आपलासा करणें.
३९. गुलामांचा व्यापार.
४०. बाळहत्या.
४१. पोटचें पाडणें.

४२. जबरीचा संभोग.

४३. व्यभिचार आणि सृष्टिविरुद्ध कर्म.

४४. बायका फसवून नेणें आणि वाईट कामास लावणें.

४५. खोटें नाणें पाडणें.

४६. खोटे दस्तैवज करणें.

४७. वरिष्ठाची अवज्ञा करणें.

४८. शिरजोरपणा.

४९. नसते अधिकार चालविणें.

५०. अधिकार नसतां शिक्षा देणें.

५१. योग्य मदतदेणें टाळणें.

५२. सरकारच्या कामांत हात घालून उपद्रव देणें.

५३. पळून जाणें.

५४. जुगार, दिवाळीच्या दिवसाखेरीज.

५५. वचनभंग.

५६. लबाडी, साधारणपणें.

५७. खोटी फिर्याद करणें.

५८. खोटा आरोप घालणें.

५९. मारहाण.

६०. शेतांस इजा.

६१. गुरांस इजा.

६२. ढोंग करणें.

१३. धरणें.

१४. बुक्यांनीं वगैरे मारामार करणें.

१५. शिवीगाळ करणें.

१६. बांध मोडणें.

ह्या अपराधांस वेगळ्या वेगळ्या शिक्षा सांगितल्या आहेत. सर्वांत मोठी शिक्षा खून, रस्तालूट अशा मोठ्या अपराधांस सांगितली आहे. ती चौदा वर्षे सक्तमजुरीच्या कैदेची आहे. ह्या सगळ्या शिक्षांच्या यादींत मृत्यूची शिक्षा मुळींच नाहीं.

ह्याशिवाय, देशांतल्या इतर सर्व प्रकारच्या अपराधांविषयीं ह्या कायद्यांत शिक्षा सांगितल्या आहेत. ते पर्याय पुष्कळच आहेत. ते विस्तारभयास्तव येथें सांगतां येत नाहींत.

तरी, एकंदरीनें पाहिलें असतां असें दिसतें कीं, ज्या एका अप्रतिम गुणावरून मेकालेच्या इंडियन पीनलकोडाची मोठी आख्या इंग्लिश लोकांत आहे, तो गुण ह्या प्रकरणांत चांगला दृष्टीस पडतो. तो गुण हा कीं, ह्यांत मनुष्याच्या हातून घडण्यासारखा असा कोणताही अपराध सांगावयाचा राहिला नाहीं.

दिवाणी.

१. स्थावराच्या दाव्यास मुदत ३० वर्षांची, जंगमास १२ वर्षांची.

२. कोर्ट फी शेंकडा तीन रुपये दोन आणे घ्यावयाची.

३. प्रतिवादी एकदा हजर झाला नाहीं, तर त्यास ये-ण्यास, योग्य वाटेल तितके वेळ मुदत द्यावी.

४. मुकत्यारांची फीः—१०० पासून १००० पर्यंत ५ रुपये; १००० पासून ५००० पर्यंत ५० रुपये; ५००० पासून १००००० पर्यंत शेंकडा १ रुपया; आणि एक लक्षापेक्षां अधिकच्या दाव्यांत फी १००० हून अधिक कधींच घेऊं नये.

५. जातीच्या संबंधाच्या खटल्यांत लवाद त्या जातीचे असावे.

६. ऋणकोची स्थावर मालमत्ता, त्याच्या अनुमतानें, पाहिजे असल्यास धनकोस गाहाण लावून द्यावी. पण, त्या मालमत्तेंत त्याच्या नित्य निर्वाहाच्या साधनांचा क-धींही समावेश होऊं नये.

७. सरकारी नौकराच्या पगाराच्या एक तृतीयांशावर टांच चालावी; अधिकावर चालूं नये.

८. दरिद्री कर्जदारास कर्जाबद्दल कैदेंत घालूं नये.

९. कोर्टांत फिर्यादी फार झाल्यास, न्यायाधीशांनीं, प्रांतांत फिरून, फिर्यादींचे निकाल जागच्या जागीं करावे.

१०. जे व्यापारी नादारीचा दाखला सरकारांतून घेतील, त्यांनीं, सरकारच्या परवानगीवांचून पुनः व्यापारधंद्यास लागतां कामास नये.

ह्या नियमांची तुलना सध्याच्या इंग्रजींतल्या दिवाणी कायद्यांशीं केली असतां असें दिसतें कीं, हे नियम करण्यामध्यें लोकस्थितीचा आणि लोकरिवाजाचा विचार विशेष झालेला आहे.

किरकोळ बाबी.

दोन हजारांखालीं वस्ती नाही, व गांवचें उत्पन्न ४००० हून अधिक आहे, तेथें शाळा स्थापावी. कागदपात्र्यांचा खर्च सरकारांतून द्यावा. मुलांस आधीं प्रथम लिहिणें आणि वाचणें शिकवावें.

सरकारची चाकरी करण्यासारखे विद्यार्थी तयार झाले म्हणजे त्यांस सुभ्यांनीं हुजूरच्या नजरेस आणावें, आणि त्यांस योग्यतेप्रमाणें कामें मिळतील असें करावें.

शिक्षकांनीं मुलांस काठीनें किंवा कशानेंही मारतां कामास नये. मुलांस डोळ्यांच्या धाकांत ठेवून त्यांकडून अभ्यास करवावा.

देवीडाक्तर सरकारानें नेमिले आहेत. त्यांजकडून देवी काढवून घेण्याविषयीं सरकारी कामदारांनीं लोकांस उत्तेजन द्यावें. कां कीं तें सार्वजनिक आरोग्यास आवश्यक आहे.

सार्वजनिक रस्त्याच्या आड येत असेल, किंवा भयंकर पशूंस आश्रय होत असेल, असें जंगल तोडण्याविषयीं सरकारास सुचवावें, आणि त्यास खर्च काय लागेल, ह्याचा अजमास पाठवावा.

रस्ते, विहिरी वगैरे सार्वजनिक उपयोगाचीं कामें करण्याविषयीं लोकांस उत्तेजन द्यावें. आणि अशा कामांची याद, त्यांच्या खर्चाचा अजमास, आणि कामें करणारांचीं नांवें, हीं सरकारांत पाठवावीं.

दप्तर.

सगळे सरकारी ठराव फारशी भाषेंत ल्याहावे. हिशेबटिशेब मात्र मराठींत ठेवावे.

प्रत्येक ठरावावर, कोणत्या खात्यासंबंधीं ठराव, हें त्या खात्याचें नांव लिहून दर्शवावें.

बजावणीचे हुकूम वगैरे असतील ते मराठींत ल्याहावे.

छापी कागदाच्या एका बाजूवर मात्र ल्याहावें. पाटपोट लिहूं नये.

जमाखर्चाच्या वह्या असाव्या. तो सुट्या कागदांवर लिहूं नये.

फौजदारी कामांतल्या ठरावाची बजावणी झाली कीं नाहीं, तें एक महिन्याच्या आंत रपोटानें कळविलें पाहिजे.

न बजावलेल्या ठरावांच्या यादी, दरसाल, कोर्ट ऑफ आड्मिनिस्ट्रेशन ह्यांस फारशींत आणि मराठींत पाठवाव्या.

फिर्याद सुरू झाल्याबरोबर तींतल्या कागदांवर नंबर घालण्यास आणि त्यांची याद करण्यास आरंभ करावा.

अशीं अनेक प्रकरणें त्या कायद्यांत आहेत. त्यांवरून एवढें स्पष्ट दिसतें कीं, हे सगळे कायदे, एकंदरींत, आमच्या लोकांच्या फार सोईचे आहेत. ह्यांची तुलना आमच्या इंग्रजींतल्या कायद्यांशीं करून पाहिली, ह्मणजे, स्वराज्य असल्याचें सुख काय, आणि परराज्य असल्याचें असुख काय, तें तात्काळ मनांत येतें. शिवाय सध्याच्या आमच्या इंग्रजी अमलांतल्या कायद्यांत जें एक मोठें व्यंग दिसतें, तें ह्यांत मुळींच नाहीं. तें व्यंग ह्मणजे संदिग्धता होय. सध्याचे कायदे असे आहेत कीं, त्यांचे अर्थ, जसा पंडित भेटतो तसे वळतात. ज्या कलमावरून एकाद्या वादाचें विधान ठरतें, त्याच कलमावरून त्याचा निषेध ठरतो. असा दुटप्पीपणा ह्या कायद्यांत नाहीं. सरळपणा पुष्कळ आहे, आणि त्यांत

खांचा खोंचा मुळींच नाहींत. त्यामुळें त्यांचा अर्थ करण्यास ब्यारिस्टर किंवा वकील लागत नाहींत. तो अर्थ सामान्य समजुतीच्या माणसांसही सहज कळतो. आणि कायदे हे जर सगळ्या लहानमोठ्या लोकांच्या सोईकरितां आणि सुखाकरितां केलेले असतात, तर त्यांचा अर्थ सर्वांस सहज कळावा, हें अत्यंत आवश्यक आहे. तो गुण दिनकररावांच्या कायद्यांत चांगला आहे. एकंदरींत "सर्वांत पुष्कळ माणसांस सर्वांत पुष्कळ सुख व्हावें," हें जें कायदे करण्याचें मुख्य तत्व आहे, तें रावराजे ह्यांच्या दृष्टीसमोर निरंतर होतें. त्यामुळें त्यांचीं मतें तशीं झालीं होतीं. आणि त्यांच्या अनुसंधानानें त्यांनीं हे कायदे केले आहेत. हे त्यांच्या सन्मतीस आणि योग्यतेस अत्यंत भूषणावह आहेत.

भाग बारावा.

त्यांच्या कांहीं विशेष गोष्टी.

अभंग.

अंतरीचा रंग उमटे बाहेरी
बोळवी यापरी आपेआप.

तुकाराम.

श्लोकार्ध.

पुढें किंवा मागें मनिं रसविपर्यास नसती
चरित्रें साधूंचीं अकपट विशुद्धेंचि असती.

वामन.

जगामध्यें जीं माणसें होऊन जातात, त्यांच्या कांहींना कांहीं विशेष चमत्कारिक गोष्टी असतात. त्या सगळ्या टांकीं लागत नाहींत. थोरांच्या तेवढ्या मात्र टांकीं लागतात. कां कीं, त्यांवरून त्यांच्या वृत्तीचें प्रदर्शन उत्तम प्रकारें होत असतें. आणि त्या वृत्तीच्या अनेक अंगांचें वर्णन त्यांच्या चरित्रांत येत असतें. अशा गोष्टी, शिकंदर, नेपोलियन, जान्सन इत्यादिकांच्या वेगळ्या वेगळ्या लिहिल्या आहेत. त्यांचे वेगळे ग्रंथ झाले आहेत. अशा गोष्टी जेव्हांचेतेव्हां लिहून ठेवीत

नाहींत. तर त्या मागाहून जमवाव्या लागतात. तशा ह्या गोष्टी जमविल्या आहेत. ह्या अगदीं थोड्या आहेत. तरी, ह्यांवरून रावराजे दिनकरराव ह्यांच्या वृत्तीच्या कितीएक अंगांचें प्रदर्शन उत्तम प्रकारें होतें.

सेवकांवर कृपा.

रावराजे ह्यांच्या हाताखालच्या एका कारकुनानें ह्यांचे हजार दीड हजार रुपये खाल्ले. हें बाहेर आलें, तेव्हां राव- राजे ह्यांनीं, तितक्या रकमेचें खत त्यापासून लिहून घेऊन, त्यास रजा दिली. पुढें कांहीं दिवसांनीं, तो कारकून अन्नास महाग होऊन, रावराजांकडे आला, आणि गायांवायां करूं लागला. त्याची त्यांस दया आली. आणि त्यांनीं जवळच्या मंडळीस सांगितलें कीं, "ह्या कारकुनास तीस रुपये पगार पूर्वीं होता, तो आतां पन्नास करा. त्यांतले तीस रुपये पूर्वींप्रमाणें त्यास दरमहा द्या, आणि वीस रुपये त्याच्या क- र्जाच्या फेडीकडे जमा करून घेत जा." हें ऐकून जव- ळच्या मंडळीस फार आश्चर्य वाटलें, आणि तो कारकून तर उपकारसमुद्रांत पोंहूं लागला.

दिवाणगिरीच्या जागेवर असतां रावराजे ह्यांनीं आपल्या पदरच्या एका माणसास मामलतीच्या जागेवर नेमिलें. त्यानें सरकारचा पैसा खाल्ला. तो परत सरकारांत जमा करण्या-

जे ह्यांनीं त्यास आपल्या पदरचा दिला, आणि रून दूर केलें. पुढें त्या मनुष्यास निर्वाहाची ..., आणि त्यानें रावराजे ह्यांपाशीं येऊन अप- मागितली. तेव्हां रावराजे ह्यांस त्याची दया त्याजला थोडीशी नेमणूक करून दिली. ती रेपर्यंत मिळाली.

स्पष्टोक्ति.

बोलतां बोलतां लार्ड ल्यांड्सडौन ह्यांनीं राव- ...व ह्यांस विचारिलें कीं, " आपण अनेक व्हाइस- आहेत. त्यांतल्या पहिल्या व्हाइसरायांच्या आणि ह्याइसरायांच्या मध्यें अंतर काय दिसतें आप- ...वर त्यांनीं एकदम असें उत्तर दिलें कीं, " मा- ...रायांस अधिकार पुष्कळ होते, आणि आतांच्या ... अधिकार फार कमी आहेत, हें मोठें अंतर उत्तर लार्ड ल्यांड्सडौन ह्यांस पटल्यासारखें दि- ...: अक्षर बोलले नाहींत. खरेंच आहे. वारन ...नीं आपल्या अधिकारांत ज्या गोष्टी केल्या, ...ा व्हाइसराय साहेबांस करतां येत नाहींत. ...त्र होण्याच्या आधीं महाराज जयाजीराव ह्यांनीं दक्षिणेंतून आणून, त्यांतला एक मुलगा दत्तक

घेण्याकरितां पसंत केला, आणि मग तो रावराजांस दाखवून, त्याविषयीं त्यांचा अभिप्राय विचारिला. तेव्हां, त्या मुलाकडे पाहून रावराजांनीं स्पष्ट सांगितलें कीं, ह्या मुलाचे ठायीं राजचिन्हें मुळींच नाहींत, हा मुलगा राज्याच्या उपयोगीं नाहीं. हें ऐकून महाराजांस फार राग आला. आणि रावराजे तेथून निघून आग्र्याकडे चालते झाले. ते दत्तविधान सभारंभास देखील आले नाहींत.

स्वस्थावराची व्यवस्था.

आपल्या हिंदुधर्मशास्त्राप्रमाणें ह्मटलें ह्मणजे स्थावर मिळकत जी असते, ती भावांनीं समसमान वांटून घ्यावी, असें आहे. परंतु, ह्या वहिवाटीच्या योगानें, मिळकतीचे तुकडे तुकडे होत जाऊन, शेवटीं ती कुळांत मुळींच नाहींशी होते. हें रावराजे ह्यांस आवडत नव्हतें. ह्मणून त्यांनीं आपल्या स्वतःच्या स्थावर मिळकतीविषयीं वेगळा ठराव करून ठेविला आहे. ह्मणजे, त्यांची स्थावर मिळकत, जशाची तशी सबंद, वडील वंशजाकडे राहावयाची; तिच्या वांटण्या व्हावयाच्या नाहींत. ही रीति फार चांगली आहे. ही युरोपांतल्या सर्व देशांत चालू आहे. ही जर हिंदुस्थानांत चालू होईल, तर फार चांगलें होईल, असें पुष्कळ चांगल्या माणसांस वाटत असतें.

सत्यशीलता.

बडोद्याच्या विषप्रयोगाच्या खटल्याची चौकशी आटप-
ल्यावर रावराजे मुंबईस आले, आणि त्या प्रकरणीं त्यांनीं
आपला अभिप्राय येथें लिहून सरकाराकडे पाठविला. तो
कसा जातो, ह्मणजे, तो महाराज मल्हारराव ह्यांस अनुकूल
जातो कीं प्रतिकूल जातो, ह्याविषयीं महाराष्ट्रांतल्याच सर्व
लोकांस नव्हे, तर हिंदुस्थानांतल्या सगळ्या लोकांस मोठी
शंका होती. कां कीं, रावराजे ह्यांची राजकीय स्थितिच
तशा प्रकारची आहे, असें त्यांस वाटत होतें. ह्मणून
कांहीं निवडक परिचित माणसें त्याचा खुलासा काढण्यावि-
षयीं अगदीं टपून बसलीं होतीं. तरी, त्यांस त्याविषयीं उ-
घड विचारतां येईना. हा सगळा प्रकार रावराजे ह्यांच्या
लक्षांत येऊन चुकला होता. ह्मणून, अभिप्राय लिहून गे-
ल्यावर, अशा थोर देशहितचिंतकांतले एक गृहस्थ त्यांस
भेटावयास गेले. ते दृष्टीस पडतांच रावराजे त्यांकडे पाहून
ह्मणाले, "सुटलों एकदा. सत्याच्या ऋणांतून मुक्त झालों."
ह्याचा अर्थ त्या गृहस्थांस तेव्हांच कळला, आणि ते आनं-
दित होऊन निघून गेले. हे गृहस्थ कै. गणेश वासुदेव
जोशी ऊर्फ सार्वजनिक काका होत.

खडखडीत उत्तर.

रावराजे दिनकरराव कारणपरत्वें व्हाइसराय ह्यांस भेटायास जात असत. एके वेळीं ते लार्ड लिटन ह्यांस भेटायास गेले होते; आणि त्यांची भेट होऊन बाहेर आल्यावर, बरोबर पाणी आणिलें होतें त्यानें हात धुवून पुसून, मग ते आपल्या गाडींत बसले. हें लार्ड साहेबांनीं दुरून पाहिलें. त्या वेळेस त्यांस कांहीं बोलायास झालें नाहीं. पण ती गोष्ट त्यांच्या मनांत राहिली. दुसरे वेळेस ते भेटून बंगल्याच्या बाहेर आल्यावर लार्ड साहेबांनीं त्यांजवर बुद्ध्या दृष्टि ठेविली, आणि पाहिलें तों तेव्हांही सगळा प्रकार अगदीं पहिल्याप्रमाणें नजरेस आला. तेव्हांही त्याविषयीं त्यांस बोलायास झालें नाहीं. परंतु, त्यांच्या मनास ती गोष्ट विशेष चमत्कारिक वाटली. आणखी पुढें कांहीं दिवसांनीं रावराजे भेटायास येऊन, बोलणेंचालणें उरकून जावयास निघाले, तेव्हां ती गोष्ट त्यांस त्यांनीं मोठ्या सभ्य रीतीनें आणि नम्रतेनें विचारिली. तेव्हां त्यांनीं स्पष्ट असें उत्तर दिलें कीं, "साहेब लोकांच्या हातांस हात लावल्यावर, तेच हात आपल्या तोंडास लावणें हें आमच्या धर्माप्रमाणें निषिद्ध आहे. ह्मणून आह्मी आधीं गंगेच्या पाण्यानें हात धुवून मग गाडींत बसतों." हें ऐकून लार्ड साहेब चूप बसले. रागावले नाहींत. निस्पृहतेचें मोल फार मोठें आहे.

गृहस्थ.

रावराजे दिनकरराव ह्यांस एकच चिरंजीव आहेत. त्यांचें नांव रघुनाथराव आहे. त्यांस भय्यासाहेब असें ह्मणतात. ते लहान होते, तेव्हां त्यांच्या शिक्षणाची तजवीज रावराजांनीं कालदेशवर्तमानानुरूप, फार चांगली ठेविली होती. त्यांस इंग्रजी शिकविण्याकरितां कोणी **डैटन** साहेब ह्मणून युरोपियन गृहस्थ त्यांनीं ठेविले. तेव्हां, प्रथमारंभींच, त्यांनीं असें विचारिलें कीं, ह्यांस काय शिकवायाचें; ह्मणजे, ह्यांस विद्या शिकवून कोणत्या प्रकारचे विद्यार्थी तयार करावयाचे. त्यावर रावराजे ह्यांनीं थोडक्यांत एकच उत्तर दिलें कीं, "**ह्यास सभ्य गृहस्थ तयार करा.**" ह्या उत्तरांत इतका अर्थ आहे कीं, तितका सगळा अर्थ पांच चार पृष्ठांत लिहितां यावयाचा नाही. मनुष्य सभ्य गृहस्थ झाला ह्मणजे त्याचे ठायीं सगळे चांगले गुण येतातच, अथवा सगळे चांगले गुण अंगीं आल्यावांचून सभ्य गृहस्थ होत नाही, असा ग्रह मनांत ठसल्याच्या परिणामाचें हें उत्तर आहे. सभ्य गृहस्थ होणें, हाच सुशिक्षणाचा उत्तम परिणाम होय. तो परिणाम श्रीमंत रघुनाथरावांवर चांगला झाला आहे.

रोकडा जबाब.

वायव्यप्रांताचे लफ्टनेंट गव्हरनर सर चार्लस क्रासथ्वेट

ह्यांनीं, हिंदु आणि मुसलमान ह्यांच्या बेबनावावरून एके वेळीं रावराजे ह्यांस विचारिलें कीं, " प्रसंगीं, इंग्रज सरकारच्या उपयोगीं कोण पडतील ! हिंदु कीं मुसलमान ? " त्यांस रावराजे ह्यांनीं एकदम स्पष्ट उत्तर दिलें कीं, "सरकारचें वागणें दोन्ही धर्माच्या लोकांशीं अशा प्रकारचें झालें आहे कीं, त्यांतले एकाही जातीचे लोक प्रसंगीं इंग्लिश सरकाराच्या उपयोगीं पडण्याचा संभव नाहीं." साहेबांस असें सरळ उत्तर देणारीं माणसें फार थोडीं आढळतील.

निर्लोभता.

गव्हरनर जनरलाच्या कायदे कौसलांत रावराजे ह्यांस सभासद नेमिल्यावर, सरकारच्या ठरावाप्रमाणें त्यांस त्या संबंधाचा खर्च देऊं लागले. तेव्हां त्यांस रावराजे ह्यांनीं उत्तर दिलें कीं, "माझे यजमान शिंदे सरकार ह्यांनीं माझ्या आणि माझ्या कुटुंबाच्या निर्वाहास पुरण्यासारखी जाहागीर मला कृपा करून दिली आहे, आणि मला अशा उदयास आणिलें आहे कीं, त्याच्या योगानें मला आपण कौंसलांत सभासद नेमिलें, आणि माझा बहुमान केला. ह्मणून मला हा खर्च घेणें बरें वाटत नाहीं. तो मला नको. माफी असावी." हें ह्मणणें ऐकून गव्हरनर जनरलांस मोठें आश्चर्य वाटलें.

व्रत विकायाचें नाहीं.

कांहीं राजकारणाच्या संबंधानें दाहा लाखांचें निवळ
नें रावराजे ह्यांजकडे पाठवून कोणा एका मोठ्या राज-
रस्थानांतल्या व्यक्तीनें त्यांस नुसतें चूप राहायास सांगि-
ऽें. ह्मणजे, त्यांनीं त्या प्रकरणांत बोलूं नये, एवढ्याबद्दल
हा लाख रुपये घ्यावे, असें केलें. पण तें त्यांस आवडलें
ाहीं. त्यांनीं त्याच नौकराबरोबर तो ऐवज परत करून असें
ांगून पाठविलें कीं, मला जें बोलावयास अवश्यक वाटेल तें
ो बोलायास राहावयाचा नाहीं. त्याप्रमाणें त्यांनीं आपलें
र्तव्य केलें. व्रत विकलें नाहीं. लहान गोष्ट नव्हे.

मोठा बेबनाव, तरी पूर्ण विश्वास.

मतभेद, निस्पृहता, आणि स्पष्टोक्ति ह्यांच्या योगानें
ावराजे दिनकरराव ह्यांचा आणि महाराज जयाजीराव शिंदे
ांचा बेबनाव होऊन रावराजे ह्यांनीं त्यांची दिवाणगिरी
ोडिली होती. तरी, जयाजीराव महाराजांचा पूर्ण विश्वास
ावराजे दिनकरराव ह्यांजवर होता. इ० स० १८७० ह्या
र्षीं नानासाहेब पेशवे ह्मणून एक माणूस महाराज जयाजी-
ाव ह्यांनीं धरिला. तेव्हां आतां ह्याचें पुढें काय कराव-
ाचें, ह्याचा विचार करण्याकरितां, लागलीच जरूरीची

तार करून, त्यांनीं प्रथम, अतित्वरेनें रावराजे दिनकरराव ह्यांस अलाहाबादेहून बोलावून आणिलें.

दिवाणगिरी सोडिल्यानंतर पुष्कळ वर्षांनीं, पुनः दिवाणगिरीचें काम हातीं घेण्याविषयीं महाराजांनीं रावराजांस सूचना केली होती. परंतु, अनेक योग्य कारणें दाखवून, त्यांनीं तें ह्मणणें नाकबूल केलें.

दत्तक घेतलेला मुलगा महाराजांच्या विरुद्ध खटपट करूं लागला. तेव्हां त्याचें दत्तविधान रद्द करून आणण्याचे कामीं रावराजे ह्यानीं चांगली मदत केल्याबद्दल महाराजांनीं त्यांस पंचवीस हजार रुपये बक्षीस दिले.

बंडाच्या वेळीं उपयोगीं पडलेल्या लोकांस जाहागिरी वांटण्याचा समारंभ, रावराजे ह्यांनीं दिवाणगिरी सोडल्यावर झाला. त्या कामांत कांहीं तक्रारी उत्पन्न झाल्या होत्या. तें काम महाराजांनीं, बुद्ध्या लष्करांत बोलावून आणून रावराजांच्या सल्ल्यानें केलें. तें नीट झालें. तेव्हां महाराजांस फार संतोष झाला.

शिकरवारी जिल्ह्यांत पाहाडगड ह्मणून एक लहानसें संस्थान आहे. तेथील राजाचा कांहीं लढा ग्वाल्हेरराज्याशीं कितीएक दिवसपर्यंत चालला होता. त्या संबंधानें रेसिडेंट साहेबांचाही पत्रव्यवहार पुष्कळ झाला होता. तरी त्याचा निर्णय लागेना. शेवटीं महाराजांनीं रावराजे ह्यांस बोलावून

त्या कामांत पंच नेमिलें. तेव्हां त्यांनीं त्या प्रकरणाचा
ल असा लाविला कीं, तेणेंकरून महाराज आणि पा-
डचे राजे ह्या उभयतांचे फायदे होऊन त्यांस संतोष
, आणि तो निकाल रेसिडेंट साहेबांस पसंत पडला.
हाराजांस बडोद्याच्या विषप्रयोगाच्या प्रकरणाच्या चौ-
च्या कमिशनांत सभासद नेमिलें होतें. तिकडे जाण्या-
आधीं, त्यांनीं, मसलत घेण्याकरितां, रावराजांस लष्क-
बोलावून नेलें होतें.

ावराजांनीं दिवाणगिरी सोडिल्यावर, राज्याचें काम म-
ज स्वतः पाहात होते. तें आपण कसेंकाय केलें, तें
दाखविण्याकरितां, त्यांस बोलावून आणून, त्यांस ख-
, आणि जामदारखाना हीं खातीं दाखविलीं.

संवत १९३४ ह्या वर्षीं दुष्काळ पडला होता. तेव्हां,
प्र वांटण्याची व्यवस्था कशी करावी, ही मसलत महारा-
नीं रावराजांसच विचारिली होती.

राज्यापैकीं शिकरवारी, तवरघार, भिंड, आणि गिर्द ह्या
जिल्ह्यांचें काम महाराजांनीं लष्कर ग्वाल्हेर येथें चालू
लें होतें. त्या संबंधीं रावराजांचें मत महाराजांनीं विचा-
, आणि त्यांनीं केलेल्या सूचना मान्य केल्या.

तवरघार जिल्ह्यांत महाराजांनीं कांहीं जमीन रावराजांस
ी होती. पण तिच्या वसुलास हरकत येऊं लागली. ह्मणून

त्या जमिनीच्या ऐवजीं एक गांव इस्तमुरार देणेविषयीं महाराजांस विनंति केली. ती महाराजांनीं लागलीच मान्य केली.

परोपकार.

गोपाळराव एकनाथ ह्या नावांच्या एका गृहस्थांस महाराजांनीं कांहीं कारणावरून लष्करांतून काढून दिलें होतें. त्यांनीं रावराजे ह्यांचा आश्रय धरिला. पुढें आग्र्यास जातेवेळेस महाराज जयाजीराव आणि रावराजे ह्यांची गांठ रेलवे स्टेशनावर पडली. तेथें रावराजांनीं गोपाळरावांस महाराजांच्या पायांवर घालून, त्यांस अपराधाची क्षमा करण्याविषयीं विनंति केली. ती महाराजांनीं मान्य केली, आणि गोपाळरावांस लष्करांत जाण्याची परवानगी दिली.

भगवंतराव मल्हार ह्मणून एक गृहस्थ होते. त्यांजकडे ग्वाल्हेरराज्यांतलें माफीचें काम होतें. त्या संबंधीं त्यांजवर कांहीं आरोप येऊन, ते लष्करांतून निघून गेले. तेव्हां ह्या गृहस्थांकडून रावराजांचें कांहीं नुकसान झालें होतें, तरी, आग्र्यास पोंचल्यावर त्यांची दीनदशा पाहून, त्यांनीं त्यांला आश्रय दिला.

स्नेही आणि पदरचीं माणसें ह्यांविषयीं कल्याणेच्छा.

अधिकारारूढ असतां रावराजे ह्यांनीं कितीएक स्नेह्यांस आणि पदरच्या लोकांस चाकऱ्या लावून दिल्याच. पण काम सोडल्यावरही त्यांनीं अशा कितीएक माणसांचें कल्याण केलें.

परभुलाल हे रावराजांपाशीं चिटणिसीचें काम करीत ते. त्यांची शिफारस धोळपुरच्या महाराजांकडे करून ाच संस्थानांत त्यांस त्यांनीं तीनशें रुपये दरमहाची जागा ावविली.

मनोहरलाल हे गृहस्थ रावराजांपाशीं खासगी चिटणीस ते. त्यांची शिफारस हैद्राबाद दरबारांत करून, तिकडे ांस त्यांनीं बाराशें रुपये दरमहाची जागा देवविली.

बापू पट्टेवाले ह्यांची शिफारस धोळपुरसंस्थानांत करून, ांस तिकडे मालाचे कामाचे अफिसराची जागा देवविली.

रावजी पुणेकर हे रावराजे ह्यांजपाशीं खासगी चिटणीस ते. त्यांची शिफारस करून त्यांस त्यांनीं मोठ्या हुद्याची ागा देववली. तेच पुढें बडोद्यास नायब दिवाण झाले होते.

रामभाऊ ह्या नांवाचे कोणी गृहस्थ रावराजांपाशीं होते. ांची शिफारस करून त्यांस त्यांनीं रीव्याच्या महाराजांच्या ंवाणगिरीचें काम देवविलें.

हरिपंत खानवलकर हे रावराजांचे मराठी कामाचे ासगी चिटणीस होते. त्यांजला कांहीं दिवसपर्यंत धोळपुर थील संस्थानाचें कुलकाम पाहाण्यास नेमिलें होतें.

कपालीप्रसन्न बाबू हे रावराजांचे इंग्रजी कामाचे खासगी वेटणीस होते. त्यांची शिफारस बंगालच्या लेफ्टनेंट गव्ह-नरांकडे करून, त्यांनीं त्यांस चारशें रुपयांची जागा देवविली.

बाळासाहेब खारकर हे कांहीं दि
होते. ते पुढें काठेवाडांतल्या एका संस

जनरल सर टी. डेनीसाहेब हे पूर्वी
कर होते. पोलिटिकल खात्याशीं त्य
नव्हता. तथापि रावराजे ह्यांच्या
धोळपुर संस्थानाचे पोलिटिकल एजं
हल्लीं महाराणीसाहेब व्हिक्टोरिया ह्यां
दिवस पाहाऱ्याच्या नौकरींतले एक नै

जनरल डेली ह्यांची नेमणूक सेंट्र
जनरलाच्या एजंटाच्या जागेवर झाली
ह्यांच्या शिफारशीनें झाली. तिची हकी
व्हाइसराय साहेबांस भेटायास गेले. ते
व्हाइसरायच्या एजंटाच्या जागेवर कं
होणार ह्याची गोष्ट निघाली. तेव्हां

आगगाडीमध्यें कधीं कांहीं खाल्लें नाहीं, कीं पाण्या
घेतला नाहीं.

खरी खरी हिंदू राहाणी.

रावराजे ह्यांचा संबंध पुष्कळ इंग्रज लोकांशीं
निकट असे. तरी त्यांची सगळी रहाणी अगदीं र
हिंदू होती. फार काय सांगवें, साहेब लोक घरीं ये
वेळापुरते मात्र ते खुरचीवर बसत. बाकी ते नेहमं
बसत असत. एके वेळेस असें झालें कीं, वायव्य
लेफ्टनेंट गव्हरनर, पूर्वीं कांहीं एक सूचना न क
काएकीं भेटीस आले. तेणेंकरून दरबारच्या च
व्यवस्था करण्यास सवड झाली नाहीं. त्यामुळें रावर
बसले होते, तेथेंच त्यांची आणि लेफ्टनेंट गव्हर
झाली. तेव्हां ते पाटावर बसले होते. तें पाहून

असे. एके वेळीं आग्र्याचे कमिशनर ड्रमं
पण ती वेळ भेटी घेण्याची नव्हती. ह्मा
नाहीं, असें त्यांनीं त्यांस सांगून पाठविं
पचूप निघून गेले.

कडक स्वभाव.

रावराजे ह्यांचा स्वभाव फार कड
फार लवकर येई, पण तो फार वेळ
जाई. एके वेळीं आधीं ताकीद दिलेली
मुळें गंगास्नानास जाण्याकरितां गाडीन
केली नाहीं. तेव्हां, स्नानाची वेळ सा
अस्वस्थ असतांही, गंगास्नानास राव
पायीं गेली. परत आल्यावर कारकुना
क्षमा मागितली. तेव्हां लागलाच त्यां

भाग तेरावा.

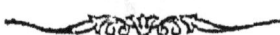

शेवटचे दिवस आणि अंतकाल.

श्लोक.

भला रे भला बोलती तें करावें
बहूतां जनांचे मुखें येश घ्यावें
परी शेवटीं सर्व सोडोनि द्यावें
मरावें परी कीर्तिरूपें उरावें.

रामद

वार्धक्य ही मनुष्याच्या जिण्याची शेव
असते. तिच्यापर्यंत मजल पोंचते
आम्हीं फार थोडीं आढळतात.

मस्तक श्मश्रु सुनीलबाळ बकाच्या ऐसे झाले धवळ
घ्राणीं श्लेष्मा मुखीं लाळ सर्वां लागलीं झुळझुळा. ३.
चढतां निर्बलतेच्या गुणें धनुष्याकृति आंतलें ठाणें
नम्र विनीत मरणा भिणें प्राणदाना बोळगे. ४.
विकार रोगाचे दारुण लागतां कुश्चलतेचा बाण
त्रास मानूनि स्वकीय जन धाकें पळती परौते. ५.

मुक्तेश्वर.

अशी अवस्था होत असते. ती मानधन पुरुषांस किती क्लेशप्रद होते, हें सांगतां यावयाचें नाहीं, कीं त्याची कोणास कल्पनाही करितां यावयाची नाहीं. आणखी, वार्धक्य प्राप्त झालें कीं, ती प्रायः त्याबरोबर यावयाचीच, कोणासही टाळितां यावयाची नाहीं, असें आहे. परंतु, ज्यांची पूर्व पुण्याई मोठी असते, ज्यांवर परमेश्वराची कृपा असते, त्यांस वार्धक्यामध्यें हें संकट प्राप्त होत नाही. पण, अशीं माणसें फारच थोडीं दृष्टीस पडतात. तीं खरोखर पुण्यवान होत. आणखी, रावराजे दिनकरराव हे त्यांतले एक पुण्यवान गृहस्थ होते.

रावराजे दिनकरराव हे आरोग्याची योग्यता पहिल्यापासून जाणून होते. ते लहानपणापासून आपल्या प्रकृतीस फार जपत असत. सगळे आहारविहार नेमस्तपणें पाळणें हेंच आरोग्याचें मुख्य साधन आहे, हें त्यांच्या मनांत पहिल्यापासून बाणलेलें असल्याच्या योगानें त्यांच्या हातून त्यावि-

षयीं कधीं मर्यादोल्लंघन झालें नाहीं. त्यामुळें त्यांस फार कधीं दुखणीं आलीं नाहींत. तरी, वृद्धापकालाचा सख्खा भाऊ जो अशक्तपणा, तो त्याबरोबर आलाच. रावराजे दिनकरराव ह्यांस, त्या अशक्तपणामुळें, दाहा वर्षांपासून दम्याचा आजार झाला होता. त्याचा त्रास त्यांस केव्हां केव्हां फार होत असे; तरी त्यांतही ते आपलीं नित्यकर्मे करवत तितकीं यथासांग करण्याचा प्रयत्न करीत असत.

असें दिसतें कीं रावराजे दिनकरराव ह्यांस, कांहीं प्राचीन साधु पुरुषांप्रमाणें, आपला मरणकाळ समजलेला होता. इ० स० १८७५ ह्या वर्षी ते एकदा अतिशयित आजारी झाले. ते इतके कीं, घरचीं सगळीं माणसें अगदीं घाबरून गेलीं. तें पाहून त्यांस रावराजे ह्यांनीं स्वस्थ चित्तानें असें सांगितलें कीं, भिण्याचें कांहीं कारण नाहीं; इ० स० १८९५ च्या आंत देहावसान होणार नाहीं. आणखी तें शब्दशः खरें झालें. ह्याच्या जोडीस कांहींसें ह्यासारखें अगदीं आलीकडचें दुसरें एक उदाहरण आहे. तें हें. कैलासवासी राजा सर टी माधवराव हे **इंदुप्रकाश** वर्तमानपत्र कितीएक वर्षेपर्यंत एकसारखें घेत होते. त्याची वर्गणी ते, अगदीं नियमित वेळीं अगाऊ देत असत. त्यांत कधीं अंतर पडलें नाहीं. पण, शेवटीं त्यांनीं जी वर्गणी पाठविली, ती अवधी साहा महिन्यांची पाठविली. आणखी ती साहामाही सरली न सरली

तोंच त्यांस देवाज्ञा झाली. मुंबईस कोणी रीहाटसेक ह्मणून एक मोठे नामांकित युरोपियन विद्वान गृहस्थ होते. ते थोड्या दिवसांपूर्वी मरण पावले. त्यांचीही अशीच गोष्ट लोक सांगतात. एकंदरींत, ह्या थोर पुरुषांस आपल्या मरणकालाविषयीं इतर माणसांपेक्षां कांहीं विशेष ज्ञान होतें, ह्यांत कांहीं संशय नाहीं.

इ०स० १८९९ पर्यंत देहावसान व्हावयाचें नाहीं, असें जें रावराजे दिनकरराव ह्यांनीं वीस वर्षांमागें सांगितलें होतें, तें शब्दशः खरें झालें. ते, प्रयाग येथें, इ० स० १८९६ च्या जानेवारीच्या पहिल्या तारखेस नेहमींप्रमाणें तामझामांत बसून बाहेर हवा खाण्यास जाऊन आले. आणि दुसऱ्या तारखेस आपल्या वाड्यामध्यें, आधीं दुखणेंबाणें कांहींएक न येतां, आणि कोणत्याही प्रकारें दुश्चित्त न होतां, स्वस्थ अंतःकरणानें, शेवटीं रामनामाचा उच्चार करून, देह ठेविते झाले. ते खरोखर थोर आणि पुण्यप्राणी होते. मरण पावले त्या दिवशीं देखील घरांत अगदीं रोजच्यासारखे होते. फक्त त्या दिवशीं नातोंडांस फारसें जवळ येऊं दिलें नाहीं. तें एवढ्याचकरितां कीं त्यांविषयीं मोह पडूं नये. ही खरोखर साधुवृत्ति होती. अशीं माणसें थोडीं असतात, आणि तीं जगास हवीं असतात. परंतु मृत्यूपुढें कोणाच्या लहान-

मोठेपणाचा भेद चालत नाहीं. त्यास सर्वांस सारखें मान्य व्हावें लागतें. दासबोधांत ह्मटलेले आहे.—

ओव्या.

मृत्यु न ह्मणे हा बलाढ्य मृत्यु न ह्मणे हा धनाढ्य
मृत्यु न ह्मणे हा आढ्य सर्व गुणें. १.
मृत्यु न ह्मणे हा विख्यात मृत्यु न ह्मणे हा श्रीमंत
मृत्यु न ह्मणे हा अद्भुत पराक्रमी. २.
मृत्यु न ह्मणे हा भूपति मृत्यु न ह्मणे हा चक्रवर्ती
मृत्यु न ह्मणे हा करामती कैवाड जाणे. ३.
मृत्यु न ह्मणे हा व्युत्पन्न मृत्यु न ह्मणे हा संपन्न
मृत्यु न ह्मणे हा द्विजजन समुदायीं. ४.
मृत्यु न ह्मणे हा धूर्त मृत्यु न ह्मणे हा बहुश्रुत
मृत्यु न ह्मणे हा पंडित महाभला. ५.

रामदास.

भीष्मद्रोणासारखे योद्धे, व्यासवाल्मीकीसारखे ज्ञाते, तेही मृत्युपंथें गेले, तेथें इतरांची काय कथा! जन्मास आला प्राणी मरतो. कोणी निरंतर राहात नाहीं. परंतु, मरण्या-मरण्यांत अंतर आहे. आपलें कर्तव्य उत्तम प्रकारें करून मरतात, त्यांची कीर्ति मागें राहाते. आणि कीर्तीला मरण नसतें. तेव्हां कीर्तिमान पुरुष जगांत निरंतर जगतात, कधीं मरत नाहींत. मरतें तें त्यांचें शरीर मरतें. त्याची योग्यता कीर्तीच्या योग्यतेपुढें कांहीं नाहीं. असो.

प्राणोत्क्रमणास तिळमात्रही आयास पडले नाहींत. साधारण माणसांस, दाहा पांच वर्षे राहिलेलें बिऱ्हाड सोडून जाण्यास वाईट वाटतें. डोळ्यांस पाणी येतें. परंतु, रावराजे दिनकरराव ह्यांच्या प्राणास सत्याहात्तर वर्षांच्या सहवासाचा देह सोडून जाण्यास तिळभरही वाईट वाटलें नाहीं. ह्याचें कारण असें होतें कीं, आपण ह्या जगांत केवळ बिऱ्हाडकरू आहोंत, बिऱ्हाडांतलें नेमलेलें काम करून चालतें झालें पाहिजे, हें त्यांच्या अंतःकरणांत उत्तम प्रकारें ठसलें होतें. आणखी, आपलें आपलें असें जें वाटत असतें, तें खरें नसतें, केवळ भासमान असतें, हा विचार त्यांच्या अंतःकरणांत निरंतर जागृत होता. तुकाराम महाराजांनीं जें ह्मटलें आहे कीं,

अभंग.

कोणी नाहीं रे कोणाचें अवघें सुख संपत्तीचें. १.
जैसा बसतो बाजार तैसा देहाचा विचार. २.
क्षण आहे क्षण नाहीं काळ प्राण नेतो धाई. ३.
तुका ह्मणे सावध असा प्रभुनामीं सदा वसा. ४.

ह्याप्रमाणें ते सावध राहिले होते. प्राणोत्क्रमणाचे वेळीं त्यांनीं कांहींएक निरवानिरव केली नाहीं. कां कीं, त्यांनीं इ० स० १८९१ ह्या वर्षी आपलें मृत्युपत्र करून ठेविलें होतें, त्यांत सर्व कांहीं व्यवस्था सांगून ठेविली होती. त्या मृत्युपत्रांत इतर गोष्टींबरोबर असें लिहून ठेविलें आहे

कीं, आमच्या स्थावर मालमत्तेची वांटणी अशी कधींच होऊं नये. ह्याचें कारण ते प्रसंगोपात्त असें सांगत कीं, कुळामध्यें कमविणारा असा पुरुष एकादाच होऊन जातो. आणखी, त्यानें मिळविलेल्या स्थावर संपत्तीच्या वांटण्या झाल्या, ह्मणजे त्याचें नांव पुढें मुळींच राहात नाहीं. ही गोष्ट अगदीं खरी आहे. आणखी स्थावर संपत्तीच्या वांटण्या झाल्याकारणानें दुसरें असें होतें कीं, कुटुंबांतले सगळेच वांटेकरी भिकेस लागतात. ह्याप्रमाणें आमच्या राष्ट्रांतल्या कितीएक मोठमोठ्या श्रीमान् कुटुंबांची हानि झाली आहे. तें विघ्न रावराजे दिनकरराव ह्यांनीं टाळून टाकिलें आहे. आणि

अनायासेन मरणम्
विना दैन्येन जीवनम्,

हें जें काय जीवंतपणीं मुख्यत्वेंकरून साधावयाचें, तें रावराजे ह्यांनीं साधिलें.

आतां, त्यांनीं परमार्थाच्या कोणत्या गोष्टी करून ठेविल्या आहेत, तें सांगण्याचा हाच योग्य वेळ आहे. काशीक्षेत्रीं राममंदिर बांधून, त्या देवस्थानाच्या खर्चाकरितां ५००० रुपये उत्पन्नाचा गांव लावून दिला आहे. क्षेत्र श्रृंगीरामपुर येथें गंगातीरास घाट बांधून, तेथें गंगेच्या पूजेची निरंतर व्यवस्था चालावी, अशी तजवीज केली आहे.

अंबाहा येथें मारुतीचें मंदिर बांधून त्या संस्थेकडे ६०० रुपये दरसालची नेमणूक करून दिली आहे. श्रीवठेश्वरास— ह्मणजे ज्या गांवी ह्यांच्या वडिलांनीं देह ठेविला त्या जागीं— महादेवाचें मंदिर बांधून तेथें नेमणूक करून दिली आहे. मशीर उल्मुलुखाच्या तैनातीच्या वेळेच्या शिफारशीवरून ह्यांचे कोणी पुरुष हैदराबादेस राहिले होते, त्यांचें वर्णन पूर्वी आलेंच आहे. त्यांचें नांव तेथें कांहीं तरी राहावें ह्मणून, निजामाच्या राज्यांत श्रीजोगाई अंबेचें मंदिर मोमिनाबाद जिल्ह्यांत आहे, त्या संस्थेकडे दरसाल बाराशें रुपयांची नेमणूक करून दिली आहे. देवरूख येथें श्रीरघुपतीचें मंदिर आहे, त्याजकडे दरसाल १०० रुपयांची नेमणूक दिली आहे. लष्कर येथें बाळा महाराज ह्यांचें श्रीरामाचें मंदिर आहे, तेथें चौघडा देऊन त्याच्या खर्चाकरितां दरसाल ३०० रुपयांची नेमणूक करून दिली आहे. आणखी, ह्यांच्या पूर्वजांमध्यें परशुरामबुआ ह्या नांवाचे एक सत्पुरुष होऊन गेले. ते, मूळ पुरुष विश्वनाथ हरि ह्यांपासून पांचवे पुरुष जे भास्करपंत, त्यांचे चिरंजीव होते. हे भास्करपंत पुण्यांत अग्निहोत्र घेऊन होते. त्यांचे चिरंजीव परशुरामबुआ. त्यांस बारा वर्षांच्या वयांतच प्रपंचाविषयीं उपरति झाली. आणि, श्रीसमर्थ रामदासस्वामी ह्यांचे पट्ट शिष्य कल्याणस्वामी, चांफळकर, त्यांचे बंधु दत्तात्रय बुआ,

त्यांचे वंशज लक्ष्मण बुआ, शिरगांवकर, कौशिक गोत्री, देशस्थ ब्राह्मण, कधीं कधीं शिरगांवाहून कारणपरत्वें पुण्यास तुळशीबागेंत रामाचे मंदिरांत येऊन राहात असत, त्यांजकडे परशुरामबुआंनीं जाऊन गुरूपदेश घेतला; तेव्हां ते रामदासी बनले, आणि मारुतिपूजन आणि रामोपासना करूं लागले. त्यांच्या वडिलांस तें प्रथमतः अमळ चमत्कारिक वाटलें. परंतु, मुलगा सुपंथास लागला आहे, असें त्यांस वाटून, त्यांनीं परशुरामबुआंस कांहींएक विचारिलें नाहीं. पुढें परशुरामबुआ घरांतून बाहेर पडून रामदासी वृत्तीनें देशांत फिरूं लागले. त्यांनीं पुष्कळ प्रवास केला. त्यांस लक्ष्मणबुआंच्या मागें, शिष्यपरंपरेनें, संस्थानाचा अधिकार प्राप्त झाला. त्यांनीं तो अधिकार उत्तम प्रकारें चालवून, मोठा लौकिक मिळविला. त्यांसही शिष्यशाखा पुष्कळ मिळाल्या. त्यांस लोक फार भजूं लागले. त्यांच्या साक्षात्काराच्याही कितीएक गोष्टी सांगतात. हे पुष्कळ दिवस पंढरपुरास होते. सुमारें ७५ वर्षेपर्यंत गादीचा अधिकार उत्तम रीतीनें चालविल्यावर, परशुरामबुआंनीं, आपला वृद्धापकाल आलेला जाणून, तो अधिकार शिष्यपरंपरेनें, गुरुपुत्रांचे स्वाधीन करून, आपण अयोध्येस गेले. तेथेंही त्यांनीं पुष्कळ साक्षात्कार केल्याच्या कथा आहेत. त्यांवरून असें दिसतें कीं, ते मोठे विरक्त साधु होते. ते अयो-

ध्येसच समाधिस्थ झाले. त्यांच्या पुण्यतिथीचा मोठा उत्सव अद्याप श्रावण शुद्ध प्रतिपदेपासून पंचमीपर्यंत पांच दिवस होत असतो. परशुरामबुआ पंचपदी कथेंत आणि भजनांत गुरुपरंपरेचा एक श्लोक ह्मणत असत.—

श्लोक.

श्रीमन्मंगलमूर्तिराम वरवी चित्शक्ति सीतासती
वामे शोभति लक्ष्मण भरत शत्रुघ्न तो मारुती
अग्री तिष्ठति रामदास वरदी दत्तात्रयो सद्‌गुरू
वंदू राघव येशवंत लक्ष्मणगुरू संसारसिंधू तरू.

हा श्लोक जसा मिळाला तसा येथें दिला आहे. ह्या परशुराम बुआंचें मारुतीचें मंदिर अयोध्येस आहे. त्याची व्यवस्था करून, त्याच्या नित्याच्या खर्चास दरसाल तीनशें रुपये उत्पन्नाची व्यवस्था रावराजे दिनकरराव ह्यांनीं लावून दिली आहे. आणखी, असे पुण्यवान पुरुष आपल्या कुलांत उत्पन्न झाले, ह्याचा त्यांस मोठा अभिमान वाटत असे. आणखी तो वास्तविकच होता. ह्मणजे, रावराजे दिनकरराव ह्यांनीं जसा, असत्या काळांत, प्रपंचामध्यें मोठा लौकिक संपादिला, तसा परशुराम बुआंनीं परमार्थी मंडळींत, आपल्या अप्रतिम पावित्र्यानें, मोठा लौकिक संपादिला. जसे हे इकडे आमच्या राजमंडळांत रावराजे झाले, तसे ते साधुमंडळांत रावराजे झाले. हीं दोन्ही कार्यें महामतीचीं आहेत. तीं जरी वेगळ्या वेगळ्या प्रकारचीं

आहेत, तरी, त्यांवरून एवढें खचीत दिसतें कीं, राजवाड्यांच्या कुलांतले पुरुष महाबुद्धि होते. असो.

येथें रावराजे दिनकरराव ह्यांचें चरित्र समाप्त झालें. ह्मणजे त्यांच्या जीवितक्रमांतल्या मुख्य मुख्य गोष्टींचें कथन झालें. आतां, त्यांच्या योग्यतेविषयीं आह्मांस काय वाटतें, आणि त्यांच्या चरित्रापासून इतर जनांनीं काय शिकावें, हें सांगावयाचें आहे. तें थोडक्यांत सांगतों.

रावराजे दिनकरराव ह्यांच्या बालपणाच्या हकीकतीवरून असें दिसतें कीं, त्यांच्या शिक्षणाची फारशी कोणीं तजवीज केली नव्हती. तरी ते आपल्याच प्रयत्नानें त्या वेळची विद्या शिकववली तितकी शिकले, आणि कामकाज करण्यास तयार झाले. ह्यावरून एवढें घ्यावयाचें कीं, मनुष्याच्या मनांत जर विद्या शिकायाची आहे, तर, त्याला साह्य पाहिजेच असें नाहीं. त्याला इच्छा उत्कट असणें हें एवढें साहित्य बस होतें. बेनज्यामिन फ्रांकलिन, एब्राहाम लिंकन, शंकर पांडुरंग पंडित, महादेव मोरेश्वर कुंटे, हीं उदाहरणें त्याच प्रकारचीं आहेत.

त्या काळची विद्या झाल्यावर ते कामकाज करूं लागले. त्यांस कित्ता वडिलांचा होता, हें त्यांचें मोठें भाग्य होतें. पण, असे कित्ते पुढें असतांही त्यांप्रमाणें वागण्याची बुद्धि होत नसते. ह्यास कारण श्रद्धेची वाण असते. श्रद्धाळू

लोकांच्या हातून अशी चूक कधीं होत नाहीं. पोतनिसांच्या हाताखालीं काम करून दिनकररावांनीं सगळी माहिती करून घेतली. ती त्यांस मोठीं कामें मिळविण्यास उपयोगीं पडली. मध्यम वयामध्यें, ह्मणजे तिशीच्या आंत, कर्तबगारी संपादणें आवश्यक असतें, तें दिनकररावांनीं स्वतः मेहेनत करून केलें होतें. तें कित्ता घेण्यासारखें आहे.

ह्यानंतरची त्यांची लक्षांत ठेवण्यासारखी कारकीर्द ह्मटली ह्मणजे तवरघारची होय. बेबंद लोकांस, जुलूम न करितां संभाळणें, आणि त्यांच्या हातून सरकारचा वसूल शांतपणें घेणें, ह्या गोष्टी सामान्य नाहींत. टिपूसुलतानाचा मुलूख हातीं आल्यावर हें काम करण्याची मोठी अडचण इंग्लिश सरकाराच्या शाहाण्या शाहाण्या कामदारांसही पडली होती. तसें काम फार उत्तम रीतीनें दिनकररावांनीं केलें, आणि आपले ठायीं राज्य चालविण्याचें सामर्थ्य आहे, असें दाखविलें. हेंच त्यांस दिवाणगिरी मिळण्यास मुख्य साधन झालें.

पुढें दिवाणगिरी मिळाली. तें काम अतिशयित कठिण होतें. सत्यव्रत सांभाळायाचें, महाराजांची मर्जी धरायाची, लोकांस संतुष्ट राखून राज्याचें उत्पन्न वाढवायाचें, आणि इंग्लिश सरकाराने सुचविलेल्या सुधारणा करावयाच्या, इतक्या गोष्टी त्यांस साधावयाच्या होत्या. ह्मणजे तेव्हांचें

त्यांचें काम तरवारीच्या धारेसारखें कठिण होतें. पण त्यांतून ते सर्वांकडून शाबास शाबास ह्मणवून घेऊन, मोठ्या मानसन्मानानें बाहेर पडले. ह्यांचे कायदे निजामाच्या राज्यांत चालविण्यास मागितले. ह्यापेक्षां त्यांच्या राजकार्यधुरंधरत्वास आणखी दुसरें भूषण तें कोणतें असावें?

ह्या दिवाणगिरीच्या कारकीर्दीत मोठ्या आणीबाणीचा प्रसंग काय तो बंडाचा होता. तसा प्रसंग, आह्मांस वाटतें, हिंदुस्थानाच्या सगळ्या शें दोनशें वर्षांच्या अर्वाचीन कारकीर्दीत दुसऱ्या कोणत्याही दिवाणावर आला नव्हता. खरोखर आडविहिरीच्या अडचणींत ते सांपडले होते. त्या वेळाचें वर्णन जर त्यांनीं स्वतः लिहून ठेविलें असतें, तर, लोकांच्या पुष्कळ शंकांचें निवारण झालें असतें, आणि बंडाच्यासारख्या आणीबाणीच्या वेळीं कसें वागावयास पाहिजे, आणि किती दूर दृष्टि पुरविली पाहिजे, हें लोकांस कळलें असतें. परंतु, तसा योग आला नाहीं, त्यास उपाय नाहीं. आणखी, त्यांच्या मनांत जरी तसें कांहीं करावयाचें आलें असतें, तरी, त्यांच्यानें करवलें नसतें. कां कीं, तें सगळें राजकारण होतें. एवढे मोठे गृहस्थ नामदार ग्ल्याडस्टन साहेब, ह्यांस देखील आपलीं पत्रें आपल्या हयातींत प्रसिद्ध करवत नाहीत, ह्मणून त्यांनीं अशीं ६०००० पत्रें आपल्या पश्चात् प्रसिद्ध होण्याकरितां नीट लावून ठेविलीं

आहेत. त्याप्रमाणें, रावराजे दिनकरराव ह्यांनीं लिहिलेलीं आणि त्यांस आलेलीं कितीएक पत्रें अद्याप कोठें कोठें विद्यमान आहेत, हें आह्मांस ठाऊक आहे. परंतु, तीं त्यांच्या पश्चात्‌ही प्रगट करणें राजकारणास चांगलें नाहीं, असें कळलें आहे. तेव्हां तीं कधींच प्रसिद्ध व्हावयाचीं नाहींत, हें उघड आहे. तें कांहीं असो. परंतु, एवढें खचीत आहे कीं, बंडाच्या वेळेस जर दुसरा कोणी दिवाण असता, आणि त्यानें रावराजे दिनकरराव ह्यांच्या क्रमाहून जर भिन्न क्रम धरिला असता, तर, केवळ वायव्य प्रांताच्याच नव्हे, तर, सगळ्या हिंदुस्थानाच्या राजकीय स्थितीस कांहीं वेगळें स्वरूप आलें असतें. तें सध्याच्यापेक्षां चांगलें आलें असतें कीं वाईट आलें असतें, ह्याविषयीं मतभेद आहे. परंतु, ह्याहून वेगळें स्वरूप आलें असतें, ह्यांत कांही शंका नाहीं. तें कांही असो. परंतु, अनुभवास आलेल्या गोष्टींवरून एवढें खचीत ह्मणतां येतें कीं, त्या आणीबाणीच्या वेळेस रावराजे दिनकरराव ह्यांनीं जें काय केलें, त्याचें फल, तत्संबंधाच्या सगळ्या माणसांस चांगलें आलें आहे. त्यांत वाईट कोणाचें झालें नाहीं. तेव्हां त्यांनीं केलें तें योग्यच केलें, असें सर्वांनीं कबूल केलें पाहिजे.

रावराजे दिनकरराव ह्यांस द्रव्यलोभापेक्षां कीर्तिलोभ अधिक असे. ह्याचें प्रमाण धोळपुर आणि रीवा ह्यांच्या राज्यव्यवस्थेवरून स्पष्ट कळलेंच आहे. शिवाय, गव्हरनर जन-

रल साहेबांच्या कायदेकौंसलाचे सभासद नेमल्यावर, त्या-संबंधाचा जो पैसा सरकारांतून मिळतो, तो देखील त्यांनीं घेतला नाहीं. आणखी असें स्पष्ट सांगितलें कीं, मला माझे यजमान महाराजसाहेब ग्वाल्हेर ह्यांनीं माझे कुटुंबाचे निर्वाहार्थ बरीच जाहगीर देऊन अशा नांवारूपास आणिलें कीं, इंग्रज सरकारानें मला कौंसलांत बोलावण्याचा सत्कार केला. त्यापेक्षां खर्च घेणें विशेष महत्वाचें नाही. एकदा एकादें वचन दिलें कीं, त्याप्रमाणें करण्यांत कितीही जरी पैशाची नुकसानी झाली, तरी तें करण्यास ते मागेंपुढें पाहात नसत.

रावराजे दिनकरराव हे अंतःकरणाचे फार दयाळू होते. त्यांस दुसऱ्याचे दुःख पाहून फार कींव येत असे. आणि त्याकरितां ते पुष्कळ पैशाचा दानधर्म करीत असत. याचकानें हात पुढें केल्यावर त्याच्या योग्यतेप्रमाणें त्यास दान मिळालें नाहीं, असें कधीं झालें नाहीं. आणखी, ते मोठे धर्मश्रद्धाळु होते. त्याच्या योगानें, कितीएक ब्राह्मणांस त्यांनीं घरें बांधून दिलीं आहेत, आणि कितीएक देवालयांचे जीर्णोद्धार केले आहेत. शिवाय देवालयें बांधून त्यांची निरंतरची व्यवस्था लावून दिली आहे. तिची हकीकत पूर्वी सांगितलीच आहे. एकंदरींत, द्रव्याचा सद्व्यय त्यांनीं केला, ही गोष्ट निर्विवाद आहे.

रावराजे ह्यांस स्वधर्माचा मोठा अभिमान असे. त्याप्रमाणें

वागण्यास ते कधीं टळले नाहींत. तरी परधर्मी लोकांशीं ते मोठ्या सभ्यपणानें वागत असत, आणखी ते सर्वांस स्पष्टपणें असें सांगत कीं, आपला धर्म सोडून दुसऱ्याच्या धर्मांत जाणें कोणालाही योग्य नाहीं. स्वधर्मांत जसा परिणाम चांगला होतो, तसा परधर्मांत कधीं होत नाहीं, असें ते स्पष्ट बोलत. सारांश, "स्वधर्मे निधनं श्रेयः परधर्मो भयावहः" हें जें आर्यधर्माचें मुख्य तत्त्व आहे, तें त्यांच्या अंतःकरणांत पूर्णपणें बिंबलेलें होतें. त्यांनी द्वारका, रामेश्वर, जगन्नाथ, बद्रिनारायण इत्यादि क्षेत्रांच्या यात्रा केल्या, आणि तेथें सगळ्या गोष्टी यथाविधि केल्या. ह्मणजे ते खरे आर्य होते.

निर्लोभता हा जसा एक फार मोठा गुण रावराजे ह्यांचे ठायीं उत्तम प्रकारें वसत होता, तसा निस्पृहता हा एक दुसरा मोठा गुण त्यांचे ठायीं उत्तम प्रकारें वास करीत होता. आणखी त्याच्या जोडीला सत्यता निरंतर असे. त्याच्या योगानें त्यांचें तेज फार पडे. महाराज जयाजीराव शिंदे ह्यांची दिवाणगिरी सोडण्याच्या हकीकतींत, एका चांगल्या चतुर माहीतगार पुरुषानें असें लिहिलें आहे कीं, "काम करण्याची योग्यता आणि निस्पृहता ह्या गुणांनीं श्रीमंत कैलासवासी महाराज जयाजीराव शिंदे साहेब ह्यांचा रावराजे ह्यांजवर पूर्ण विश्वास होता. परंतु, त्यांचें स्पष्ट भाषण आणि त्यास अनुसरून त्यांचें मत हीं महाराजांस अगदीं

आवडत नसत." हें वर्णन रावराजे दिनकरराव ह्यांच्या चरित्रास फार भूषणावह आहे.

रावराजे दिनकरराव हे शरीरानें चांगले गौरवर्ण असून सडपातळ होते. त्यांच्या मुद्रेविषयीं कितीएक इंग्लिश ग्रंथकारांनीं देखील असें लिहिलें आहे कीं, त्यांची मुखचर्या अशी कांहीं तेजस्वी होती कीं, ती, इतर मोठमोठ्या राजकारणी पुरुषाच्या मुखचर्यांप्रमाणें, एकदां पाहिल्याबरोबर लक्षांत राहात असे. ते, आपल्या शरीराच्या काठीच्या मानानें पहिल्यापासून सशक्त होते. ते स्वारींत असतां पुष्कळ चालत. दिवाणगिरी सोडिल्यावर त्यांचा नित्यक्रम असा होता:—पाहांटेस चार वाजतां उठावें. प्रातःस्मरण करावें. वर्धी काय आल्या असतील त्या घ्याव्या. त्यांवर उत्तरें द्यावीं. आवश्यक असल्यास साहेब लोकांच्या भेटीस जावें. घरीं परत येतांच, कामकाजानिमित्त जीं माणसें आलीं असतील, त्यांचीं बोलणी ऐकून त्यांस वाटेस लावावें. इंग्रजी आणि देशी वर्तमानपत्रांतल्या गोष्टी ऐकाव्या. इतक्यांत दाहा वाजण्याचा सुमार आला कीं, भोजनास घरची बाहेरची मंडळी किती काय आहे तें पाहावें. मग स्नान करावें, पूजा करावी. पार्थिवपूजा असे. शिवाय जपजाप्य असे. त्यास सुमारें दीड तास लागे. नंतर भोजन करावें. मग थोडा वेळ मराठी वगैरे वर्तमानपत्रें वाचावीं. नंतर थोडें निजावें. त्याउपर औषधांच्या भट्ट्या लागलेल्या असत त्यांची चौ-

कशी करावी. चार वाजण्याच्या सुमारास कोणी शास्त्री, पंडित येत, त्यांच्या भेटी घ्याव्या. ह्यानंतर वैद्यशास्त्रप्रकरणीं ग्रंथ पाहावे. सायंकाळ झाल्यावर मुलांबाळांस जवळ घेऊन, त्यांशीं गोष्टी कराव्या. पुढें रात्रीची पूजा, फलाहार होऊन दाहा वाजण्याच्या सुमारास ते निजत. त्यांची झोंप फार जागृत असे. निजण्याचे जागीं पाहारा लागत असे. आणि घंटा वाजला कीं किती वाजले ते शिपायास विचारीत असत. ही स्थिति पंचावनसाठ वर्षांच्या आलीकडची होती. ह्याच्या पूर्वींची स्थिति ह्मणजे दिवाणगिरीच्या वेळची स्थिति अशी होती कीं, त्यांस चोवीस तासांत झोंप काय ती तीनच तास पुरे होत असे. ते सहसा कधीं फारसे आजारी पडत नसत; आणि पडत तेव्हां स्वतः तयार केलेलीं औषधें घेत असत. त्यांची काठी फार टणक होती. काशीस भागीरथीवर स्नानास जाणें, दुर्गाघाट, बिंदुमाधवघाट ह्यांच्या पायऱ्या भराभर चढणें आणि उतरणें, हें त्यांस सहज होतें. त्यांना आळस कसा तो मुळींच माहीत नव्हता. आलीकडे वार्धक्यामुळें श्वास आणि खोकला कधीं कधीं होत असे, तरी, प्रसंगीं त्यास ते जुमानीत नसत. एके वेळीं काशींतल्या भटभिक्षुकांच्या वृत्तीवर सरकारांनीं कर बसविला होता. त्याची दाद लावण्याकरितां रावराजे एकदम लार्डसाहेबांकडे गेले, आणि त्यांचें काम त्यांनीं करून दिलें. हे चाळीस वर्षांच्या वया-

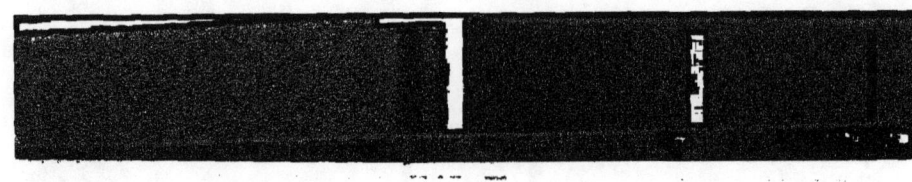

रावराजे रघुनाथराव दिनकर राजवाडे,
मशिरखास बहादुर.

पासून भागीरथीचें पाणी नेहमीं पीत असत; दुसरें पाणी कधीं प्याले नाहींत. कोठें लांबच्या प्रवासास गेले तर त्यांच्या बरोबर गंगोदकाचीं भांडीं भरलेलीं असत.

असो. आणखी कितीएक गोष्टी सांगण्यासारख्या आहेत. परंतु, आतां अवकाश नाहीं. तरी ज्या थोड्याशा गोष्टी सांगितल्या आहेत, त्यांवरून एवढें खचीत ह्मणतां येतें कीं, आजपर्यंत जगामध्यें जे कोणी मोठे पराक्रमी पुरुष होऊन गेले, त्यांच्या आंगचे बहुतेक सगळे थोर गुण रावराजे दिनकरराव ह्यांच्या ठायीं वसत होते. आणखी त्यांस एवढें मोठें पद प्राप्त होण्यास ते गुणच मुख्य साधनभूत झाले.

रावराजे दिनकरराव ह्यांस एक चिरंजीव आहेत. त्यांचें नांव रघुनाथराव असें आहे. त्यांस भय्यासाहेब असें ह्मणतात. ह्यांचें जन्म इ० स० १८५८ ह्या वर्षीं झालें. हे एकुलते एक आहेत, आणि गर्भश्रीमंत आहेत. तरी, इतर श्रीमंतांच्या मुलांप्रमाणें लहानपणीं लाडकावलेले आणि शेंफरलेले नव्हते. रावराजे दिनकरराव ह्यांची शिक्षा मोठी कठिण असे, तींत ह्यांस राहावें लागत असे. माणसाची खरी किंमत काय ती त्याच्या आंगच्या गुणांवर असते, हें रावराजे दिनकरराव ह्यांच्या अंतःकरणांत चांगलें ठसलें होतें. त्याच्या योगानें, ते रघुनाथरावांच्या विद्याभ्यासाविषयीं फार जपत असत, आणि त्या कामांत त्यांचे लाड मुळींच चालूं देत नसत. शिवाय त्यांचें मत असें होतें कीं, शाळांमध्यें

मुलांस सद्गुणांपेक्षां दुर्गुण अधिक जडतात, ह्मणून त्यांस सहसा शाळांत घालूं नये. ह्मणून, त्यांनीं आपल्या चिरंजीवांचा सगळा विद्याभ्यास घरीं शिक्षक ठेवून करविला. भय्यासाहेबांचा मराठीचा अभ्यास लहानपणीं झाल्यावर आणि म्याट्रिक्युलेशनच्या तयारीचे सगळे अभ्यास दुसऱ्या शिक्षकांच्या हाताखालीं झाल्यावर, त्यांस आणखी इंग्लिश शिकविण्यास त्यांनीं डैटन ह्या नांवाचे एक चांगले विद्वान युरोपियन गृहस्थ ठेविले होते. हे आग्रा कालेजाचे प्रिन्सिपाल होते. हे चांगले ग्रंथकार आहेत, अशी ह्यांची आख्या आहे. ह्यांच्या हाताखालीं बराच अभ्यास झाल्यावर ह्यांनीं इ० स० १८७८ ह्या वर्षीं त्यांस विद्याभ्यासाविषयीं दाखला दिला. त्यांत असें ह्मटलें आहेः—"रघुनाथराव दिनकरराव ह्यांनीं माझेजवळ सुमारें चार वर्षें अभ्यास केला आहे. बी. ए. पदवी मिळविण्याकरितां त्यांची तयारी नव्हती. तरी, ती पदवी मिळविण्याकरितां जे ग्रंथ आणि विषय विशेषेंकरून पढवितात, ते ग्रंथ आणि ते विषय ज्यांस येतात, त्यांच्यापेक्षां ह्यांस इंग्रजी भाषा पुष्कळ चांगली आणि मार्मिक रीतीनें येत आहे. ह्यांचा स्वभाव प्रेमळ आणि मनमिळाऊ आहे, आणि ह्यांचें वर्तन सभ्य गृहस्थाचें आहे. आतां हे महाराज शिंदे ह्यांच्या दरबारांत नौकरी धरण्याच्या विचारांत आहेत. आणखी मला अशी खातरी आहे कीं, हे आपल्या हुद्याचें काम मोठ्या प्रामाणिकपणानें करतील, आणि

ज्यांशीं ज्यांशीं मिळून ह्यांचा संबंध येईल, त्यांस त्यांस हे अत्यंत पूज्य वाटतील." त्याप्रमाणेंच पुढें त्यांस कायदे शिकविण्याकरितां वुड साहेब हे ब्यारिस्टर ठेविले होते. त्यांनीं त्यांस इ० स० १८७९ ह्या वर्षी जो दाखला दिला आहे, त्यांत असें ह्मटलें आहे कीं, "हे लक्षपूर्वक अभ्यास करणारे आणि मेहनती आहेत, असें माझ्या प्रत्ययास आलें आहे. ह्यांस डेटन साहेबांसारख्या विद्वान गुरूंच्या शिक्षणानें इंग्लिश भाषेचें ज्ञान फार चांगलें झालेलें असल्याच्या योगानें मजपाशीं कायद्यांचा अभ्यास करण्यास फार सुलभ पडलें. प्रकृतीच्या अस्वस्थपणामुळें आणि घरच्या कांहीं कामामुळें त्यांस कायद्यांचा अभ्यास सोडावा लागला आहे, ह्याचें मला फार वाईट वाटतें. बाकी, ह्या विषयाची ह्यांस अभिरुचि फार चांगली आहे, आणखी ह्यांस इंग्लिश भाषेचें शिक्षण उत्तम मिळालें असून दृढ निश्चयानें अभ्यास करण्याचें सामर्थ्य ह्यांच्या ठायीं आहे. तेव्हां ह्यांस हायकोर्टाच्या वकिलीची परीक्षा देणें अगदीं सहज झालें असतें." अशा प्रकारें आपल्या गुरूंकडून शाबासकी मिळविणें ही गोष्ट विद्यार्थ्यास जितकी भूषणावह आहे, तितकी दुसरी कोणतीही गोष्ट भूषणावह नाहीं. आणखी शोधांतीं आह्मांला असें समजलें आहे कीं, आपण युनिव्हर्सिटीचा अभ्यास पुरा करून

पदवीधर व्हावें, अशी इच्छा भय्यासाहेबांच्या मनांत फार होती. परंतु, रावराजे दिनकरराव ह्यांस तें नको होतें. आपल्या चिरंजीवांनीं दुसऱ्या अमलदारांपुढें उभें राहून, किंवा त्यांच्या हुकुमाप्रमाणें काम करून राहावें, हें त्यांस आवडत नव्हतें. ह्मणून त्यांनीं त्यांस त्या मार्गांत पडूं दिलें नाहीं. तरी, त्यांत एक गोष्ट लक्षांत ठेवावयासारखी आहे. ती ही कीं, त्यांनीं त्यांजकडून परीक्षा मात्र देवविल्या नाहींत, बाकी, त्या परीक्षा उतरण्यास जें ज्ञान पाहिजे होतें, तें सगळें संपादविलें होतें. ह्मणजे, विद्या संपादून तिच्या योगानें दोन गोष्टी मुख्यत्वें मिळवायाच्या असतात, एक संपत्ति, आणि दुसरी सज्जनता; ह्यांपैकीं प्रस्तुत प्रकरणीं संपत्तीची वाण नाहींच. तेव्हां, बाकी राहिली सज्जनता, तेवढी मिळून, एकंदर "सभ्यगृहस्थता" भय्यासाहेबांस प्राप्त झाली आहे. ह्या विषयीं वामन पंडितांनीं ह्मटलें आहेः—

श्लोक.

जे का ज्ञानें लाधले सद्विचारा
संपत्तीचा त्यांपुढें काय तोरा
पद्माचा जो तंतु तो वारणाला
वारायाला पैं ह्मणे सिद्ध झाला.

अथवा त्याच कवींनीं आणखी ह्मटलें आहेः—

श्लोक.

भाग्याला सुजनत्व भूषण असे कीं मौन शौर्यास ते
ज्ञानाला शम त्या शमास विनय द्रव्यास दातृत्व ते
अक्रोधत्व तपा क्षमा प्रभुपणा धर्मासि निर्दंभता
या सर्वांसहि मुख्य भूषण पहा सच्छील हें तत्वता.

तें सच्छील भय्यासाहेबांस विद्येच्या योगानें प्राप्त झालें आहे. ह्यापेक्षां मनुष्यजन्मास येऊन दुसरा लाभ विद्येपासून कोणता मिळवावयाचा!

ह्यापुढें इ० स० १८८१ ह्या वर्षीं कै. महाराज जयाजीराव शिंदे ह्यांनीं भय्यासाहेबांस ज्यादा अकौंटंट जनरल नेमिलें. तें एवढ्याचकरितां कीं, सगळ्या राज्याचा १२ वर्षांचा हिशेब मागें राहिला होता, तो करावयाचा होता. त्या कामाकरितां ४०००० रुपये वेगळे काढून भय्यासाहेबांच्या स्वाधीन केले होते. तें काम त्यांनीं फार उत्तम केलें. तेणेंकरून महाराजांस मोठा संतोष झाला. पुढें इ० स० १८८३ ह्या वर्षीं त्यांस ग्वाल्हेर प्रांताचे सुभे नेमिलें. पुढें कांहीं दिवस भय्यासाहेब हे कै० महाराज जयाजीराव ह्यांचे खासगी चिटणीस होते. इ० स० १८८६ च्या मे महिन्यांत महाराजांनीं आपल्या खजीनदारांस आज्ञा लिहिवली कीं, “राजश्री रघुनाथराव दिनकर ह्यांस एक हजार रुपये माहेवार शिक्का चांदवड देणें.” नंतर इ० स० १८८८ ह्या वर्षीं ह्यांस तवरघारीचे सुभे

नेमिलें होतें. १८९० ह्या वर्षी शिंदेशाहींतल्या खानेसुमारीचें काम ह्यांजकडे सांगितलें होतें. पुढें रीवा संस्थानची दिवाणगिरी ह्यांस देत होते; ती ह्यांनीं पतकरली नाहीं. कां कीं, ग्वाल्हेर दरबार सोडून जाणें ह्यांस बरें वाटलें नाहीं. ह्या संबंधानें त्यांनीं रेसिडेंटांस जें पत्र लिहिलें आहे, तें वाचून, रेसिडेंट ह्यांनीं त्यांची फार तारीफ केली आहे. गव्हरनर जनरलाचे एजंट कर्नल बार ह्यांनीं रावराजे रघुनाथराव ह्यांविषयीं असें लिहून ठेविलें आहे कीं, "हे सध्यां तवरघारचे सुभे आणि खानेसुमारी कमिशनर आहेत. हे फार चांगले शिकलेले आहेत. ग्वाल्हेरच्या राज्याची ह्यांस सगळी तपशीलवार माहिती आहे. हे मोठे बुद्धिवान आहेत, आणि ह्यांस मोठीं कामें करण्याचें सामर्थ्य आहे. ग्वाल्हेरच्या राज्यामध्यें अत्यंत प्रामाणिक ह्मणून जे कोणी थोडेसे सरकारी कामदार आहेत, त्यांतले हे एक आहेत." सध्या शिंदेसरकारच्या मुलुखांत दुष्काळ पडला आहे. त्याविषयीं बंदोबस्त करण्यास महाराजांनीं भय्यासाहेबांस दुष्काळकमिशनर नेमिलें आहे. ह्मणजे एकंदरींत, भय्यासाहेबांनीं आपल्या कर्तव्यानें आपल्या वडिलांचा लौकिक उत्तम प्रकारें सांभाळिला आहे. हें त्यांस मोठें भूषण आहे. रावराजे दिनकरराव ह्यांच्या पश्चात् रावराजे आणि मशीरीखास बहादुर ह्या पदव्या रघुनाथरावांस सरकारांतून मिळाल्या आहेत.

वायव्य प्रांताच्या सरकारानें भय्यासाहेबांचें नांव, त्यांच्या तीर्थरूपांच्या नांवाच्या जागीं, आग्रा दरबारच्या यादींत पहिलें नांव महाराज भदावर ह्यांचें आहे, त्याच्याखालीं नंबर दोनच्या जागीं गेल्या वर्षाच्या मे महिन्यांत दाखल केलें आहे.

त्याप्रमाणेंच गेल्या वर्षाच्या नोवेंबर महिन्यांत मुंबई इलाख्यांतल्या दक्षिणेंतल्या फर्स्टक्लास सरदारांच्या यादींत मुंबईसरकारानें भय्यासाहेबांचें नांव दाखल केलें आहे.

शिवाय हत्यारांच्या वगैरे संबंधाचे परवाने त्यांस घ्यावे लागत नाहीत.

पुत्राचें जन्मास आल्याचें मुख्य सार्थक्य हें आहे कीं, वाडवडिलांनीं जें काय स्तुत्य असें संपादन करून ठेविलें आहे, त्याचें रक्षण करावयाचें, आणि त्यास, स्वपराक्रमानें भर घालावयाची. हें सार्थक्य साधावयास विद्या आणि सुशीलता हे गुण लागत असतात. ते गुण रावराजे रघुनाथराव ह्यांचे ठायीं फार चांगल्या प्रकारें वसत आहेत, आणि त्यांच्या योगानें त्यांच्या जन्माचें सार्थक्य होत आहे. परमेश्वर करो, त्यांच्या हातून त्यांच्या परमपूज्य वडिलांच्याप्रमाणें मोठमोठीं कीर्तिकर आणि देशहिताचीं अशीं कृत्यें पुष्कळ घडोत, आणि त्यांनीं त्यांच्या कुलाच्या उज्वल कीर्तीस पुष्कळ भर पडो. असें ह्मणून आणि राजवाडेकुलाचा वंशवृक्ष देऊन आह्मी हें चरित्र येथें समाप्त करितों.

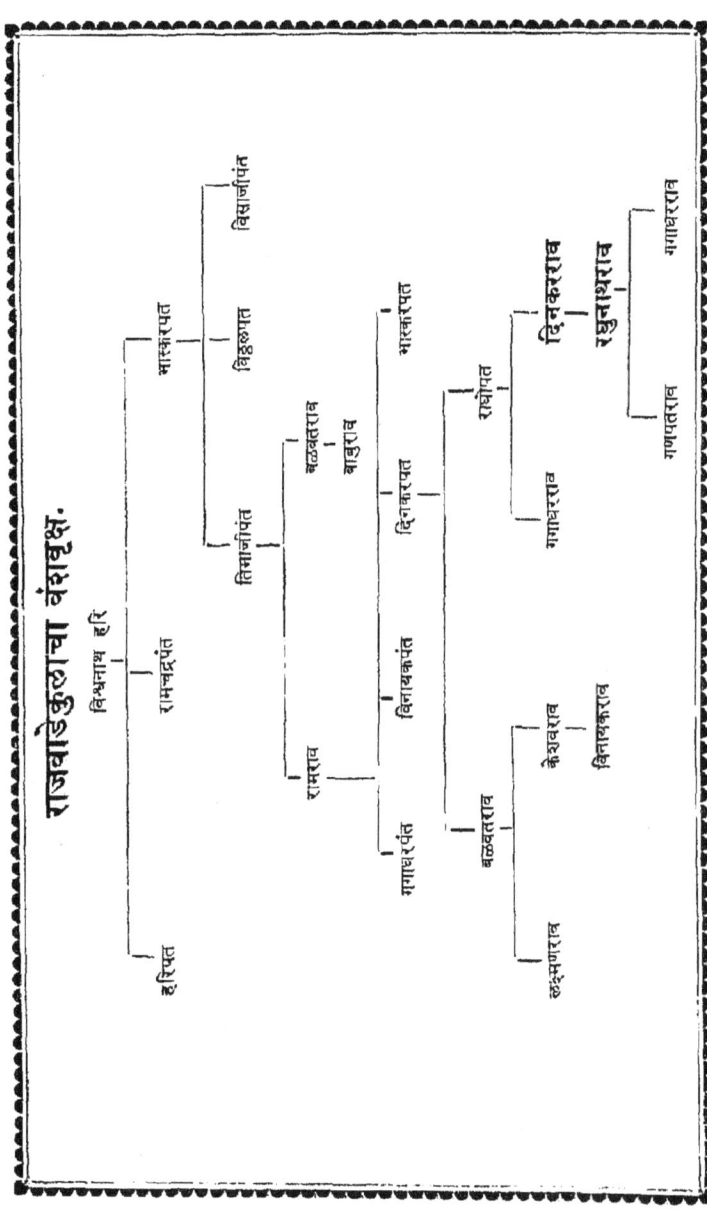

राजवाडेकुलाचा वंशवृक्ष.

भाग चौदावा.

त्यांविषयीं लोक काय बोलतात.

श्लोक.

उपासनेला दृढ चालवावे
भूदेवसंतांसि सदा लवावें
सत्कर्मयोगें वय घालवावें
सर्वां मुखीं मगल बोलवावें.

रामदास.

डेनमार्कदेशांत केन्यूट ह्मणून एक राजा होऊन गेला. त्याच्या हातून, अमलाच्या धुंदींत, त्याचा एक पाहारेकरी प्राणास मुकला. त्याबद्दल, त्यानें आपणा स्वतःस, सामान्य लोकांच्या चौपट दंड करून घेतला. तो एवढ्याचकरितां कीं, लोकांच्या मुखीं आपलें न्यायीपण राहावें, आणि त्याचें उदाहरण इतर जनांस मिळावें. असेंच आमचे पराक्रमी पेशवे आपल्या मस्तकावरचा अबदागीर दूर न करवितां, समरांगणाजवळ बसले, तेव्हां असें ह्मणाले कीं, "आह्मी असें केलें तर आह्मांविषयीं अखबारनवीस काय लिहितील?" ह्याचें तात्पर्य असें

आहे कीं, लोक जें काय बोलतात तें मनुष्याच्या कृतीचें प्रतिबिंब असतें. तें प्रतिबिंब चांगलें दिसावयास पाहिजे, तर कृति चांगली केली पाहिजे; आणि प्रतिबिंब चांगलें असणें हें वस्तु चांगली असल्याचें एक मुख्य प्रमाण आहे. ह्मणून, लोक कोणाविषयीं काय बोलतात, तें त्याच्या वृत्तीचें खरें चित्र असतें. तें रावराजे दिनकरराव ह्यांजविषयीं कसें काय आहे, तें आतां थोडेंसें सांगावयाचें आहे.

महाराज जयाजीराव शिंदे.

बंडाच्या वेळीं तुह्मीं आमची चाकरी राजनिष्ठापूर्वक आणि इमानेइतबारें केली आहे.

लार्ड एलजिन.

(गव्हरनर जनरल, ता० ३१ दिसेंबर सन १८६२ इ० च्या एका सनदेंत) संकटाच्या वेळीं तुमच्याइतका प्रामाणिक, धैर्यवान, आणि स्वकर्तव्य करण्यास समर्थ असा दुसरा कोणीही दिवाण आजपर्यंत आपल्या प्रभूच्या उपयोगीं पडला नसेल.

लार्ड डफरिन.

(व्हाइसराय ह्यांनीं इ० स० १८८८ ह्या वर्षी ह्याविषयीं स्वहस्तें असें लिहिलें कीं,) "मी खरोखर मनापासून असें ह्मणतों कीं, ह्या राजेसाहेबांस इं-

ग्लिश सरकाराकडून आणि त्यांच्या कामदारांकडून चांगला मोठा मान मिळावा, अशी ह्यांची योग्यता आहे."

सर रिचर्ड टेंपल.

ह्यांनीं रावराजे दिनकरराव ह्यांजविषयीं आपल्या ग्रंथांत ह्मटलें आहे:—"ह्यांच्या रीतिभाती फार चां- गल्या होत्या, आणि ह्यांचें भाषण दुसऱ्याचें मन वळ- विण्यासारखें असे. ब्राह्मणजातीमध्यें शाहाणपणाचा जो अभिमान पिढ्यानपिढ्या चालत आला आहे, तो ह्यांच्या शांत वर्तनांत स्पष्ट दृश्यमान होता. ते असे शांत दिसत असत, परंतु त्यांचा निश्चय फार दृढ असे; आणि त्यांनीं एकदां मनांत एकादी गोष्ट आणिली, ह्मणजे ती कधीं सो- डीत नसत. ते इंग्रजी शिकलेले नव्हते. त्यामुळें त्यांच्या मनांत पाश्चिमात्य कल्पना आल्या नव्हत्या. परंतु, राज्यव्य- वस्थेच्या कामांत, त्यांस प्रसंगोचित अशा नव्या नव्या क- ल्पना सुचत असत, आणि त्यांचें वजन चांगलें पडत असे. त्यांनीं दिवाणगिरीचें काम फार थोडे दिवस केलें. तरी तेव- ढ्या मुदतींत त्यांनीं फार मोठा लौकिक संपादिला. त्यांचें इमान फार मोठें होतें. . . राज्यकारभार चालविण्याच्या का- मांत ते सरसालरजंगापेक्षां श्रेष्ठ होते, आणि, सध्याचे हिंदु राज्यकार्यधुरंधर सर टी माधवराव ह्यांच्या बरोबरीचे होते. . . . हिंदुस्थानानें गर्व करावा, असे जे मोठे राज्यकार्य-

धुरंधर पुरुष आलीकडे पैदा झाले आहेत, त्यांतल्या श्रेष्ठांत ग्वाल्हेरच्या दिनकररावांची गणना आहे."

सर रिचमंड शेक्सपियर.

(गव्हरनर जनरलांचे एजंट) रावराजे दिनकरराव ह्यांनीं आपल्या शहाणपणानें आपल्या धन्यास ह्मणजे शिंदे सरकारास वांचविलें. ह्यांच्यापेक्षां हुशार असा दुसरा एक देखील एशिआखंडांतला गृहस्थ मला अद्याप आढळला नाहीं. आणि ह्यांनीं ग्वाल्हेरचें राज्य इतक्या उत्तम रीतीनें चालविलें, ह्यावरून माझें ह्मणणें अगदीं बरोबर आहे, असें मला वाटतें. ह्यांस पुष्कळ संपत्ति मिळविण्याचे पुष्कळ प्रसंग आले होते. परंतु, शिंद्यांच्या राज्यांतल्या प्रजेप्रमाणें मीही ह्मणतों कीं, पापाच्या पैशानें ह्यांनीं आपले हात कधीं विटाळविले नाहींत.

सर रिचर्ड मीड.

(गव्हरनर जनरलांचे एजंट) इ० स० १८५७।५८ ह्या वर्षांतल्या संकटसमयीं राजे दिनकरराव ह्यांनीं आपल्या यजमानांची जी कामगिरी केली, ती, आणि तिच्या योगानें जी एकनिष्ठा प्रगट केली ती, कितीही वाखाणली, तरी थोडीच वाटते. तेव्हां जी झोटिंगबादशाही चोहींकडे माजली होती, आणि ज्या झोटिंगबादशाहीच्या

योगानें सगळ्यांचा नाश होणार असें भय पडलें होतें, त्या झोटिंगबादशाहीमध्यें रावराजे दिनकरराव हे, आपल्या धन्यांशीं राजनिष्ठेचे आणि व्यवस्थेचे प्रत्यक्ष पुतळे होते; आणखी त्या वेळीं ज्यांस कांहीं प्रत्यक्ष अनुभव आला आहे, किंवा ज्यांस त्या गोष्टींची माहिती आहे, ते लोक दिनकररावांचा ओढा इंग्लिश सरकाराकडे किती होता, आणि त्यांनीं इंग्लिशांचें केवढें काम केलें आहे, हें कधीं विसरणार नाहींत.

सर जान के.

ह्या वेळेस शिंदे सरकार रावराजे दिनकरराव ह्यांच्या सारख्यांच्या तंत्रानें वागत होते, हें मोठें सुदैव होय. आणीबाणीच्या वेळीं शिंदे सरकारास विचार मसलत देण्यास दिनकरराव होते, हें फार चांगलें झालें. सर सालरजंग ह्यांस एकुणिसाव्या शतकांतले अबुलफजल ह्मणतात, तसेच दिनकरराव हेही त्यांच्याच तोडीचे होते. त्यांपासून कितीएक मोठमोठे इंग्लिश राज्यकार्यधुरंधर पुरुष पुष्कळ शाहाणपणाच्या गोष्टी शिकले आहेत. दिनकररावांच्या कर्तृत्वाच्या योगानें ग्वाल्हेरच्या राज्याची पुष्कळ सुधारणा झाली, एवढेंच केवळ नव्हे; तर त्यांच्या सहवासानें स्वतः महाराज जयाजीराव शिंदे ह्यांच्या अंतःकरणांत चांगला प्रकाश पडून, त्यांची बुद्धिमत्ता वृद्धिंगत झाली.

सर चार्लस रेक्स.

(जज्ज, सदर कोर्ट आग्रा)—आजपर्यंत मला जे हिंदुस्थानांतले चांगले उन्नत अंतःकरणाचे लोक भेटले, त्या सगळ्यांत दिनकरराव हे श्रेष्ठ होत.

मेझर मेकफर्सन.

(पोलिटिकल एजंट ग्वाल्हेर)—दिवाण दिनकरराव हे गृहस्थ मोठे चतुर आणि अत्यंत उदार बुद्धीचे आहेत. त्यांचा लौकिक फार मोठा आहे. त्यांची इभ्रत फार मोठी आहे. आणि संकटसमयीं ग्वाल्हेरीस जें काय चांगलें झालें, तें सगळें त्यांच्या कर्तबगारीचें फल होय.

होलमस.

दिवाणसाहेबांची जी एवढी मोठी प्रशंसा झाली होती, तीस ते खरोखर पात्र आहेत, असें लवकरच प्रत्ययास आलें. जे लोक शेतांच्या पाहाणीच्या पद्धतीनें अगदीं धुळीस मिळायाच्या बेतास आले होते, त्यांच्यामध्यें मोठ्या सुधारणा चालू करून त्यांनीं त्यांस अशा उन्नतावस्थेस आणलें कीं, इंग्लिश सरकारच्या ताब्यांतल्या अत्यंत सुखी प्रांतांतल्या लोकांइतके ते लोक सुखी झाले.

मांटगोमरी मार्टिन.

ह्यांनीं हिंदुस्थानाचा एक मोठा इतिहास लिहून महाराणी व्हिक्टोरिआ ह्यांस अर्पण केला आहे. त्यांत असें ह्मटलें आहे कीं, "दिनकरराव ह्यांचे ठायीं, साडेतीन शाहाण्यांतले एक शाहाणे जे विठ्ठल सुंदर त्यांच्याइतकी धूर्तता असून सारासारविचार आणि शुद्ध भाव हे, ह्मैसुरचे नामांकित दिवाण पुर्णिया ह्यांच्याइतके होते."

कर्नल म्यालिसन.

इ० स० १८५७ ह्या वर्षी शिपायांचें बंड झालें. त्यापूर्वी चार वर्षांपासून दिनकरराव हे महाराज जयाजीराव ह्यांचे दिवाण होते. हे ब्राह्मण होते. मध्यहिंदुस्थानामध्यें जे कोणी अत्यंत प्रामाणिक, अत्यंत दूरदर्शी, आणि मोठे कर्ते पुरुष होऊन गेले, त्यांतले हे एक होते. त्यांनीं आपल्या थोड्या दिवसांच्या कारकीर्दीत मोठे आणि हितोत्पादक असे पुष्कळ प्रकार देशाच्या राज्यकारभारांत चालू केले, तेणेंकरून शेतकरी लोकांस पुष्कळ सुख झालें. . . बंडाच्या गर्जना कानीं येऊं लागल्यावर त्यांनीं ग्वाल्हेरच्या लोकांचीं मनें चलबिचल झालीं; आणि माजी सरदार लोकांच्या मनांत महत्वाकांक्षा उभी राहिली. पण त्या वेडाचें वारें डोक्यांत शिरलें नाहीं, अशीं दोन माणसें तेथें होतीं; महाराज

जयाजीराव शिंदे आणि त्यांचे मोठे पराक्रमी दिवाण दिनकरराव.

लुई रौसेल्ट.

ह्या फ्रेंच ग्रंथकारांनीं **हिंदुस्थान आणि त्यांतले राजे** ह्या नांवाचा एक ग्रंथ लिहिलेला आहे. त्यांत असें आहे:— हिंदुस्थानांतल्या इतर राज्यांपेक्षां ह्या राज्याचा (शिंदेशाहीचा) राज्यकारभार फार चांगला चालला आहे. हें श्रेष्ठत्व आणि इतके वर्षें राज्य चांगलें चाललें आहे, हें सगळें, शिंदे सरकारचे मुख्य दिवाण सर दिनकरराव ह्यांच्या कर्तृत्वाचें फल आहे. हे गृहस्थ मोठे बुद्धिवान् आणि कर्ते आहेत. महाराज अल्पवयस्क होते, तेव्हां देशाचा कारभार ह्यांच्याच हातीं सोंपिला होता. महाराजांस, इ० स० १८५७ ह्या वर्षीं, बंडवाल्यांस जाऊन मिळूं दिलें नाहीं, तें ह्यांनींच. त्याच्या योगानें त्यांनीं शिंदे सरकारच्या स्वातंत्र्याचें संरक्षण केलें, एवढेंच केवळ नव्हे; तर त्यांनीं इंग्लिश राज्याचाही बचाव केला. कां की, शिंदे सरकारांनीं जर मनावर घेतलें असतें, तर त्यांनीं मुंबईपासून यमुनानदीपर्यंत सगळे राजेरजवाडे तेव्हांच उठविले असते. ह्या कामगिरीबद्दल दिनकररावांस महाराणी सरकारांनीं नैटची पदवी दिली आहे.

पायोनियर.

(अलाहाबादचें इंग्लिश वर्तमानपत्र)–शिंदे सरकार बंडाच्या वेळेस योग्य रीतीनें वागले, ते मुख्यत्वेंकरून माझ्या मसलतीनें वागले, असें ह्मणण्यास जितका अधिकार रावराजे दिनकरराव ह्यांस आहे, तितका कदाचित् दुसऱ्या कोणासही नाहीं. ह्यांचें सामर्थ्य आणि शाहाणपण एवढें होतें कीं, त्यांच्या मनांत जर शिंदे सरकारास अमार्गी नेण्याचें आलें असतें, तर तें कृत्य त्यांस अगदीं सहज करितां आलें असतें. बंडाचे वेळेस जर ह्यांची मसलत शिंदेसरकारांनीं ऐकिली नसती, तर, आज ह्या ग्वाल्हेरच्या किल्ल्यावर शिंदे सरकारचा झेंडा न फडकतां परकीयांचा झेंडा खचीत खचीत फडकत राहिला असता.

ज्ञानप्रकाश.

बंडाच्या वेळीं शिंदेमहाराज हे अल्पवयस्क होते. आणि राज्याचा कारभार दिनकरराव चालवीत होते. हे दोघे जर थोडी कलती नजर करते, आणि राजनिष्ठेस टळते, तर हिंदुस्थानाच्या इतिहासास आजला कांहीं वेगळेंच स्वरूप मिळालें असतें; आणि कदाचित् इंग्लिश राज्याचें आणि इकडच्या इंग्रजांचें काय झालें असतें कोण जाणे.

अरुणोदय.

जुन्या काळच्या इंग्रजी अमलांतल्या राजकारस्थानीप-

णांत पहिल्या नंबरचे हे होते. इ० स० १८५७ सालीं उत्तर हिंदुस्थानांत इंग्रज लोकांस हिंदुस्थानांतून घालवून देण्याचा जो एक भयंकर वणवा पेटला होता, त्या वणव्या-वर तेलाचा वर्षाव न करितां पाणी घालणारे जे कांहीं ने-टिव लोक प्रसिद्धीस आले, त्यांत ह्या दिनकररावांचा अगदीं पहिला नंबर लागला होता.

नेटिव्ह ओपिनियन.

हे खरेखरे कर्मठ ब्राह्मण होते. आणि ह्यांजवर, नामदार व्हाइसरायांपासून खालच्या सगळ्या कामदारांचा एवढा विश्वास होता कीं, तसा विश्वास आपणांवर बसावा, असें मोठमोठ्या अगदीं कट्टया सुधारकांसही फार वाटे. हे मोठे स्पष्टवक्ते आणि निर्भीड होते. आणि हे राज्यामध्यें जरी सर्वांत श्रेष्ठ पदावर होते, तरी ते कोणत्याही प्रका-रच्या मोहपाशांत सांपडले नाहींत. हे स्वतः एक मोठे नमुन्याचे गृहस्थ होते.

महाराष्ट्रमित्र.

हा राज्यकुशल पुरुष नाहींसा झाला. ह्या योगानें ब्रा-ह्मण जातींतील मुत्सद्दी नंबरावर मोठा घाला तर खराच, पण इंग्रज सरकारास वेळोवेळ हिंदुस्थानांतील राजेरजवाडे ह्यांच्या संबंधानें खरा सल्ला देणारा पुरुष नाहींसा झाला.

हे फार निस्पृही व स्पष्टवक्ते होते. श्री. मल्हारराव महाराज यांच्यावरील कमिशनांत त्यांची नेमणूक झाली होती. त्यांनीं कोणाची भीडभाड न धरितां मल्हारराव निरपराधी असें ठरविलें.

शंकरतात्या फडके.

(शिंद्याच्या घराण्याचा इतिहास ह्यांत)—ह्या गृहस्थांचे मनांत लोकांनीं आपणांस खरोखर चांगलें ह्मणावें, अशी आवड होती. ह्मणून त्यांनीं निर्लोभानें, निर्मत्सरानें व निःपक्षपातानें प्रजासुखवर्धनार्थ बहुत कामें केलीं. त्या सर्वांचें वर्णन करण्यास येथें जागा नाहीं. सबब इतकेंच पुरे आहे कीं, ग्वाल्हेरच्या राज्यांत जें शिरस्त्यानें काम होऊं लागलें, तें सर्व ह्या सुज्ञ गृहस्थांकडून झालें.

बालबोध.

ते हिंदूंत हिंदु होते, आणि ब्राह्मणांत ब्राह्मण होते. त्यांचें आचरण फार निर्मळ असे, आणि वागणें अगदीं कडकडीत असे. ते सेवाधर्मास पात्र झालेले होते, तरी उगाच कोणाचें बोलणें त्यांनीं कधीं सहन केलें नाहीं. आणि जें काय त्यांस खरें वाटे—आवश्यक वाटे—तें स्पष्टपणें बोलायास ते चुकले नाहींत. आणखी सत्यास ते कधीं टळले नाहींत. तेव्हां, त्यांचा जो मानपान झाला, तो अगदीं यथार्थ झाला,

आणि त्यांनीं आपली प्रपंचयात्रा उत्तम प्रकारें केली, असें ह्मटलें पाहिजे. ह्यांच्या कितीएक गोष्टी फार बोधपर आहेत, ह्मणून ऐकतों. ह्मणून आह्मी असें ह्मणतों कीं, ह्यांचें जर साद्यंत चरित्र बाहेर पडेल, तर त्यापासून अर्वाचीन इतिहासांतल्या पुष्कळ चांगल्या गोष्टी बाहेर पडतील, आणि त्यांपासून आमच्या राजेरजवाड्यांस आणि त्यांच्या दिवाणांस पुष्कळ बोध घ्यायास सांपडेल.

इंदुप्रकाश.

ह्या गृहस्थांच्या हातून वर्णनीय अशा राज्यकारस्थानाच्या गोष्टी पुष्कळ झालेल्या आहेत. आणखी ह्यांच्या चरित्रामध्यें विशेष गोष्ट ही कीं, हे जसे आमचे राजेरजवाड्यांस प्रिय होते, तसे सार्वभौम इंग्लिश सरकारासही प्रिय होते. आणि ह्यांच्या चांगल्या कामगिरीबद्दल, ह्यांस उभयतां सरकारांतून जहागिरी मिळाल्या आहेत. असें उदाहरण आमच्यांत दुसरें एकही नाहीं. हे सहा वर्षेंपर्यंत ग्वालहेर दरबारचे मुख्य दिवाण होते. त्या मुदतींत त्यांनीं तेथें पुष्कळ चांगल्या गोष्टी केल्या. परंतु त्यांत मोठी गोष्ट ही आहे कीं, इ० स० १८५७ च्या शिपायांच्या बंडाच्यावेळीं शिंदे सरकारच्या दिवाणगिरीवर जर हे नसते, तर त्या बंडास कांहीं वेगळें स्वरूप प्राप्त झालें असतें; आणि त्यापा-

www.ingramcontent.com/pod-product-compliance
Lightning Source LLC
Chambersburg PA
CBHW061702040925
32097CB00009B/202
* 9 7 8 1 2 4 5 2 2 2 3 4 1 *